ಮತ್ತೆ ಮೂಕಜ್ಜಿ

AA000713

ಧನಂಜಯ ಲಕ್ಷ್ಮಿರಾಮಕೃಷ್ಣ

ಪ್ರಕಾಶನ
ಟೋಟಲ್ ಕನ್ನಡ
#638, 10ನೇ ಬಿ ಮುಖ್ಯರಸ್ತೆ,
(ಪವಿತ್ರ ಹೋಟೆಲ್ ಎದುರು), 31ನೇ ಅಡ್ಡರಸ್ತೆ, 4ನೇ ಬ್ಲಾಕ್
ಜಯನಗರ, ಬೆಂಗಳೂರು – 560 011.

ಮತ್ತೆ ಮೂಕಜ್ಜಿ – ಕಾದಂಬರಿ *Matte Mookajji - Navel By Dhanjay*
ಲೇಖಕರು : ಧನಂಜಯ ಲಕ್ಷ್ಮಿ ರಾಮಕೃಷ್ಣ
dhananjay.rr@gmail.com

ಪ್ರಕಾಶಕರು : ಟೋಟಲ್ ಕನ್ನಡ
#638, 10ನೇ ಬಿ ಮುಖ್ಯರಸ್ತೆ,
(ಪವಿತ್ರ ಹೋಟೆಲ್ ಎದುರು ರಸ್ತೆ),
31ನೇ ಅಡ್ಡರಸ್ತೆ,
ಜಯನಗರ 4ನೇ ಬಡಾವಣೆ
ಬೆಂಗಳೂರು – 560 011.

ದೂರವಾಣಿ : 080–4146 0325
ಅಂತರ್ಜಾಲ : www.totalkannada.com
ಮಿಂಚಂಚೆ : support@totalkannada.com

ⓒ ಲೇಖಕರದು

ಪ್ರಥಮ ಮುದ್ರಣ : 2016

ಪುಟಗಳು : $x + 127 = 137$

ಕಾಗದ : ಎನ್.ಎಸ್.ಮ್ಯಾಪಿಲಿಥೋ

ಬೆಲೆ : ₹ 150/-

ಮುಖಪುಟ ವಿನ್ಯಾಸ : ಗುರುನಾಥ್ ಬೋರಗಿ

ಪುಟ ವಿನ್ಯಾಸ : ಚಂದ್ರಶೇಖರ ವುಣ್ಣಿಮನಿ

ಮುದ್ರಕರು : ವೆಂಕಟೇಶ್ವರ ಕ್ರಿಯೇಶನ್ಸ್
ಬೆಂಗಳೂರು. 98442 32035

ISBN # 9789383727124

ಶಿವರಾಮ ಕಾರಂತರೆ, ಈ ಪುಸ್ತಕವನ್ನು
ನಿಮಗೆ ಅರ್ಪಿಸುತ್ತೇನೆ.

ನನ್ನಿಂದೇನಾದರು ತಪ್ಪಾಗಿದ್ದರೆ
ನಿಮ್ಮ ಕ್ಷಮೆಯಿರಲಿ.

ನವೀನ,

ನೀವು ಈ ಪುಸ್ತಕದ ಸೂತ್ರದಾರರು,
ನಿಮ್ಮ ಪ್ರೋತ್ಸಾಹವಿಲ್ಲದಿದ್ದರೆ ನನಗೆ ಬರೆಯುವ ಯೋಚನೆ
ಎಂದಿಗೂ ಬರುತ್ತಿರಲಿಲ್ಲ.
ಪ್ರತಿ ಹಂತದಲ್ಲು, ನಿಮ್ಮ ಪ್ರತಿಕ್ರಿಯೆ
ಈ ಪ್ರಯತ್ನಕ್ಕೆ ನೆರವಾಗಿದೆ.
ನಾನೆಂದಿಗೂ ನಿಮಗೆ ಕೃತಜ್ಞ.

ಲೇಖಕರ ನುಡಿ

೨೦೧೫ ರಲ್ಲಿ ನನ್ನ ಕೈಯಲ್ಲಿ ಶಿವರಾಮ ಕಾರಂತರ ಜ್ಞಾನಪೀಠ ಪ್ರಶಸ್ತಿ ವಿಜೇತ ಪುಸ್ತಕ. ಮೂಕಜ್ಜಿಯ ಕನಸುಗಳು ಬಿತ್ತು. ಚಿಕ್ಕಂದಿನಲ್ಲಿ ಹಲವಾರು ಕನ್ನಡ ಪುಸ್ತಕಗಳ ಓದಿದ್ದ ನನಗೆ, ವಿದೇಶಕ್ಕೆ ಬಂದ ನಂತರ, ಆ ಅಭ್ಯಾಸ ಬಿಟ್ಟು ಹೋಯಿತು. ಆದರೆ ಮೂಕಜ್ಜಿಯ ಕನಸುಗಳು ಓದುತ್ತಿದ್ದಂತೆ ನನ್ನಲ್ಲಿ ಕನ್ನಡ ಪುಸ್ತಕಗಳ ಓದುವ ಆಸಕ್ತಿ ಹೆಚ್ಚಾಗ ತೊಡಗಿತು. ಈ ಪುಸ್ತಕವ ಓದುವಾಗ ನನ್ನ ಜೀವನದಲ್ಲಿ ಎರಡು ಪ್ರಪಂಚಗಳು ಹುಟ್ಟಿಕೊಂಡವು. ಒಂದು ನಾವೆಲ್ಲರು ಬದುಕುತ್ತಿರುವ ಪ್ರಪಂಚ. ಇನ್ನೊಂದು ಮೂಕಜ್ಜಿಯ ಪ್ರಪಂಚ. ಪುಟಗಳು ಮುಗಿಯುತ್ತಿದ್ದಂತೆ ಆ ಪ್ರಪಂಚದಾಳಕ್ಕೆ ನನ್ನ ಕರೆದುಕೊಂಡು ಹೋಯಿತು. ಮೂಕಜ್ಜಿ ನನ್ನೊಡನೆಯೆ ಇದ್ದಾರೆ ಎಂಬ ಭಾವನೆ ಮೂಡತೊಡಗಿತು. ಇನ್ನು ಹತ್ತು ಪುಟಗಳು ಓದಿದರೆ ಪುಸ್ತಕ ಮುಗಿಯುವ ಮಟ್ಟಕ್ಕೆ ಬಂದೆ. ನನಗ್ಯಾಕೊ ಆ ಹತ್ತು ಪುಟಗಳ ಮುಗಿಸುವ ಮನಸ್ಸಾಗಲಿಲ್ಲ. ಏನೊ ಒಂದು ತರಹವಾದ ಶೋಕ ಆವರಿಸಿತ್ತು. ಒಂದು ದಿನ ನನ್ನ ಪ್ರಿಯ ಮಿತ್ರರಾದ ನವೀನರವರಿಗೆ ನನ್ನೀ ಗೊಂದಲವ ಹೇಳಿಕೊಂಡೆ. ಅವರು ಇದ್ದಕಿದ್ದಂತೆ, ನೀವ್ಯಾಕೆ ನಿಮ್ಮ ಆಲೋಚನೆಗಳ ಪೋಣಿಸಿ ಇಂದಿಗೆ ಅನುಗುಣವಾಗುವ ಹಾಗೆ ಮೂಕಜ್ಜಿಯ ಮತ್ತೆ ಬರೆಯಬಾರದು ? ಎಂದು ಕೇಳಿದರು. ನನಗೆ ಮೊದಲು ನಗು ಬಂತು ನಂತರ ಸ್ವಲ್ಪ ಭಯವು ಆಯಿತು. ಮೂಕಜ್ಜಿಯ ಆಳಕ್ಕೆ ಹೋಗಲು ಬಹಳ ಅನುಭವಗಳು ಬೇಕು. ಶುದ್ಧವಾದ ಮನಸ್ಸಿನಿಂದ ಯೋಚಿಸಿ ಬರೆಯಬೇಕು. ಅದಲ್ಲದೆ ಬರೆಯುವ ಗುಣಗಳು ಹಲವಾರು ಇರಬೇಕೆಂದೆಲ್ಲ ಆಲೋಚನೆಗಳು ಬರತೊಡಗಿದವು. ಆದರೆ ಮೂಕಜ್ಜಿ ನನ್ನೊಡನೆ ಸದಾ ನೆಲೆಸಲು ಇದೇ ಪರಿಹಾರವೆಂಬ ಸ್ವಾರ್ಥವು ನನ್ನಲ್ಲಿತ್ತು. 2016 ಜನವರಿ ಮಾಸದಲ್ಲಿ ಬರೆಯಲು ಆರಂಭಿಸಿದೆ. ವಾರಕ್ಕೆ ಒಂದು ಅಧ್ಯಾಯನದಂತೆ ಬರೆಯತೊಡಗಿದೆ. ನನ್ನ ಹಿತೈಷಿಗಳಿಗೆ ನನ್ನ ಬರಹವ ಕಳುಹಿಸತೊಡಗಿದೆ. ಅವರ ಪ್ರಶಂಸೆ ಮತ್ತು ಸಲಹೆಗಳು ನನ್ನಲ್ಲಿ ಹೊಸದಾದ ಚೈತನ್ಯವ ಮೂಡಿಸಿತು. ಕೊನೆಗೆ ಒಂದು ಚಿಕ್ಕ ಪುಸ್ತಕವೆ ಅಗಿಬಿಟ್ಟಿತು.

ಮೂಕಜ್ಜಿ ಎಂದಿಗೂ ಅಮರಳಾಗಿರಲಿ ಎಂದು ಆಶಿಸುತ್ತ

(ನಿಮ್ಮ ಧನಂಜಯ)

ಧನ್ಯವಾದಗಳು

ನನ್ನ ಅಮ್ಮ ಮತ್ತು ಅಪ್ಪ
ನಳಿನ
ನಂದಿತ
ಸ್ವಾತಿ
ಕೀರ್ತಿ

ನನ್ನ ಪ್ರೀತಿಯ ಕವಿತ ಮತ್ತು ಅನನ್ಯ.
ನನಗೆ ಪುಸ್ತಕ ಬರೆಯಲು ಸಮಯವ ಮಾಡಿ ಕೊಟ್ಟಿರಿ.
ನನಗಿರುವ ಲೆಕ್ಕವಿಲ್ಲದ ಹವ್ಯಾಸಗಳಿಗೆಲ್ಲ ನಿಮ್ಮ
ಪ್ರೋತ್ಸಾಹ ಇದ್ದೇ ಇದೆ. ನಿಮಗಿಬ್ಬರಿಗೂ ನನ್ನ
ಹೃದಯಪೂರ್ವಕ ಧನ್ಯವಾದಗಳು....

ಶುಭಹಾರೈಕೆ

ಶಿವರಾಮಕಾರಂತರ ಮೂಕಜ್ಜಿಯ ಕನಸುಗಳು ಪ್ರಕಟವಾದುದು 1968ರಲ್ಲಿ. ಜ್ಞಾನಪೀಠ ಪ್ರಶಸ್ತಿಗೆ ಪುರಸ್ಕೃತವಾದುದು 1977ರಲ್ಲಿ. ಪ್ರಶಸ್ತಿಗೆ ಮುಂಚಿನಿಂದಲೂ ಒಂದಲ್ಲ ಒಂದು ರೀತಿ ಕನ್ನಡ ಸಾಹಿತ್ಯದಲ್ಲಿ ಹೊಸ ಹೊಸ ಚರ್ಚೆಗಳನ್ನು ಹುಟ್ಟುಹಾಕುತ್ತಾ, ಯುವ ಪೀಳಿಗೆಯ ಬರಹಗಾರರಿಗೆ ಓದಲು, ಕಾದಂಬರಿಯ ಬಗ್ಗೆ ಬರೆಯಲು ಐವತ್ತು ವರ್ಷಗಳಿಂದಲೂ ನಿರಂತರವಾಗಿ ಪ್ರೇರೇಪಿಸುತ್ತಿರುವ ಕೃತಿ ಮೂಕಜ್ಜಿಯ ಕನಸುಗಳು.

"ಮೂಕಜ್ಜಿಯ ಕನಸುಗಳು" ಒಂದು ವೈಚಾರಿಕ ಕಾದಂಬರಿ. ಇತರ ಕಾದಂಬರಿಗಳಂತೆ ಶೃಂಗಾರ ರಸದ ಪ್ರತಿಪಾದನೆಯಾಗಲೀ, ಒಣವೇದಾಂತವಾಗಲೀ, ತರ್ಕವಾಗಲೀ ಇಲ್ಲಿಲ್ಲ. ಆದರೂ ಓದುಗರನ್ನು ತನ್ನತ್ತ ಸೆಳೆದುಕೊಳ್ಳುವ ಕಾದಂಬರಿಯ ಗುಣವೆಂದರೆ ಪ್ರತಿಯೊಬ್ಬರ ಬದುಕಿನಲ್ಲೂ ಬರುವಂತಹ ಸಮಸ್ಯೆಗಳಿಗೆ ಮೂಕಜ್ಜಿ ಕೊಡುವ ಉತ್ತರ – ಈ ಉತ್ತರಗಳಲ್ಲಿ ಜೀವನದ ಅರ್ಥ, ದೈವದ ಕಲ್ಪನೆ, ಸೃಷ್ಟಿಯ ರಹಸ್ಯ, ಹೆಣ್ಣುಗಂಡಿನ ಬೆಸುಗೆ ಮುಂತಾದವುಗಳಲ್ಲದೆ ಮಾನವ ಜನಾಂಗದ ಸಂಸ್ಕೃತಿಯನ್ನೇ ಅದು ಒಳಗೊಂಡಿದೆ. ಆದುದರಿಂದಲೇ ಇದೊಂದು ಸರ್ವಕಾಲಕ್ಕೂ ಸಲ್ಲುವ ಕಾದಂಬರಿ ಎನಿಸಿದೆ.

ಈ ಗುಣಗಳಿಂದಲೇ "ಮತ್ತೆ ಮೂಕಜ್ಜಿ"ಯ ಲೇಖಕರಾದ ಧನಂಜಯರವರನ್ನೂ ಸೆಳೆದುಕೊಂಡಿರುವುದರಲ್ಲಿ ಆಶ್ಚರ್ಯವಿಲ್ಲ. ಕಾರಂತರ ಮೂಕಜ್ಜಿಯ ಕನಸುಗಳನ್ನು ಓದುತ್ತಾ ಹೋದಂತೆಲ್ಲ ಅದರಿಮದ ಎಷ್ಟು ಪ್ರೇರಣೆಗೊಂಡಿದ್ದರೆಂದರೆ ಶಿವರಾಮ ಕಾರಂತರ ಕಾದಂಬರಿಯಲ್ಲಿ ಬರುವ ಮೂಕಜ್ಜಿಯ ಮೊದಲ ಹೆಸರು ಮೂಕಾಂಬಿಕ. ಆದರೆ ಲೇಖಕರ ಸೋದರ ಅಜ್ಜಿಯ ಹೆಸರೂ ಮೂಕಾಂಬಿಕ. ಇದೊಂದು ಕಾಕತಾಳೀಯವೇ ಇರಬಹುದು.

'ಮತ್ತೆ ಮೂಕಜ್ಜಿ'ಯ ಮೂಕಜ್ಜಿ ಜೀವನದ ಎಲ್ಲ ರಹಸ್ಯಗಳನ್ನೂ ತನ್ನ ಒಡಲಲ್ಲಿ ತುಂಬಿಕೊಂಡಿದ್ದು ವಿದೇಶದಿಂದ ಬಂದ ಮೊಮ್ಮಗನೊಡನೆ ಸಮಯ, ಸಂದರ್ಭವರಿತು ಪ್ರತಿಯೊಂದು ಗುಟ್ಟನ್ನು ಹೊರಹಾಕುತ್ತಾ ಹೋಗುತ್ತಾಳೆ. ಎಲ್ಲವನ್ನೂ ತಿಳಿದಿದ್ದ ಈ ಅಜ್ಜಿಯು ಒಂದು ರೀತಿ ಕಾಲಜ್ಞಾನಿಯಂತೆ ಮಾತಾನಾಡತೊಡಗಿದನ್ನು ಕಂಡ ಊರಿನ ಜನರಿಗೆ

ಇವಳೊಂದು 'ತಲೆಕೆಟ್ಟ' ಅಜ್ಜಿ ಎನಿಸದಿರದು. ಸಂಬಂಧಿಸಿದವರ ಗುಟ್ಟು ಹೊರಬರುತ್ತದೆಂಬ ಭಯ ಕಾಡಿದಾಗ ತಲೆಕೆಟ್ಟ ಅಜ್ಜಿ ಎಂದು ಹೆಸರಿಟ್ಟು ತಮ್ಮ ಹುಳುಕನ್ನು ಮುಚ್ಚಿಟ್ಟುಕೊಳ್ಳಲು ಪ್ರಯತ್ನಿಸುವುದು ಸಹಜವೇ ಆಗಿದೆ.

ತಾಯಿಯ ತವರೂರಾದ ಗಂಗಾಪುರಕ್ಕೆ ಕರೆದೊಯ್ದು ಅಜ್ಜಿ ಇವರಿಗೆ ಸಲ್ಲಬೇಕಾದ ಆಸ್ತಿಯನ್ನು ಸೇರುವಂತೆ ಮಾಡುವಲ್ಲಿ ಬಹಳಷ್ಟು ಎಚ್ಚರಿಕೆ ವಹಿಸುವ, ಜಮುನಾ ಪುರದವರಿಗೂ, ಗೋಮತಿ ಪುರದವರಿಗೂ ಇದ್ದ ವೈರವನ್ನು ತೊಡೆದು ಹಾಕಿದ್ದು, ಪ್ಲೇಗ್ ಬಂದ ಸಂದರ್ಭದಲ್ಲಿ ಗೋಮತಿಪುರಕ್ಕೆ ತೆರಳಿ ಅಲ್ಲಿನ ಜನಗಳಿಗೆ ಸಹಾಯ ಮಾಡಿ ಊರಗೌಡರಿಂದ ಯಾವ ಸಹಾಯ ಬೇಕಾದರೂ ಮಾಡೇನು ಎಂಬ ವಾಗ್ದಾನ ಪಡೆದದ್ದು, ಭಾರ್ಗವಿಯ ಮದುವೆ... ಹೀಗೆ ಜನೋಪಕಾರಿಯಾದ ಅಜ್ಜಿ ಒಂದು ರೀತಿ ಸಾಮಾಜಿಕ ಕರ್‍ಯದಲ್ಲಿ ತೊಡಗಿಸಿಕೊಂಡವರ ಬೆನ್ನೆಲುಬಾಗುತ್ತಾಳೆ.

ಜಮುನಾಪುರದ ಕಟ್ಟಡದ ಕೆಲಸವಾಗಲೀ, ಪಾರ್ವತೀಪುರದ ಪಾಳುಬಿದ್ದ ದೇವಸ್ಥಾನದ ಜೀರ್ಣೋದ್ಧಾರದ ಕೆಲಸವಾಗಲೀ ಎಲ್ಲವೂ ಅಜ್ಜಿಯ ನೇತೃತ್ವದಲ್ಲೇ ನಡೆಯುತೊಡಗುವುದು ಅಜ್ಜಿಯ ಮುಂದಾಲೋಚನೆಯ ಫಲವೇ!

ಶಿವರಾಮ ಕಾರಂತರ ಮೂಕಜ್ಜಿಯ ಕನಸುಗಳಲ್ಲಿ ಬರುವ ಸುಬ್ರಾಯ, ರಾಮಣ್ಣ, ಜನ್ನ, ಅನಂತಯ್ಯ, ಮಂಜುನಾಥ, ನಾರಾಯಣರ ಪಾಪುಗಳಂತೆ "ಮತ್ತೆ ಮೂಕಜ್ಜಿ"ಯಲ್ಲಿಯೂ ಶ್ಯಾಮಾ ಮೇಷ್ಟ್ರು, ಶೇಷಾದ್ರಿಭಟ್ಟರು, ಮಹೇಶ್ವರ ಭಟ್ಟರು, ಭಾಗೀರತಮ್ಮ, ಸುಶೀಲಮ್ಮ ಮುಂತಾದ ದೊಡ್ಡ ಗುಣಗಳ ಪಾತ್ರಗಳಲ್ಲದೆ ಮುನಿಯಮ್ಮ, ಗೌಡರು, ಅಪರ್ಣಾಳ ತಂದೆ ಮುಂತಾದವವರುಗಳ ನಿಗೂಢ ಚರಿತ್ರೆಯನ್ನು ಅಜ್ಜಿ ಹೊರಗೆಡಹುತ್ತ ಹೋಗುತ್ತದೆ. ಇದರ ಜೊತೆಗೆ ಕೌತುಕಕ್ಕೆಡೆ ಕೊಡುವ ಸಂಗತಿ ಎಂದರೆ ದೀಪಗಳ ಬಗ್ಗೆ, ಎಂದೋ ಆಗಿಹೋದ ಮುಸಲ್ಮಾನರ ಕ್ರೌರ್ಯದ ಬಗ್ಗೆ, ದೇವಾಲಯಗಳ ನಾಶದ ಸಂಪತ್ತನ್ನು ದೋಚಿದ ಬಗ್ಗೆ ಚರಿತ್ರೆಯನ್ನೇ ಅರಿಯದ ಮೂಕಜ್ಜಿ ಎಲ್ಲದನ್ನೂ ವಿವರಿಸುತ್ತಾಳೆ.

ಹೀಗೆ ಹಲವಾರು ವಿಷಯಗಳಿಂದ ಕೂಡಿದ ಪುಟ್ಟ ಕಾದಂಬರಿಯನ್ನು ಅಜ್ಜಿಯ ಮುಖಾಂತರ ಪ್ರಸ್ತು ಪಡಿಸುವ ರೀತಿ ನಿಜಕ್ಕೂ ಆಶ್ಚರ್ಯ ಹುಟ್ಟಿಸುತ್ತದೆ. ಕಾದಂಬರಿಯ ಲೇಖಕರು ಆತ್ರೇಯನ ಪಾತ್ರಧಾರಿಯಾಗಿ ನಿರ್ವಹಿಸಿ ನಿಗೂಢತೆಯನ್ನು ಕಾಯ್ದುಕೊಂಡಿದ್ದಾರೆ.

ವಿದೇಶದಲ್ಲಿದ್ದರೂ ಲೇಖಕರಿಗೆ ಕನ್ನಡದ ಬಗ್ಗೆ ಇರುವ ಆಸ್ಥೆ, ತಾವು ಹುಟ್ಟಿದ ಹಳ್ಳಿಯ ಏಳಿಗೆಯ ಬಗ್ಗೆ ಚಿಂತನೆ, ಹುಟ್ಟಿದ ನೆಲದಲ್ಲೇ ಆತ್ಮ ತೃಪ್ತಿಯನ್ನು ಕಾಣಬೇಕೆಂಬ ಹಂಬಲ ಇವು ಕನ್ನಡ ಪರ ಕಾಳಜಿಯನ್ನಷ್ಟೇ ಅಲ್ಲದೆ ಕನ್ನಡ ಸಂಸ್ಕೃತಿಯ ಬಗ್ಗೆಯೂ ಲೇಖಕರಿಗಿರುವ ಅದಮ್ಯ ಅಭಿಲಾಷೆಯನ್ನು ವ್ಯಕ್ತಪಡಿಸುತ್ತದೆ.

ಲೇಖಕರ ಈ ಪ್ರಯತ್ನಕ್ಕೆ ಸರ್ವ ಮನ್ನಣೆಯೂ ದೊರೆಯಲೆಂದು ಹಾರೈಸುತ್ತೇನೆ.

– ವೈ. ಎನ್. ಗುಂಡೂರಾವ್

ಅಧ್ಯಾಯ - ೧

ಜಮುನಾಪುರದ ಮಾವಿನ ಮರಗಳು ಚಿಗುರತೊಡಗಿದವು. ಪ್ರತಿ ವರ್ಷದಂತೆ ನಾನು ಕುಟುಂಬ ಸಮೇತ ಭಾರತಕ್ಕೆ ಬರುವ ಸಮಯ. ಈ ಬಾರಿಯ ವಿಶೇಷವೆಂದರೆ ಮೂಕಜ್ಜಿ ಎಂಟು ದಶಕಗಳ ಪೂರೈಸಿದ ಸಮಾರಂಭ. ಮೂಕಜ್ಜಿಯ ಪೂರ್ಣ ಹೆಸರು ಮೂಕಾಂಬಿಕೆ. ನನ್ನ ಸೋದರಜ್ಜಿ, ಅಜ್ಜನ ಸೋದರಿ. ತಂದೆ ತಾಯಿಗಳುಳಿಯದಿದ್ದರಿಂದ ಮೂಕಜ್ಜಿಯೇ ಮನೆಗೆ ದೊಡ್ಡ ದಿಕ್ಕು. ಮೂಕಜ್ಜಿ ವಿಧವೆಯಾದ್ದರಿಂದ ಸಮಾರಂಭದ ಸುದ್ದಿ ಕೇಳಿ ಬಂಧು ಮಿತ್ರರು ಅಪಹಾಸ್ಯ ಮಾಡಿದರೂ, ವಿದೇಶದಲ್ಲಿ ವ್ಯಾಸಂಗ ಮಾಡಿ ಬಹಳ ಕಾಲ ಅಲ್ಲೆ ನೆಲೆಸಿದ್ದರಿಂದ ನನಗದಷ್ಟು ವಿಚಿತ್ರ ತೋರಲಿಲ್ಲ. ಮೂಕಜ್ಜಿಗೆ ಇಷ್ಟವಿಲ್ಲದಿದ್ದರು ನನ್ನ ಹಠಕ್ಕೆ ಒಪ್ಪಿಕೊಂಡಿದ್ದರು. ವಿಮಾನದಿಂದಿಳಿದ ಮೇಲೆ ಜಮುನಾಪುರಕ್ಕೆ ಎಂಟು ಗಂಟೆಗಳ ರೈಲು ಪ್ರಯಾಣ ನಂತರ ಹೊಳೆ ದಾಟಿ ಊರು ಸೇರಬೇಕು. ಹೊಳೆ ದಾಟುವ ಪ್ರಯಾಣ ಪ್ರಕೃತಿ ಮಾತೆಯ ಅತಿ ಸುಂದರ ರೂಪವನ್ನು ಕಣ್ಮುಂದೆ ಇಡುತ್ತದೆ. ಎಂಟು ಗಂಟೆಗಳ ರೈಲು ಪ್ರಯಾಣದ ತ್ರಾಸ ತೀರಿಸುತ್ತದೆ.

ಅದು ನಮ್ಮ ತಾತ ಕಟ್ಟಿಸಿದ್ದ ಮನೆ, ಸಮಾರಂಭದ ಸಲುವಾಗಿ ಮನೆಗೆ ಸುಣ್ಣ ಬಣ್ಣ ಬಳಿಸಿದ್ದರು. ಮುಂಜಾನೆಯ ಚಿಗುರು ಬಿಸಿಲು ಪೀತಾಂಬರ ರಂಗಿನ ಮನೆಗೆ ಹೊಳಪು ತಂದಿತ್ತು.

ಅಂತೂ ಬಾರಿ ಪ್ರಯಾಣದ ನಂತರ ಮನೆಗೆ ಬಂದಿಳಿದೆ. ಆರತಿ ಮಾಡುವ ಭಾಗ್ಯ ಮೂಕಜ್ಜಿಗಿಲ್ಲದಿದ್ದರಿಂದ ಪಕ್ಕದ ಮನೆಯ ಭಾಗೀರಥಮ್ಮನವರ ಇಬ್ಬರು ಹೆಣ್ಣು ಮಕ್ಕಳು ಆರತಿ ಬೆಳಗಿದರು. ಭಾಗೀರಥಮ್ಮನವರೆಂದರೆ ಅಜ್ಜಿಗೆ ಬಹಳ ಪ್ರೀತಿ. ಒಂಟಿಯಾಗಿರುವ ನಮ್ಮಜ್ಜಿಯನ್ನು ಹದಿಮೂರು ವರ್ಷಗಳಿಂದ ನೋಡಿಕೊಂಡವರವರು. ಅವರಿಗೂ ಅಷ್ಟೆ. ಮನಸ್ಸಿಗೆ ಬಂದಿದ್ದನ್ನು ಮೀನ ಮೇಷ ಎಣಿಸದೆ ಒಗೆದುಬಿಡುವ ನಮ್ಮಜ್ಜಿಯೆಂದರೆ ಒಲುಮೆ. ಹದಿನಾಲ್ಕು ವರ್ಷಗಳ ಹಿಂದೆ ಹಾಸಿಗೆ ಹಿಡಿದಿದ್ದ ಅಪ್ಪ ದೇಹವನ್ನು ತ್ಯಜಿಸಿದ್ದರು. ಅಮ್ಮ ಅದಾದನಂತರ

ಮೂರು ತಿಂಗಳುಗಳೂ ಉಳಿಯಲಿಲ್ಲ. ಅಮ್ಮನ ಸಾವಿಗೆ ರಜೆ ಬಹಳಷ್ಟು ಸಿಗದಿದ್ದರಿಂದ ವೈಕುಂಠ ಸಮಾರಾಧನೆಯ ಮರು ದಿನವೆ ಕಾಲೇಜಿಗೆ ತೆರಳಬೇಕಾಯಿತು. ಅಜ್ಜಿಗೆ ಅಮ್ಮನೊಡನೆ ಅಷ್ಟು ಹೊಂದಾಣಿಕೆ ಇರದಿದ್ದರು ಅಮ್ಮನೆಂದರೆ ಬಹಳ ಪ್ರೀತಿ. ಮನೆಗೆ ಬಂದವರನ್ನು ಆದರದಿಂದ ಸತ್ಕರಿಸುತ್ತಿದ್ದ ಅಮ್ಮನೆಂದರೆ ಊರಲ್ಲಿ ಬಹಳ ಮರ್ಯಾದೆ. ಅವಳ ನಂತರ ಮನೆಯ ಕಳೆ ಮಾಸಿ ಹೋಗಿತ್ತು. ಅಜ್ಜಿಗೆ ನಾನು ಭಾರತಕ್ಕೆ ಬಂದು ನೆಲೆಸಬೇಕೆಂಬ ಹಂಬಲ. ನಮ್ಮ 50 ಎಕರೆ ಜಮೀನಿನ ಉಳುಮೆ ಪರರ ಸೊತ್ತಾಗಿತ್ತು. ಲೆಕ್ಕ ತಪ್ಪದೆ ನಮ್ಮ ಪಾಲು ನಮಗೆ ಸಿಗುತ್ತಿದ್ದರಿಂದ ನಮಗದು ಅಷ್ಟು ಕ್ಲಿಷ್ಟಕರವಾಗಿ ತೋರಲಿಲ್ಲ.

ಮನೆಯ ಒಳಗೆ ಕಾಲಿಡುತ್ತಲೆ ಹಸಿರು ತೋರಣವು ನನ್ನ ತಲೆ ಸವರಿದಂತಾಯಿತು. ಭಾಗೀರಥಮ್ಮನವರು ಒಂದಷ್ಟು ನೀರು ಮಜ್ಜಿಗೆಯನ್ನು ಮಣ್ಣಿನ ಚಶಕದಲ್ಲಿ ತಂದು ಕೊಟ್ಟರು. ಸೌದೆಯ ಶಾಖದಿಂದ ಸ್ನಾನಕ್ಕೆ ನೀರು ಕಂಚಿನ ಹಂಡೆಯಲ್ಲಿ ಕಾಯುತ್ತಿತ್ತು. ನಾನು ಸೀತ ಮತ್ತು ನನ್ನ ಮೂರು ವರ್ಷದ ಮಗಳು ಮೀರ ಸ್ನಾನ ಮುಗಿಸಿದೆವು. ಫಲಹಾರಕ್ಕೆಂದು ಅವಲಕ್ಕಿ ಉಪ್ಪಿಟ್ಟು ಮತ್ತು ಕ್ಷೀರ ಮನೆಗೆ ನೆಂಟರು ಬಂದಾಗ ಮೊದಲ ಊಟಕ್ಕೆ ಸಿಹಿ ಮಾಡುವುದು ಅಭ್ಯಾಸ. ಚಹಾ ಸೇವಿಸಿ ಅಜ್ಜಿಯ ಬರವನ್ನು ಕಾಯುತ್ತ ಕುಳಿತೆ. ಸೀತ ಮತ್ತು ಮೀರ ಪ್ರಯಾಣದ ದಣಿವ ತೀರಿಸಿಕೊಳ್ಳಲು ವಿಶ್ರಾಂತಿಯ ನೆರವು ಪಡೆದರು.

ಅಜ್ಜಿಯ ನೋಡುವ ಕಾತುರದಲ್ಲಿ ಹಸಿವು ನಿದ್ರೆಗಳು ನನ್ನ ಮನಸ್ಸಿಗೆ ತೋಚಲಿಲ್ಲ. ಮನೆ ಪುರಾತನ ಕಾಲದದ್ದಾರಿಂದ ಈಶಾನ್ಯಕ್ಕೆ ಅಮ್ಮನವರ ಗುಡಿಯೊಂದನ್ನು ಕಟ್ಟಿಸಿದ್ದರು. ಮನೆಯಲ್ಲಿ ಮುತ್ತೈದೆಯರು ಅಥವಾ ಗಂಡಸರಿಲ್ಲದಿದ್ದ ಕಾರಣ ಊರ ಐನೋರಾದ ಮಹೇಶ್ವರ ಭಟ್ಟರು ವಾರಕ್ಕೊಮ್ಮೆ ಪೂಜೆ ಆರತಿ ಸಲ್ಲಿಸುತ್ತಿದ್ದರು. ನಾವು ನಮ್ಮ ಜಮೀನಿನಿಂದ ಬಂದ ಹತ್ತರಲ್ಲೊಂದು ಭಾಗವನ್ನು ಭಟ್ಟರಿಗೆ ಸಲ್ಲಿಸುತ್ತಿದ್ದೆವು. ಭಟ್ಟರು ಬಹಳ ಒಳ್ಳೆಯ ಮನಸ್ಸಿನವರು. ಏನನ್ನು ಬಯಸಿದವರಲ್ಲ. ಪೂಜೆಯ ನಂತರ ಯಾರು ಎಷ್ಟು ಕೊಟ್ಟರಷ್ಟೆ. ಅಪೇಕ್ಷೆ ಎಂಬ ಪದವನ್ನು ತಮ್ಮ ಬಾಳಿನ ಶಭ್ಧಕೋಶದಿಂದ ತೆಗೆದಿರಿಸಿದರೆನಿಸುತ್ತಿತ್ತು. ತಮ್ಮ ಕಷ್ಟಗಳನ್ನು ಯಾರ

ಹತ್ತಿರವು ಹೇಳಿ ಕೊಳ್ಳುತ್ತಿರಲಿಲ್ಲ. ಭಟ್ಟರು ತುಂಬ ಸುಖದಲ್ಲಿ ಬೆಳೆದವರು. ಬೆಳ್ಳಿ ನಾಣ್ಯಗಳನ್ನು ಕಿಸೆಯಲ್ಲಿ ಜೋಡಿಸಿಕೊಂಡು ಕುದುರೆ ಸವಾರಿ ಮಾಡುತ್ತ ಊರೂರು ಸುತ್ತಿಕೊಂಡಿದ್ದವರು. ಸಂಬಂಧಿಕರ ಮೋಸವನ್ನರಿಯದೆ ಎಲ್ಲವನ್ನು ಕಳೆದುಕೊಂಡರು.

ಭಟ್ಟರ ತಾತನವರು ನಮ್ಮನ್ನು ಆದುಕೊಂಡವರು. ಭಟ್ಟರನ್ನು ಮರಿ ಎಂದು ಕರೆಯುವುದು ಅಜ್ಜಿಯ ವಾಡಿಕೆ. ಅಜ್ಜಿಗಿಂತ ಎರಡು ದಶಕಗಳು ಚಿಕ್ಕವರಾದ್ದರಿಂದ ಯಾರಿಗೂ ಅದು ಅಸಮಂಜಸವೆನಿಸಿದ್ದಿಲ್ಲ.

ಅಜ್ಜಿಗೆ ಎಂಟು ವರ್ಷಕ್ಕೆ ಬಾಲ್ಯ ವಿವಾಹ ನಡೆದಿತ್ತು. ಮೈನೆರೆಯದ ಕಾರಣ ತಮ್ಮ ಹದಿನಾರು ವರ್ಷಗಳ ಪತಿಯೊಡನೆ ಸಂಸಾರ ನಡೆಸಿದ್ದಿಲ್ಲ. ಪ್ಲೇಗು ರೋಗಕ್ಕೆ ಅವರ ಪತಿ ಬಲಿಯಾದ ನಂತರ ಮುತ್ತಜ್ಜನವರು ಅಜ್ಜಿಯನ್ನು ತವರು ಮನೆಗೆ ಕರೆತಂದಿದ್ದರು. ಬಳೆ ಒಡೆಯೊ ಶಾಸ್ತ್ರ ಅಥವಾ ತಲೆ ಬೋಳಿಸುವುದನ್ನು ನಿಲ್ಲಿಸಿದ್ದರು. ಹತ್ತು ವರ್ಷದ ಅಂದಿನ ಅಜ್ಜಿಗೆ ಏನು ಅರ್ಥವಾಗದಿದ್ದರು, ಅವರ ತಂದೆಯವರು ತೆಗೆದುಕೊಂಡ ನಿರ್ಧಾರದ ಮೇಲೆ ಇಂದು ಬಹಳ ಗೌರವವಿತ್ತು.

ಮನಸ್ಸಿಗೆ ಬಂದದ್ದನ್ನು ಲೆಕ್ಕಿಸದೆ ಹೇಳಿಬಿಡುವ ಅಜ್ಜಿಯೆಂದರೆ ಊರಿನವರಿಗೆ ಅಂಜಿಕೆ. ಅದನ್ನು ಒಪ್ಪಿಕೊಳ್ಳಲು ಮನಸ್ಸೊಪ್ಪದಿದ್ದರಿಂದ ಅಜ್ಜಿ ತಲೆ ಕೆಟ್ಟವರೆಂದೆ ಊರಲ್ಲೆಲ್ಲಾ ಪ್ರಸಿದ್ಧಿ. ಅಜ್ಜಿಯನ್ನರಿತವರು ಬೆರಳೆಣಿಕೆಯಷ್ಟು ಜನ. ನಾನು ಭಟ್ಟರು ಭಾಗೀರಥಮ್ಮನವರನ್ನು ಬಿಟ್ಟರೆ, ಒಲೆಯುರ ಬೀದಿಯ ಮುನಿಯಮ್ಮನವರು. ಶತಕಕ್ಕೆ ಮೂರು ವರ್ಷ ದೂರದಲ್ಲಿದ್ದವರು, ಅಜ್ಜಿಯುವರನ್ನು ಬಾಲ್ಯದಲ್ಲಿ ಸಾಕಿದವರು. ಮುತ್ತಜ್ಜನಿಗು ಮುನಿಯಮ್ಮನಿಗೂ ನಿಗೂಢ ಸಂಬಂಧವಿತ್ತೆಂಬುದು ಊರಿನಲ್ಲೆಲ್ಲಾ ಪ್ರಸಿದ್ಧಿಯಾದ ಕಥೆ. ಮುನಿಯಮ್ಮನ ದೊಡ್ಡ ಮಗ ಮಾದನಲ್ಲಿ ಮುತ್ತಜ್ಜನ ಕಳೆ ಎದ್ದು ಕಾಣುತ್ತಿತೆಂಬುದು ಅಮ್ಮ ಹೇಳಿದ ನೆನಪು. ಫೋಟೊ ಅನ್ನುವುದು ಅಂದಿನ ದಿನಗಳಲ್ಲಿ ಪಟ್ಟಣಗಳ ಸೊತ್ತಾಗಿದ್ದರಿಂದ ಹಳ್ಳಿಗಳಲ್ಲಿ ಅದು ಅಪರೂಪ. ನಮಗಿದ್ದ ಬಡತನದಲ್ಲಿ ಹೊತ್ತು ಕಳೆದರೆ ಹೆಚ್ಚು. ಆದ್ದರಿಂದ ಮುತ್ತಾತ ಹೇಗಿದ್ದರೆಂಬುದು ನನಗೆ ತಿಳಿಯದ ವಿಚಾರ.

ಅಮ್ಮನವರ ಗುಡಿಯೆಡೆಗೆ ಹೆಜ್ಜೆ ಹಾಕ ತೊಡಗಿದೆ. ಹಿಂಬದಿಯಿಂದ ಕಂಚಿನ ಕಂಠದ ನಮ್ಮಜ್ಜಿಯ ಧ್ವನಿಯಿಂದ ಮರಿ ಎಂಬ ಮಾತು ಕೇಳಿಸಿತು. ನಾನು ಬರುವ ಪ್ರತಿ ಬಾರಿಯೂ ಬರ ಮಾಡಿಕೊಳ್ಳುವವರವರು. ಎಂಟು ವರ್ಷಗಳ ಹಿಂದೆ ನನ್ನನ್ನು ವಿದೇಶಕ್ಕೆ ಕಳುಹಿಸುವುದರಲ್ಲಿ ಅಜ್ಜಿಯ ಪಾತ್ರ ಅಪಾರ. ಅಂದು ನಡೆದ ಮಾತುಕತೆ ಇಂದಿಗೂ ನನ್ನ ಕಣ್ಮುಂದೆ ಬಂದು ನಿಲ್ಲುತ್ತದೆ. ಪದವೀಧರನಾದ ನನಗೆ ಇನ್ನೂ ಓದುವ ಆಸೆಯಿದೆಯೆಂದು ಚೆನ್ನಾಗಿ ತಿಳಿದಿತ್ತು. ಎಪ್ಪತ್ತು ದಾಟಿದ್ದ ಅವರೊಬ್ಬರನ್ನು ಬಿಟ್ಟು ಹೋಗುವುದು ನನಗೆ ಅಷ್ಟು ಹಿತವಾಗಿ ತೋರಲಿಲ್ಲ. ಅಜ್ಜಿ ನನಗಂದು ಹೇಳಿದ ಮಾತುಗಳಿವು.

''ಮರಿ, ನಿನಗೆ ಹೆಚ್ಚು ಓದಬೇಕೆಂಬ ಹಂಬಲವಿದೆಯೆಂಬುದು ನನಗೆ ತಿಳಿದ ವಿಷಯ. ಈ ಮುದುಕಿಯ ಕುರಿತು ಹೆಚ್ಚು ಯೋಚಿಸಬೇಡ. ಆಹಾರ ಸೇವಿಸುವುದು ಒಪ್ಪತ್ತು. ಬೇಯಿಸಿಕೊಳ್ಳುವಷ್ಟು ದಿನ ಬೇಯಿಸಿಕೊಳ್ಳುತ್ತೇನೆ. ಇಲ್ಲದಿದ್ದರೆ ನನ್ನ ಭಾಗೀರಥಿ ಇದ್ದಾಳೆ. ಅವಳು ನನ್ನನ್ನು ತಾಯಿಯ ಹಾಗೆ ನೋಡಿಕೊಳ್ಳದಿದ್ದರೂ ಎರಡು ತುತ್ತು ಹಾಕಲು ಯೋಚಿಸುವಳಲ್ಲ. ಇನ್ನು ಗುಡಿಯಲ್ಲಿ ನನ್ನ ಅಮ್ಮನಿದ್ದಾಳೆ. ಏನಾದರು ಮಾತನಾಡಬೇಕೆನಿಸಿದರೆ ಅವಳೊಡನೆ ನಡೆಸುತ್ತೇನೆ. ಅವಳ ವರವೊ ಏನೋ ಇಂದಿನವರೆಗು ಯಾವ ರೋಗಗಳನ್ನು ಕಂಡವಳು ನಾನಲ್ಲ. ಏನಾದರೂ ಬಂದರೆ ಸಾವಿನ ರೂಪದಲ್ಲಿ ಬರಬೇಕು. ನೀನಿಲ್ಲಿದ್ದರು ಮಾರ್ಕಂಡೇಯನಂತೆ ಯಮರಾಯನ ಎದುರಿಸಲಾರೆ. ನಿನ್ನ ಜೀವನ ರೂಪಿಸಿಕೊಳ್ಳಬೇಕಾದ್ದು ನಿನ್ನ ಕರ್ತವ್ಯ''.

ಸರಸ್ವತಿಪುರದಿಂದ ಸುಶೀಲಮ್ಮನವರು ಹಿಂದಿನ ವಾರ ಗೃಹ ಪ್ರವೇಶ ಪತ್ರಿಕೆಯನ್ನು ಕೊಂಡು ಬಂದಿದ್ದಳು. ಅವರ ಮಗ ಎರಡು ವರ್ಷಗಳಷ್ಟೇ ಹಿಂದೆ ವಿದೇಶಕ್ಕೆ ಹೋದವನಂತೆ. ಅಲ್ಲಿನ ಓದು ಇಲ್ಲಿಗಿಂತ ವಿಭಿನ್ನವಂತೆ. ಹಿಂದಿನ ಕಾಲದಲ್ಲಿ ಪಾಠ ಹೇಳಿಕೊಡದೆ ದಾರಿಯನ್ನಷ್ಟೆ ತೋರಿಸುತ್ತಿದ್ದ. ನಮ್ಮ ಗುರುಗಳ ಹಾಗೆ. ನಮ್ಮವರು ಮರೆತರೂ ಪರದೇಶದವರು ಪಾಲಿಸುತ್ತಿದ್ದಾರೆ. ಒಂದು ದಿನವೂ ಶಾಲೆಗೆ ಹೋಗದ ನಮ್ಮಜ್ಜಿಗೆ ಇಷ್ಟೆಲ್ಲ ಹೇಗೆ ತಿಳಿಯುತ್ತದೆ ಎಂಬುದು ನನ್ನ ಅಂದಿನ

ಅನುಮಾನ. ಸುಶೀಲಮ್ಮನವರು ಒಮ್ಮೆ ಹೇಳಿದ್ದರೆ ಬೇರೆ ಮಾತು. ಅವರು ಅಂದಿನ ಕಾಲದಲ್ಲೆ ಕಾಲೇಜು ಮೆಟ್ಟಿಲು ಹತ್ತಿದವರು. ಅತ್ತೆ ಮನೆಯಲ್ಲಿ ಹಠ ಮಾಡಿ ಆಂಗ್ಲ ಪತ್ರಿಕೆಯ ವಾಡಿಕೆ ತಂದವರವರು. ವಿದೇಶದಲ್ಲಿ ಓದುವುದೆಂದರೆ ಅಷ್ಟು ಸುಲಭವಲ್ಲ ಅಜ್ಜಿ. ಪರೀಕ್ಷೆ ಬರೆಯಬೇಕು. ವೀಸಾ ಅರ್ಜಿ ಸಲ್ಲಿಸಬೇಕು. ಮುವ್ವತ್ತು ನಲವತ್ತು ಲಕ್ಷ ಆಸ್ತಿ ತೋರಿಸಬೇಕು. ಅಷ್ಟಲ್ಲದೆ ಇಪ್ಪತ್ತೈದು ಲಕ್ಷ ಖರ್ಚಾಗುತ್ತದೆ. ನಮಗೇಕೆ ಅಜ್ಜಿ ಅಂತ ನಾನಂದೆ. ನಂತರ ಅಜ್ಜಿ ಹೇಳಿದ ಮಾತುಗಳು ಎಂದಿಗೂ ಮರೆಯಲರ್ಹವಲ್ಲದ್ದು.

''ಮರಿ, ನಿನ್ನ ತಂದೆ ತಾಯಿಗಳು ಬಹಳ ದೂರ ದೃಷ್ಟಿಯುಳ್ಳವರು. ನಿನ್ನ ತಾಯಿ ಹಾಸಿಗೆ ಹಿಡಿದು ಸಮಯದಲ್ಲಿ ನಿನಗಾಗಿ ಮಾಡಿಸಿದ್ದ ಭಿಮಾ ಪತ್ರ ಹಾಗು ಅವಳಿಗೆ ತವರು ಮನೆಯಿಂದ ಬರಬೇಕಾದ ಜಮೀನಿನ ವಿಷಯ ತಿಳಿಸಿದ್ದಳು. ಅವಳ ಸಾವಿನ ನಂತರ ಭಟ್ಟರು ಪಟ್ಟಣದ ಭಿಮಾ ಕಛೇರಿಗೆ ಹೋಗಿ ಅದರಿಂದ ಬಂದ ಹತ್ತು ಲಕ್ಷ ರೂಪಾಯಿಗಳನ್ನು ಬ್ಯಾಂಕಿನಲ್ಲಿ ಜಮಾಯಿಸಿ ಬಂದರು. ಇನ್ನು ಜಮೀನಿನ ವಿಚಾರಕ್ಕೆ ಬಂದರೆ ಕೋರ್ಟು ಕಛೇರಿ ಅಂತ ಶುರು ಮಾಡಿದರೆ ಅದರ ತೀರ್ಪು ನಾನು ಸತ್ತ ಮೇಲೆ ಅಂತ ನನಗೆ ತಿಳಿಯದಿದ್ದೇನಲ್ಲ. ನಮ್ಮ ಊರಲ್ಲೆ ನೋಡಲಿಲ್ಲವೆ. ಸುಬ್ಬಣ್ಣ ರಾಮನ ವನವಾಸದಂತೆ ಹದಿನಾಲ್ಕು ವರ್ಷ ಕೋಟು ಸುತ್ತಿ ಸುತ್ತಿ ಹತ್ತಾರು ಜೋಡುಗಳು ಸವೆದರೂ ತೀರ್ಪು ಸಿಗಲಿಲ್ಲ. ಅವನು ಸಾಯುವ ಮುನ್ನ ಹೇಳಿದ ಮಾತುಗಳು ಇನ್ನು ಕಿವಿಗಳಲ್ಲಿ ಪ್ರತಿಧ್ವನಿಸುತ್ತದೆ. ಕೋರ್ಟಲ್ಲಿ ಗೆದ್ದವನು ಸೋತ. ಸೋತವನು ಸತ್ತ ಎಂದು. ಆದ್ದರಿಂದ ನಾನು ವಕೀಲರ ಬಳಿ ಹೋಗಲಿಲ್ಲ. ಈಗಿನ ವಕೀಲರು ಮೊದಲಿನಂತಿಲ್ಲ. ಹೋದ ಮೊದಲ ದಿನವೇ ನಿಮಗೆ ಸಿಗುವುದರಲ್ಲಿ ನಮಗೆಷ್ಟು ಎನ್ನುವವರು. ಕುರಿಯು ಕಸಾಯಿಯವನ ಬಳಿ ಹೋದಂತೆಯೆ ಅದು. ನಿನ್ನ ತಾಯಿ ನನ್ನ ಹೆಗಲ ಮೇಲಿಟ್ಟ ಭಾರ ನನ್ನ ಸುಮ್ಮನಿರಲು ಬಿಡಲಿಲ್ಲ. ಅವಳು ಸತ್ತ ತಿಂಗಳು ಕಳೆಯುವುದರೊಳಗೆ ನಾನು ಭಟ್ಟರು ಕಾರು ಮಾಡಿಕೊಂಡು ನಿನ್ನ ತಾಯಿಯ ತವರಾದ ಗಂಗಾಪುರಕ್ಕೆ ಹೊರಟೇಬಿಟ್ಟವು. ನಿನ್ನ ಸೋದರ ಮಾವನ ಬಗ್ಗೆ ನಿನಗೆ ತಿಳಿಯದಿದ್ದೇನಲ್ಲ. ಅವನು ನಿನ್ನ ತಾಯಿಯ ಸಾವಿಗೆ ಹೇಳಿ ಕಳುಹಿಸಿದರೂ ಬರದವನು.

ಭಟ್ಟರು ಸಂಗಡ ಬಂದದ್ದು ನನಗೆ ಸ್ವಲ್ಪ ಧೈರ್ಯವನ್ನೊದಗಿಸಿತು. ಅಂತೂ ಇಂತೂ ಅಂಕು ಡೊಂಕಿನ ರಸ್ತೆಯ ಪ್ರಯಣ ಮುಗಿಸಿ ಗಂಗಾಪುರವನ್ನು ಸೇರಿದವು. ನಿನ್ನ ಅತ್ತೆ ತುಂಬು ಮನಸ್ಸಿನವಳು. ಆದರದಿಂದ ಬರ ಮಾಡಿಕೊಂಡಳು. ನಿನ್ನ ತಾಯಿಯ ಸಾವಿಗೆ ನಿನ್ನ ಮಾವನ ನಿರ್ಬಂಧದಿಂದ ಅವಳು ಬಂದಿರಲಿಲ್ಲ. ನನಗದು ಗೊತ್ತಿದ್ದರಿಂದ ಏನನ್ನು ಕೇಳ ಹೋಗಲಿಲ್ಲ. ಸರಸರನೆ ಭೋಜನಕ್ಕೆ ಸಿದ್ಧ ಮಾಡತೊಡಗಿದಳು. ಮಗು ನನ್ನದು ಒಪ್ಪತ್ತು ಭಟ್ಟರು ಅಂತಹ ಭೋಜನ ಪ್ರಿಯರಲ್ಲ ಒಂದಿಷ್ಟು ತಿಳಿಸಾರು ಅನ್ನ ಮತ್ತೊಂದಿಡಿ ಪಲ್ಯ ಬೇಯಿಸಾಕಿದರೆ ಸಾಕು ಅಂದೆ. ಅಪರೂಪಕ್ಕೆ ಬಂದಿರುವಿರಿ, ಸುಮ್ಮನಿರಿ, ಇಂದೆ ಹೊಲದಿಂದ ಬಂದಂತ ದಂಟು ಅರಿವೆ ಸೊಪ್ಪುಗಳಿವೆ. ಸ್ವಲ್ಪ ಬಸ್ಸಾರು, ಮುದ್ದೆ ಮಾಡುತ್ತೇನೆ. ಸಾವು ಮುಗಿದು ತಿಂಗಳೂ ಕಳೆದಿಲ್ಲ. ಸಿಹಿಯನ್ನೇನು ಮಾಡುವುದಿಲ್ಲ ಎಂದಳು. ಕೈಕಾಲು ತೊಳೆದುಕೊಂಡು ಊಟ ಮುಗಿಸಿ ಬೆಳದಿಂಗಳ ಸವೆಯುತ್ತಾ ನಿನ್ನ ಮಾವನ ಬರವನ್ನು ಕಾಯುತ್ತ ಕುಳಿತೆವು. ಸ್ವಲ್ಪ ಹೊತ್ತಿಗೆ ಅವನೂ ಬಂದ. ಅವನು ಆಜಾನುಬಾಹು. ಗಂಧರ್ವನಂತಿದ್ದವನು. ಮರಿ ಊಟ ಮುಗಿಸಿ ಬಾ. ಮಾತನಾಡುವುದಿದೆ ಎಂದೆ. ಅವನು ಏನೂ ತಿಳಿಯದವನಂತೆ ಅಡುಗೆ ಮನೆಯತ್ತ ಸಾಗಿದನು. ನಿನ್ನತ್ತೆಯು ಅಂಗಳದಲ್ಲಿ ಕುಳಿತ ನಮಗೆ ವೀಳೆದೆಲೆ ಮತ್ತು ಅವರ ತೋಟದಲ್ಲೆ ಬೆಳೆದು ಮಾಗಿಸಿದ ನೇಂದ್ರ ಬಾಳೆ ಹಣ್ಣನ್ನು ತಂದು ಕೊಟ್ಟಳು. ಒಂದೊಂದು ಹಣ್ಣು ಆರಂಗುಲಗಳ ಮೇಲಿದ್ದವು. ಊಟ ಮುಗಿಸಿ ನಿನ್ನ ಮಾವನೂ ಬಂದ. ಎಲೆ ಹಾಕುತ್ತಾ ನಾನೇ ಮಾತು ಶುರು ಮಾಡಿದೆ. ನೋಡು ಮರಿ, ನಿನ್ನಕ್ಕನಿಗೆ ತಲತಲಾಂತರಗಳಿಂದ ಬಂದ ಆಸ್ತಿಯಲ್ಲಿ ಭಾಗ ಸಿಗುವುದು ನ್ಯಾಯ. ಇಂದು ಅವಳಿಲ್ಲ. ಅವಳ ಕೊನೆ ಆಸೆಯನ್ನು ತೀರಿಸುವ ಭಾರವನ್ನು ನನ್ನ ಮೇಲಿರಿಸಿದ್ದಾಳೆ. ಅದನ್ನು ಮುಗಿಸದೆ ಸಾಯುವುದು ನನಗಿಷ್ಟವಿಲ್ಲವಾದ ಸಂಗತಿ. ನಿಮ್ಮ ಆಸ್ತಿಯನ್ನು ಲೆಕ್ಕ ಮಾಡುವಷ್ಟು ಬುದ್ಧಿವಂತೆ ನಾನಲ್ಲ. ಮನೆಯಲ್ಲಿ ಜೋಡಿಸಿರುವ ಮೂಟೆಗಳನ್ನು ನೋಡಿದರೆ ಬಹಳಷ್ಟು ಜಮೀನಿರುವಂತೆ ಕಾಣುತ್ತದೆ. ''ಮಾತಿಗೆ ಬನ್ನಿ ದೊಡ್ಡಮ್ಮ'' ಎಂಬ ಕೊಂಕು ಮಾತು ನಿನ್ನ ಮಾವನ

ಕಂಠದಿಂದ ಹೊರಬಂದವು. ನಿನ್ನಕ್ಕನಿಗೆ ಬರಬೇಕಾದದ್ದು ನಿನ್ನ ಸೋದರಳಿಯನಿಗೆ ಬರೆದು ಕೊಟ್ಟುಬಿಡು. ಕೋರ್ಟು ಕಛೇರಿ ಅಂತ ಹೋದರೆ ''ಇಬ್ಬರ ಜಗಳ ಮೂರನೆಯವನಿಗೆ ಲಾಭ''. ನಿನ್ನ ಹಿರಿಯರು ಕಷ್ಟ ಪಟ್ಟು ಸಂಪಾದಿಸಿದ್ದನ್ನು ಆ ಕಪ್ಪು ಕೋಟಿನವನೇಕೆ ಅನುಭವಿಸಬೇಕು. ಹೆದರಿಸುತ್ತಿದ್ದೀರ ದೊಡ್ಡಮ್ಮನೆಂದವನ ಮಾತಿಗೆ ಭಟ್ಟರು. ''ನೋಡಿ ಸ್ವಾಮೀ. ಅವರ ಮಾತಿನಲ್ಲಿ ನ್ಯಾಯವಿದೆ'' ಎಂದರು. ನಿನ್ನ ಮಾವನು ''ಜಮುನಾಪುರದಲ್ಲಿ ಜನರು ಹೆದರಬಹುದು. ಗಂಗಾಪುರದ ವಿಚಾರ ನಿಮಗೆ ತಿಳಿಯದು. ಬಂದ ದಾರಿ ಸುಂಕವಿಲ್ಲವೆಂದು ಹೊರಟುಬಿಡಿ ಅಂತ ಗದರಿಸಿಬಿಟ್ಟ''. ಸರಿ ಮಗು. ಕೇಳುವ ರೀತಿಯಲ್ಲಿ ಕೇಳಿದ್ದೇನೆ. ಕೊಡುವುದು ಬಿಡುವುದು ನಿನಗೆ ಸೇರಿದ್ದು. ಕೋರ್ಟಿಗೆ ಹೋಗುವುದು ನನಗೆ ಇಷ್ಟವಿಲ್ಲ. ನೀನು ಒಪ್ಪಂದಕ್ಕೆ ಬರದಿದ್ದರೆ ತಪ್ಪದು. ಅಂತ ನಾನಂದೆ. ಇಷ್ಟರಲ್ಲಿ, ನಿನ್ನತ್ತೆ ಸೈಗೆ ಮಾಡಿ ಅವನನ್ನು ಒಳಗೆ ಕರೆದಳು. ಅವಳದ್ದು ಅವನ ತದ್ವಿರುದ್ಧವಾದ ವ್ಯಕ್ತಿತ್ವ. ಏನು ಹೇಳಿದಳೋ ನಾನರಿಯೆ, ಅವನು ಅಲ್ಲಿಂದ ಬಂದವನೆ, ಸರಿ ದೊಡ್ಡಮ್ಮ ಜಮೀನನ್ನು ಬಿಟ್ಟು ಕೊಡಲಾರೆ. ಆತ್ರೇಯನು ಇಲ್ಲಿಗೆ ಬಂದ ಹೊಲ ಗದ್ದೆ ನೋಡಿಕೊಳ್ಳುವುದು ನಾ ಕಾಣೆ. ಶಿವಮೊಗ್ಗೆಯಲ್ಲಿ ನನ್ನದು ಅಕ್ಕನದ್ದು ನಾಲ್ಕು ಸೈಟುಗಳಿವೆ. ನಿಮಗೆ ಒಪ್ಪಿಗೆಯಿದ್ದರೆ, ಶೂನ್ಯ ಮಾಸ ಕಳೆದ ಮೇಲೆ ಪತ್ರ ಗಿತ್ರ ಮಾಡಿಸಿಕೊಂಡು ಬರುತ್ತೇನೆ ಎಂದ. ನಾನು ಭಟ್ಟರು ಒಬ್ಬರೊಬ್ಬರ ಮುಖವನ್ನು ನೋಡಿಕೊಂಡು, ಅಮ್ಮನ ಇಚ್ಛೆಯಂತಾಗಲೆಂದು ಒಪ್ಪಿಕೊಂಡೆವು. ಅಂದಿನ ರಾತ್ರಿ ಅಲ್ಲಿಯೆ ಮಲಗಿ ಬೆಳಿಗ್ಗೆ ಜಮುನಾಪುರಕ್ಕೆ ಬಂದೆವು. ನಿನ್ನತ್ತೆ ಅವನನ್ನು ಕರೆದುಕೊಂಡು ಹೋಗಿ ಅದೇನು ಹೇಳಿದಳೆಂಬುದು ವಿಸ್ಮಯಕರವೇ ಸರಿ. ಅದು ಬಿಡು. ನಿನ್ನ ತಾಯಿಯ ಕೊನೆ ಆಸೆ ಈಡೇರಿತ್ತೆಂದು ಬಹಳ ನೆಮ್ಮದಿ ಕಂಡೆ. ನಿನ್ನ ಮಾವನೂ ಛಾಪಾ ಕಾಗದದ ಮೇಲೆ ಅಚ್ಚು ಹಾಕಿಸಿಕೊಂಡು ಬಂದೆ ಬಿಟ್ಟನು.''

ಇವೆಲ್ಲವನ್ನೂ ಕೇಳಿದ ನನ್ನ ಮನದಲ್ಲಿ ತಿಳಿದುಕೊಳ್ಳ ಬೇಕೆಂಬ ವಿಷಯ ಒಂದೇ. ಇಷ್ಟು ದಿನ ಹೇಳಲಿಲ್ಲವೇಕಜ್ಜಿ ಎಂದು ಕೇಳಿಯೇ ಬಿಟ್ಟೆ. ಅಜ್ಜಿ ಅದಕ್ಕೆ, ಮರಿ, ನೀನಂದು ಏನನ್ನೂ ಅರಿಯದವನು. ನಮ್ಮ ಕಡೆಯವರು ನಮ್ಮನ್ನು ಸೇರುತ್ತಿರಲಿಲ್ಲದ ಕಾರಣ, ನಿನಗೆ ಮದುವೆಯಾದರೆ

ನಾಂದಿಗೆ ಕುಳಿತುಕೊಳ್ಳಬೇಕಾದವರು ಅವರು. ಆ ಎಳೆ ವಯಸ್ಸಿನಲ್ಲಿ ಇದನ್ನೆಲ್ಲಾ ತಿಳಿಸಿ ನಿನ್ನ ಓದಿಗೆ ಭಂಗ ತರುವುದು ನನಗೆ ಇಷ್ಟವಿರಲಿಲ್ಲ. ಇದಾದನಂತರ ನಾನು ಭಟ್ಟರು ಗಂಗಾಪುರಕ್ಕೆ ಹೋಗಿ, ಮಾವನನ್ನು ಕರೆದುಕೊಂಡು ಶಿವಮೊಗ್ಗೆಗೆ ಹೋಗಿ ವಕೀಲರನ್ನು ಕಂಡು ಆಸ್ತಿ ಪತ್ರಗಳಿಗೆ ಸಹಿ ಹಾಕಿದೆವು. ನಂತರ ಹತ್ತಿರದಲ್ಲೆ ಇದ್ದ ಸೈಟುಗಳ ಸುತ್ತ ಕಾಂಪೌಂಡು ಹಾಕಿಸಿ ಜಮುನಾಪುರಕ್ಕೆ ಬಂದೆವು.

ಇದಾದ ನಂತರ, ವಿದೇಶಕ್ಕೆ ಹೋಗಲು ಬರೆಯಬೇಕಾದ ಪರೀಕ್ಷೆಗಳಿಗೆ ಓದ ತೊಡಗಿದೆ. ಒಳ್ಳೆಯ ಅಂಕಗಳನ್ನು ಗಳಿಸಿದೆ. ಮೂರು ತಿಂಗಳ ನಂತರ ಹಲವು ವಿಶ್ವವಿದ್ಯಾನಿಲಯಗಳು ಅನುಮತಿ ಪತ್ರಗಳ ಕಳುಹಿಸಿಕೊಟ್ಟರು. ವೀಸಾ ಅರ್ಜಿ ಸಲ್ಲಿಸಿದೆ. ವೀಸಾ ಕಾರ್ಯಾಲಯದಿಂದ ಕರೆಯೂ ಬಂತು. ಕರ್ನಾಟಕದವರಿಗೆ ಹತ್ತಿರದ ವೀಸಾ ಕಾರ್ಯಾಲಯವಿದ್ದುದು ಮದ್ರಾಸಿನಲ್ಲಿ. ನಾನು ಭಟ್ಟರು ಮದ್ರಾಸಿಗೆ ಹೋದೆವು. ತಮಾಷೆಯೆಂದರೆ, ಪರೀಕ್ಷೆ ಬರೆದು ಉತ್ತೀರ್ಣರಾಗಿ, ವಿಶ್ವವಿದ್ಯಾಲಯಗಳ ಅನುಮತಿ ಬಂದ ಮೇಲೆ ವಿದೇಶದ ಅಫೀಸರನೊಬ್ಬನು ೩೦ ಕ್ಷಣಗಳು ನಮ್ಮನ್ನು ಪರೀಕ್ಷಿಸುವನು. ಅದೇನು ಪರೀಕ್ಷೆಯೂ ಏನೋ. ವಿದೇಶಕ್ಕೆ ಹೋದವರಲ್ಲಿ ನೂರರಲ್ಲೊಬ್ಬರು ಹಿಂದಿರುಗಿ ಬರುವುದಿಲ್ಲವೆಂದು ಎಲ್ಲರಿಗೂ ತಿಳಿದ ವಿಷಯವೆ. ವಿದೇಶಿಯರಿಗೆ ಬೇಕಾದ್ದೂ ಅದೆ. ಆದರೆ ನಮ್ಮನ್ನು ಓದು ಮುಗಿಸಿ ವಾಪಸ್ಸು ಬರುತ್ತಿರೆಂದು ಏನು ಗ್ಯಾರಂಟಿ ಎಂದು ಕೇಳುವುದನ್ನು ಬಿಡುವುದಿಲ್ಲ. ನನ್ನ ಎದೆ ಡವ ಡವ ಅಂತ ಒಡೆದು ಕೊಳ್ಳುತಿತ್ತು. ಭಟ್ಟರನ್ನು ವೀಸಾ ಕಾರ್ಯಾಲಯದ ಒಳಗೆ ಕರೆದುಕೊಂಡು ಹೋಗಲು ಅಪ್ಪಣೆ ಇರಲಿಲ್ಲ. ಪಾಪ ಭಟ್ಟರು. ಮದ್ರಾಸಿನ ಉರಿ ಬಿಸಿಲಿನಲ್ಲಿ ನೆರಳ ನೆರವಿಲ್ಲದೆ ನಿಲ್ಲಬೇಕಾಯಿತು.

ಪುಣ್ಯಕ್ಕೆ ವೀಸಾ ಅಧಿಕಾರಿಯು ಕರುಣಿಸಿದ. ಪಾಸ್ಪೋರ್ಟನ್ನು ಮನೆಗೆ ಕಳಿಸುತ್ತೀವೆಂದು ಹೇಳಿದ. ಇದು ನಾನು ವಿದೇಶಕ್ಕೆ ಹೋದ ಕಥೆ.

ಅಜ್ಜಿಯು ನನ್ನನ್ನು ಕಂಡು ಊಟವಾಯಿತೆ ಮರಿ ಎಂದರು. ಆಯಿತು ಅಜ್ಜಿ ಎಂದು ಹೇಳಿ ಹಾಗೆಯೆ ಮಾತಿಗೆ ಕುಳಿತೆವು. ಸಂಜೆಯಾದದ್ದೆ

ತಿಳಿಯಲಿಲ್ಲ. ಹಸುಗಳನ್ನು ನೋಡಿಬರುತ್ತೇನೆಂದು ಅಜ್ಜಿ ಹೊರಟರು. ಹೊರಡುವ ಮುನ್ನ. ದಣಿದಿರುತ್ತೀಯ. ವಿಶ್ರಾಂತಿ ತೆಗೆದುಕೊ ಎಂದರು. ನನಗು ಅಜ್ಜಿಯ ಕಂಡು ಮನಸ್ಸು ತೃಪ್ತಿಯಾಯಿತು. ಸೀತ ಮತ್ತು ಮೀರಳ ಸಹ ವಿಶ್ರಾಂತಿ ತೆಗೆದುಕೊಳ್ಳಲು ಹೊರಟೆ.

****

ಅಧ್ಯಾಯ ೨

ಸಂಜೆ ಮಲಗಿದ ನನಗೆ ನಿದ್ದೆ ಬಂದದ್ದು ಮಧ್ಯ ರಾತ್ರಿಯ ವರೆಗೇ. ನಾನು ನೆಲೆಸಿದ್ದ ದೇಶಕ್ಕೂ ಭಾರತಕ್ಕೂ ಎಂಟು ಗಂಟೆಗಳ ಸಮಯದ ವ್ಯತ್ಯಾಸ. ಬಂದ ಎರಡು ಮೂರು ದಿನಗಳು ಜಾಗರಣೆ ತಪ್ಪಿದ್ದಲ್ಲ. ಕೋಳಿ ಕೂಗುವ ಹೊತ್ತಿಗೆ ನಿದ್ರೆ ಹತ್ತಿತ್ತು. ಸೀತ ಮತ್ತು ಮೀರ ತಿಂಡಿ ಮುಗಿಸಿ ಗುರುವಾರದ ಸಂತೆಗೆ ಹೋಗಿದ್ದರು. ನಾನು ಏಳುವ ಹೊತ್ತಿಗೆ ನೆತ್ತಿ ಮೇಲಿನ ಸೂರ್ಯನು ಅಣುಕಿಸ ತೊಡಗಿದ್ದನು. ಬಂದು ಎರಡು ಮೂರು ದಿನಗಳು ಭಾಗೀರಥಮ್ಮ ನವರ ಮನೆಯಲ್ಲೆ ಊಟ. ಸ್ನಾನ ಮುಗಿಸಿ ಅವರ ಮನೆಯತ್ತ ಹೆಜ್ಜೆ ಹಾಕತೊಡಗಿದೆ. ಒಲೆಯ ಉರಿಯಲ್ಲಿ ಮಣ್ಣಿನ ಮಡಿಕೆಯಲ್ಲಿ ತಯಾರಾದ ಸೊಪ್ಪಿನ ಸಾರಿನ ರುಚಿಯ ಮೀರಿಸಲು ವಿಶ್ವದ ಮತ್ಯಾವ ಅಡುಗೆಗೂ ಸಾಧ್ಯವಿಲ್ಲ. ನಮ್ಮ ಮಣ್ಣಿನ ಗುಣ ಅಂತದ್ದು.

ಊಟ ಮುಗಿದ ನಂತರ ಎಲೆ ಅಡಿಕೆ ಹಾಕುವುದು ನಮ್ಮೂರಲ್ಲಿ ವಾಡಿಕೆ. ನನಗದರ ಅಭ್ಯಾಸ ಮೊದಲಿನಿಂದಿಲ್ಲ. ಎಲೆಗೆ ಗುಲ್ಕನ್ನು ಜೇನನ್ನು ಹಾಕಿಕೊಟ್ಟರೆ ತಿಂದೇನೆ ವಿನಃ ಸುಣ್ಣ ಅಡಿಕೆಯೆಂದರೆ ನನಗಾಗದ ಮಾತು. ಎಲೆ ಹಾಕುತ್ತ ಆತ್ರೇಯ. ಓದಲಿಕ್ಕಂತ ವಿದೇಶಕ್ಕೆ ಹೋದೆ. ಮದುವೆಯೂ ಆಯಿತು. ಬಂಗಾರದಂತ ಹೆಣ್ಣು ಮಗುವೂ ಆಯಿತು. ಮಗು ಅಲ್ಲಿಗೆ ಹೊಂದುಕೊಳ್ಳುವ ಮುಂಚೆ ಮರಳಿ ಇಲ್ಲಿಗೆ ಬಂದು ಬಿಡಬಾರದೆ ? ಯಾರಾದರೂ ಬೇರೆಯುವರಾಗಿದ್ದರೆ ಏನೋ ಒಂದು ಹೇಳಿ ಸುಮ್ಮನಾಗಬಿಡಬಹುದಿತ್ತು. ಭಾಗೀರಥಮ್ಮನವರು ನಮ್ಮ ಹಿತ ಚಿಂತಕರು. ಆದ್ದರಿಂದ ಉತ್ತರ ಕೊಡದಿರಲಾಗಲಿಲ್ಲ. ಬರಬಾರದಂತೇನು ಇಲ್ಲ. ಬೆಂಗಳೂರಿನಲ್ಲಿ ಕೆಲಸವೂ ಸಿಗುವುದು. ಮನಸ್ಸು ಮಾಡಬೇಕಷ್ಟೆ ಅಜ್ಜಿ ಇದ್ದವರು. ಜಮುನಾಪುರದ ಸುತ್ತಮುತ್ತಾ ಒಳ್ಳೆ ಕಾಲೇಜುಗಳಿಲ್ಲವೆಂದು,

ಶಿವಮೊಗ್ಗೆಯಲ್ಲಿ ಓದಬೇಕಾಯಿತು. ವಿದೇಶಕ್ಕೆ ಹೋದಾಗ ಐದಾರು ವರ್ಷ ಕಳೆದು ಬರುತ್ತೀಯೆಂದು ನೆನೆಸಿದೆ. ಎಂಟು ವರ್ಷಗಳುರುಳಿದರೂ ನೀನು ಬರುವ ಸೂಚನೆಗಳೇನು ಕಾಣುತ್ತಿಲ್ಲ. ನೀನಿರುವ ದೇಶದಲ್ಲಿ ಸಂಪತ್ತು ಲೆಕ್ಕವಿಲ್ಲದಷ್ಟಿದೆಯಂತಲ್ಲ. ನೀನು ಅಲ್ಲಿದ್ದು ಅದನ್ನು ಇನ್ನೂ ಹೆಚ್ಚು ಮಾಡಬೇಕೇನು ? ಇಲ್ಲಿನ ಕಥೆ ನೋಡಬಾರದೆ ? ನಿನ್ನ ತಾತ ಸ್ವಾತಂತ್ರ್ಯಕ್ಕಾಗಿ ಹೋರಾಟ ನಡೆಸಿದವರು. ಆಂತದ್ದರಲ್ಲಿ ನೀನು ಅಲ್ಲೆ ಇದ್ದು ಬಿಡುವುದು ಅಷ್ಟು ಸರಿ ಕಾಣದು. ನಾನದಕ್ಕೆ ಎರಡು ಮೂರು ವರ್ಷ ಅಜ್ಜಿ. ಮೀರ ಒಂದನೆ ತರಗತಿ ಸೇರುವ ಮುನ್ನ ಬಂದು ಬಿಡುತ್ತೇನೆ ಎಂದೆ.

ಮರಿ, ಕೇಳಿದೆಯಾ ಸುಶೀಲಮ್ಮ ನವರ ಮನೆಯ ದುರಂತ ಎಂದರು. ಇಲ್ಲ ಅಜ್ಜಿ. ಹೋದ ಹೊಸದರಲ್ಲಿ ವಾರಕ್ಕೊಮ್ಮೆ ಮಾತನಾಡುತ್ತಿದ್ದೆ. ಮದುವೆಯಾದ ಮೇಲೆ ತಿಂಗಳಿಗೊಮ್ಮೆ ಕರೆ ಮಾಡಿ ಮಾತನಾಡುತ್ತಿದ್ದೆ. ಮೀರ ಹುಟ್ಟಿದ ಮೇಲೆ ನಿಭಾಯಿಸಲಾಗಲಿಲ್ಲ. ಕೊನೆ ತಿಂಗಳು ಪ್ರಯತ್ನಿಸಿದಾಗ ಯಾರೊ ಬೇರೆಯವರು ತೆಗೆದರು. ಇಲ್ಲ ಮರಿ, ಎರಡು ತಿಂಗಳ ಮುಂಚೆ ರಸ್ತೆ ಅಪಘಾತದಲ್ಲಿ ಗಂಡ ಹೆಂಡತಿ ಇಬ್ಬರು ಸಾವಿಗೀಡದರು. ಮಕ್ಕಳು ಅಲ್ಲೆ ಶಿಶು ಸಂರಕ್ಷಣಾ ಕೇಂದ್ರದಲ್ಲಿದ್ದಾವಂತೆ. ದೇಹಗಳು ಭಾರತಕ್ಕೆ ಕಳುಹಿಸಲು ನಲ್ವತ್ತು ಲಕ್ಷ ಖರ್ಚು ಮಾಡಬೇಕಿದ್ದರಿಂದ, ಸುಶೀಲಮ್ಮ ಅವಳ ಗಂಡ ಮತ್ತು ಮೈದುನ ಅಲ್ಲಿಗೇ ಹೋಗಿ ಕಾರ್ಯ ಮುಗಿಸಿ ಬಂದರು. ಸಮಯಕ್ಕೆ ಸರಿಯಾಗಿ ವೈಕುಂಠ ಸಮಾರಾಧನೆ ಮಾಡಲಿಲ್ಲವೆಂದು ಗೊಳೊ ಅಂತ ಅತ್ತುಬಿಟ್ಟರು. ಅಳು ಬರದ ನನಗೂ ಕಣ್ಣೀರು ತುದಿಗೆ ಬಂದಿತ್ತು. ಅಲ್ಲ ಮರಿ, ನಮ್ಮ ದೇಶದವರಿಗೇನೀ ದುರಾಸೆ ಅಂತೀನಿ. ಮಕ್ಕಳನ್ನು ಪರದೇಶಿಯರನ್ನಾಗಿ ಮಾಡುವುದು ದೊಡ್ಡಸ್ತಿಕೆಯಾಗಿಬಿಟ್ಟಿದೆ. ಆಗಬಾರದ್ದಾದರೆ ನೋಡಿಕೊಳ್ಳುವುದಕ್ಕೊಬ್ಬರಿಲ್ಲ. ಏನು ಪರದಾಟವೊ ಇದು. ನನಗೆ ತುಂಬ ದುಃಖವಾದರು, ಒಂದು ಕಡೆ ಮೀರಳು ಭಾರತಿಯಳನ್ನಾಗಿ ಜನಿಸಿದ್ದು ಒಳ್ಳೆ ಕೆಲಸವಾಯಿತೆನಿಸಿತು. ನಾನಿರುವ ದೇಶದಲ್ಲಿ ಹೋದವರು ಹಿಂದಿರುಗುವುದು ಲಕ್ಷಕೊಬ್ಬರು. ಅಲ್ಲೆ ಇದ್ದು ಬಿಡುವ ಲೆಕ್ಕಾಚಾರ ಅಥವಾ ಮೋಹ ನನಗೆಂದು ಅರ್ಥವಾಗದ ಮಾತು. ಅಲ್ಲೆ ಹುಟ್ಟಿದ ಮಕ್ಕಳು ಆ

ದೇಶದ ಸ್ವತ್ತು. ಅಲ್ಲಿ ಹುಟ್ಟಿದ ಮಕ್ಕಳಿಗೆ ಅಲ್ಲಿನ ರಾಷ್ಟ್ರೀಯತೆಯವರನ್ನು ದತ್ತು ತೆಗೆದುಕೊಳ್ಳಲು ನೇಮಕ ಮಾಡಬೇಕು. ಅಪ್ಪ ಅಮ್ಮ ಇಬ್ಬರು ಇಲ್ಲದಾಗ, ಹದಿನೆಂಟರ ವಯಸ್ಸಿನ ವರೆಗೂ ದತ್ತು ತಂದೆ ತಾಯಿಯರು ನೋಡಿಕೊಳ್ಳಬೇಕು. ನನಗೆ ಈ ವಿಷಯದಲ್ಲಿ ಅಷ್ಟು ಭಯವಿಲ್ಲದಿದ್ದರು, ಮೀರಳು ಭಾರತದ ಏಳಿಗೆಗೆ ದುಡಿಯಬೇಕೆನ್ನುವ ಹಂಬಲವಿತ್ತು. ಈ ವಿಷಯದಲ್ಲಿ ಬಹಳ ಜನರು ನಾನು ಮಾಡುತ್ತಿರುವುದು ತಪ್ಪೆಂದು ಹೇಳಿದರೂ, ಯಾರ ಮಾತನ್ನು ಕೇಳಲಿಲ್ಲ. ನನಗೆ ಮೀರ ಭಾರತೀಯಳೆಂಬುದು ಬಹಳ ಹೆಮ್ಮೆ ತರುವ ವಿಷಯ.

ಸುಶೀಲಮ್ಮ ನವರ ಮನೆಗೆ ಹೋಗಿ ಕ್ಷೇಮ ಸಮಾಚಾರ ಕೇಳಿ ಬರಬೇಕಂತ ಅಂದುಕೊಂಡು ಯೋಚಿಸತೊಡಗಿದೆ. ಅವರ ಮಗ ಶ್ರೀರಂಗ ಹೋದ ಹೊಸದರಲ್ಲಿ ನನಗೆ ಬಹಳ ಸಹಾಯ ಮಾಡಿದ್ದರು. ಅವರ ಋಣ ತೀರಿಸಲು ನನಗೆ ಸಾಧ್ಯವಿಲ್ಲದಾದ್ದು ಬಹಳ ವೇದನೆ ತಂದಿತ್ತು. ಆ ಮಕ್ಕಳನ್ನು ನೆನೆಸಿಕೊಳ್ಳುವ ಧೈರ್ಯ ಬರಲಿಲ್ಲ. ಸರಿ ಅಂತ ಸ್ವಲ್ಪ ಆಚೆ ಸುತ್ತಾಡಿಕೊಂಡು ಬಂದೆ.

ನನಗೂ ಅಜ್ಜಿಗೂ ಒಂದು ವಿಚಿತ್ರವಾದ ನಂಟಿತ್ತು. ಯಾವುದಾದರು ಪುರಾತನ ಕಾಲದ ವಸ್ತುವನ್ನು ಅವರ ಕೈಯಲ್ಲಿಟ್ಟು ಅದರ ಇತಿಹಾಸದ ಬಗ್ಗೆ ಅವರ ಅಭಿಪ್ರಾಯ ಕೇಳುವುದು. ಅಜ್ಜಿ ಹೇಳುವ ಮಾತುಗಳು ಸರಿಯೊ ತಪ್ಪೊ ಅಂತ ಹೇಳುವಷ್ಟು ತಿಳುವಳಿಕೆ ನನಗಿಲ್ಲ. ಆದರೆ ಅವರು ಹೇಳುವುದು ನನ್ನ ಮನಸಲ್ಲಿ ಆಳವಾದ ಪ್ರಭಾವ ಬೀರುವುದು ಮಾತ್ರ ನಿಜ. ಸೀತೆ ಸಮಯ ಸಿಕ್ಕಾಗಲೆಲ್ಲ ಈ ವಿಷಯದಲ್ಲಿ ಟೀಕೆ ಮಾಡುವುದು ಬಿಡುವುದಿಲ್ಲ. ನನಗೆ ಮಾತ್ರ ಯಾವುದಾದರೊಂದು ಇಂತಹ ವಸ್ತುಗಳನ್ನು ಕಂಡಾಗ. ಮನಸ್ಸಿಗೆ ಬರುವ ಮೊದಲ ಯೋಚನೆ ಅಜ್ಜಿ ಇದರ ಬಗ್ಗೆ ಏನು ಹೇಳುತ್ತಾರೆಂದು. ನಮ್ಮಿಬ್ಬರ ಈ ವಿಚಿತ್ರ ಮಾತುಕತೆ ಶುರುವಾಗಿದ್ದು ಆರು ವರ್ಷಗಳ ಹಿಂದೆ ಅಲ್ಲಿನ ಅರ್ಟ್ ಗ್ಯಾಲ್ಲರಿಯಿಂದ ಒಂದು ಪುರಾತನ ಕಾಲದ ಚಿಕ್ಕ ವಿಗ್ರಹವೊಂದು ತಂದಿದ್ದೆ. ಆರಂಗುಲದ ವಿಗ್ರಹ. ಕಣ್ಣು ಮೂಗು ಬಾಯಿ ಬಹಳ ಲಕ್ಷಣವಾಗಿದ್ದವು. ಬಂದ ದಿನವೆ ಅಜ್ಜಿಯ ಕೈಯಲ್ಲಿಟ್ಟೆ. ಅಜ್ಜಿ, ಕಣ್ಣು ಮುಚ್ಚಿ ಈ ವಿಗ್ರಹ ವಿಷ್ಣುವಿನದ್ದೆ. ರಾಜ ಮನೆತನದವರದೆಂದು

ತೋರುತ್ತದೆ. ಯಾವುದೊ ಪುಣ್ಯ ಸ್ತ್ರೀಯೊಬ್ಬಳು ತವರು ಮನೆಯಿಂದ ತಂದಿದ್ದು, ಗಂಡನು ಶೈವ ಮನೆತನದವನಾಗಿದ್ದರಿಂದ ಪೂಜೆಯ ಮನೆಯಲ್ಲಿ ಇದಕ್ಕೆ ಪ್ರವೇಶವಿರಲಿಲ್ಲ. ಅವಳ ತಂದೆ ರಾಜನಿಂದ ಸೋಲನುಭವಿಸಿ ಸಾಮಂತ ರಾಜನಾಗಿ ಉಪಾಯದಿಂದ, ಮಗಳನ್ನು ರಾಜನಿಗೆ ಮದುವೆ ಮಾಡಿಕೊಟ್ಟನು. ರಾಜನ ಮುಂದೆ ನಿಲ್ಲುವ ಸಾಮರ್ಥ್ಯ ಅಕ್ಕ ಪಕ್ಕದ ರಾಜ್ಯದವರಿಗೆ ಇಲ್ಲದ ಕಾರಣ ಈ ನಿರ್ಧಾರ ತೆಗೆದುಕೊಂಡಂತೆ ತೋರುತ್ತದೆ. ರಾಣಿಯು ಸ್ವರ್ಗವಾಸವಾಗುವ ಮುನ್ನ ಈ ವಿಗ್ರಹವನ್ನು ತನ್ನ ಹಿರಿಯ ಮಗನಿಗೆ ಕೊಟ್ಟಿದ್ದಳು. ಅವನಿಗೆ ಸಂತಾನ ಭಾಗ್ಯವಿಲ್ಲದ ಕಾರಣ, ಅವನು ಸಾಯುವ ಮುನ್ನ ವೈಷ್ಣವ ಪುರೋಹಿತರಿಂದ ಶಾಂತಿಯನ್ನು ಮಾಡಿಸಿ ಪಕ್ಕ ರಾಜ್ಯದಲ್ಲಿನ ವಿಷ್ಣುವಿನ ಗುಡಿಯಲ್ಲಿ ಪ್ರತಿಷ್ಠಾಪಿಸಿದ್ದನು. ಅದಕ್ಕೊಂದು ವಜ್ರ ವೈಡೂರ್ಯ ಖಚಿತವಾದ ಕಿರೀಟವನ್ನು ಮಾಡಿಸಿದ್ದನು. ಮೂರು ಶತಮಾನಗಳು ವಿಗ್ರಹವು ಭದ್ರವಾಗಿಯೆ ಇತ್ತು. ಅರಬ್ಬೀದೇಶದ ಡಕಾಯಿತನೊಬ್ಬನು ಭಾರತಕ್ಕೆ ದರೋಡೆಗೆಂದು ಬಂದು ಸಮಯ. ಎಂತಹ ದರೋಡೆಕೋರನೆಂದರೆ, ನೂರಾರು ಒಂಟೆಗಳು ಹೊರಲಾಗದಷ್ಟು ಸಂಪತ್ತನ್ನು ತೆಗೆದುಕೊಂಡು, ಆಗದ್ದನ್ನು ಧ್ವಂಸ ಮಾಡಿದಂತವನು. ಚಿನ್ನದ ಕಿರೀಟವಿದ್ದ ಕಾರಣ ಇದು ಲೂಟಿಯ ಪಾಲಾಗಿತ್ತು. ಮತ್ತವರನ್ನು ಯಾವುದೊ ಇನ್ನೊಂದು ದೇಶವು ಅವನ ದೇಶವನ್ನು ಆಕ್ರಮಿಸಿತ್ತೋ ಏನೊ! ನೀನಿರುವ ದೇಶವೂ ಆಗಿರಬಹುದು. ಅಲ್ಲಿ ದೇವಸ್ಥಾನಗಳಿಲ್ಲದ ಕಾರಣ ಮಾರಾಟಕ್ಕಿಟ್ಟಿರಬಹುದು. ಆ ಅಮ್ಮನೆ ಈ ವಿಗ್ರಹವನ್ನು ಭಾರತಕ್ಕೆ ಮರಳಿಸುವಂತೆ ಮಾಡಿಸಿದ್ದಾಳೆ. ಮರಿ, ನಿನಗಭ್ಯಂತರವಿಲ್ಲದಿದ್ದರೆ ಇದನ್ನು ಭಟ್ಟರು ಪೂಜೆ ಮಾಡುವ ದೇವಸ್ಥಾನದಲ್ಲಿಡಬೇಕೆಂಬುದು ನನ್ನಿಚ್ಛೆ ಅಂದರು. ನನಗೆ ರೋಮಗಳು ನಿಂತು ಮೈಯಲ್ಲಿ ಚಳಿ ಉಂಟಾದಂತಾಯಿತು. ಇತಿಹಾಸ ಓದಿದ್ದ ನನಗೆ ಗಜನಿ, ಘೋರಿಯಂತಹ ಡಕಾಯಿತರು ಭಾರತಕ್ಕೆ ಬಂದು ಕೊಳ್ಳೆ ಹೊಡೆದ ವಿಚಾರ ತಿಳಿಯದಿದ್ದೇನಲ್ಲ. ಆದರೆ ಅಜ್ಜಿ ಓದಲು ಬರದವರು. ಶಾಲೆಗೂ ಹೋಗದವರು. ಇಷ್ಟೆಲ್ಲ ಕಲ್ಪನೆ ಹೇಗೆ ಸಾಧ್ಯ ಅಂತ ತೋಚಲಿಲ್ಲ. ನಿಮ್ಮಾಸೆಯಂತೆಯೆ ಆಗಲಿ ಅಂದೆ. ವಿದೇಶದಿಂದ ತಂದ ಚಿನ್ನದ ನಾಣ್ಯ ಕರಗಿಸಿ ಒಂದು ಚಿಕ್ಕ ಕಿರೀಟವನ್ನು ಮಾಡಿಸಿದೆ.

ಈ ಘಟನೆಯ ನಂತರ ನಾನು ಯಾವುದಾದರೊಂದು ಪುರಾತನ ಕಾಲದ ವಸ್ತುವನ್ನು ತಂದುಕೊಡುವುದು. ಅಜ್ಜಿಯ ಕಲ್ಪನೆಯನ್ನು ಕೇಳುವುದು ನನಗೆ ಅಭ್ಯಾಸವಾಗಿ ಬಿಟ್ಟಿತ್ತು. ವಿಸ್ಮಯ ವೆಂದರೆ ನಾನು ಅವರನ್ನು ಎಂದೂ ಶಂಕಿಸಲಿಲ್ಲ.

ಸಂಜೆ ಚಹಾ ಸೇವಿಸಿ ಹಸುಗಳ ದೊಡ್ಡಿಯನ್ನು ಶುಭ್ರ ಮಾಡುತ್ತಿದ್ದೆ. ಭಟ್ಟರ ಧ್ವನಿ ಕೇಳಿಸಿತು. ಸರ್ರನೆ ಕೈ ಕಾಲು ತೊಳೆದು ಮನೆಗೆ ಬಂದೆ. ಅಜ್ಜಿಯವರಿಲ್ಲವೆ ಎಂದರು. ಸದಾ ಶಾಂತಮೂರ್ತಿಯಂತಿರುವ ಭಟ್ಟರು ಇಂದು ಬಹಳ ಗಾಬರಿಯಿಂದಿದ್ದರು. ಇರಿ ಭಟ್ಟರೆ ಅಂತ ಅವರನ್ನು ಕೂರಿಸಿ, ಸೀತೆಗೆ ನೀರು ಕೊಡುವ ಜವಾಬ್ದಾರಿ ವಹಿಸಿ ಗುಡಿಯತ್ತ ಓಡಿದೆ. ಜಪ ಮಾಡುತ್ತಿದ್ದ ಅಜ್ಜಿಯವರನ್ನು ಕದಲಿಸಿ, ಅಜ್ಜಿ ಭಟ್ಟರು ಬಂದಿದ್ದಾರೆ. ಬಹಳ ಗಾಬರಿಯಿಂದಿದ್ದಾರೆ ಅಂದೆ. ಅಜ್ಜಿ ನನ್ನ ಕೈಯ ಹಿಡಿದು ಸರಸರನೆ ಮನೆಯತ್ತ ನಡೆದರು. ಏನಾಯಿತು ಮರಿ ಅಂತ ಭಟ್ಟರ ಕೇಳುವಷ್ಟರಲ್ಲಿ, ಸಾವಿತ್ರಿ ನೇಣು ಹಾಕಿಕೊಂಡು ಬಿಟ್ಟಳು, ಅವಳು ನಮ್ಮ ಪಾಲಿಗಿಲ್ಲ ಅಂತ ಗೊಳೂ ಅಂತ ಅತ್ತು ಬಿಟ್ಟರು. ಸಾವಿತ್ರಿ ಭಟ್ಟರ ಹಿರಿಯ ಮಗಳು. ಮೊದಲ ಕೂಸನ್ನು ಹಡೆಯುವ ಸಮಯದಲ್ಲಿ ಅವಳಿಗೆ ಮೂಳೆಗಳ ರೋಗವೊಂದು ಅಂಟಿಕೊಂಡಿತ್ತು. ನಾನು ಸಾವಿತ್ರಿ ಹತ್ತನೆ ತರಗತಿಯವರೆಗು ಶಾಲೆಗೆ ಒಟ್ಟಿಗೆ ಹೊಗುತ್ತಿದ್ದೆವು. ನಮ್ಮ ಮನೆಯಲ್ಲಿ ಒಟ್ಟಿಗೆ ಓದಿಕೊಳ್ಳುತ್ತಿದ್ದೆವು. ಪರೀಕ್ಷೆಯ ಸಮಯದಲ್ಲಿ ಇಲ್ಲೆ ಊಟ ಮಾಡಿ ಅಮ್ಮನೊಡನೆ ಮಲಗುತ್ತಿದ್ದಳು. ಹೆಣ್ಣು ಮಕ್ಕಳಿಲ್ಲದ ಕಾರಣ ಅಮ್ಮನಿಗೆ ಸಾವಿತ್ರಿಯೆಂದರೆ ಬಹಳ ಪ್ರೀತಿ. ಸಾವಿತ್ರಿ ತುಂಬ ಚೂಟಿ. ನನ್ನ ಗೇಲಿ ಮಾಡುವುದೆಂದರೆ ಅವಳಿಗೆ ಇಷ್ಟವಾದ ಕೆಲಸ ಹತ್ತನೆ ತರಗತಿಯ ಪರೀಕ್ಷೆಯಲ್ಲಿ ನನಗಿಂತ ಹೆಚ್ಚು ಅಂಕಗಳನ್ನು ಗಳಿಸಿದ್ದಳು. ಕಾಲೇಜಿಗೆ ಕಳಿಸಿದ್ದರೆ ತುಂಬಾ ಮುಂದುವರೆಯುತ್ತಿದ್ದಳು. ಒಳ್ಳೆಯ ಕಾಲೇಜುಗಳಿದ್ದದ್ದು ಶಿವಮೊಗ್ಗೆಯಲ್ಲೆ. ಮಡಿ ಮೈಲಿಗೆ ಅಂತ ಪದ್ಧತಿಗಳನ್ನಾಚರಿಸುವ ಭಟ್ಟರ ಮನೆಯಲ್ಲಿ ವಸತಿ ಗೃಹದಲ್ಲಿಟ್ಟು ಓದಿಸುವುದು ಇಷ್ಟವಿರಲಿಲ್ಲ. ಅಪ್ಪನಿಗೆ ಭಟ್ಟರ ಋಣ ತಿಳಿಯದಿದ್ದಲ್ಲ. ಅಂಗಡಿ ವ್ಯಾಪಾರ ಚೆನ್ನಾಗಿದ್ದು, ಒಳ್ಳೆಯ ಲಾಭವನ್ನು ತಂದು ಕೊಟ್ಟಿತ್ತು. ಸಾವಿತ್ರಿಯ ಮದುವೆಗೆ ಅರ್ಧ ಖರ್ಚನ್ನು ಅವರೇ

ವಹಿಸಿಕೊಂಡಿದ್ದರು. ಸಾವಿತ್ರಿ ತವರು ಮನೆಗೆ ಬಂದಾಗ ಪ್ರತಿ ದಿನ ಮನೆಗೆ ಬಂದು ಅಮ್ಮನೊಡನೆ ಒಂದಷ್ಟು ಸಮಯ ಕಳೆಯದೆ ಇರುತ್ತಿರಲಿಲ್ಲ. ಅಮ್ಮನ ಸಾವಿಗೆ ಭಟ್ಟರು ಹೇಳಿ ಕಳಿಸಿದರೂ ಅನಾರೋಗ್ಯದ ಕಾರಣ ಬಂದಿರಲಿಲ್ಲ. ಎಷ್ಟು ಗೋಳನ್ನು ಅನುಭವಿಸಿದಳೊ ಏನೋ. ಬಡತನವಿದ್ದರೂ ಇದ್ದಿದರಲ್ಲಿ ಹತ್ತು ಜನರ ಹಾದುಕೊಳ್ಳುವಂತೆ ಕೈ ಅವಳದ್ದು. ಮನೆಗೆ ಯಾರು ಬಂದರು ಏನೊ ಒಂದು ತಿನ್ನಿಸದೆ ಕಳಿಸುತ್ತಿರಲಿಲ್ಲ. ಅವಳ ಕಂಠ ಅತಿ ಮಧುರವಾದದ್ದು. ಅವಳಜ್ಜಿ ಸಂಗೀತದಲ್ಲಿ ಅಪಾರ ಪಾಂಡಿತ್ಯ ಹೊಂದವರು. ಅವರೇ ಸಾವಿತ್ರಿಯ ಗುರು. ಪ್ರತಿ ಶನಿವಾರ ಊರ ಗುಡಿಯ ಭಜನೆಯಲ್ಲಿ ಹಾಡುತ್ತಿದ್ದಳು. ಸ್ವಲ್ಪ ತಮಿಳು ತಿಳಿದಿದ್ದ ಅವರ ಅಜ್ಜಿಯವರು "ವೆಂಕಟಾಚಲ ನಿಲಯಮ್" ಎಂಬ ಹಾಡನ್ನು ಕಲಿಸಿದ್ದರು. ಸಾವಿತ್ರಿಗಿದ್ದ ಆರು ಏಳು ಶ್ರುತಿಯ ಕಂಠಕ್ಕೆ ಅವಳು ಆ ಹಾಡನ್ನಾಡಿದರೆ ಬೇರೇನು ಮನಸ್ಸಿಗೆ ಬರುತ್ತಿರಲಿಲ್ಲ.

ನನಗೆ ಅವಳ ಪರ ಒಲವಿಲ್ಲವೆಂದರೆ ಸುಳ್ಳಾದೀತು. ಕಾಲೇಜಿಗೆ ಹೋದ ಹೊಸದರಲ್ಲಿ ಬಹಳ ಯಾತನೆ ಅನುಭವಿಸಿದ್ದೆ. ನನ್ನ ಮೊದಲನೆ ವರ್ಷದ ಎಂಜಿನಿಯರಿಂಗ್ ಪರೀಕ್ಷೆಯ ಸಮಯದಲ್ಲಿ ಅವಳಿಗೆ ಮದುವೆ ಮಾಡಿದರು. ನನಗೆ ಹೋಗಲಾಗಲಿಲ್ಲ. ಅವಳ ಮದುವೆಯ ನಂತರ ನಾನು ಅವಳನ್ನು ನೋಡುವ ಅದೃಷ್ಟ ಸಿಗಲಿಲ್ಲ. ಇಂತ ಸಮಯದಲ್ಲಿ ಬರಬಾರದ ಯೋಚನೆ. ಆದರೆ ಬೇಲಿಯಿರದ ಮನಸು ಸುಮ್ಮನಿರುವುದೆ. ನಾನೇ ಅವಳನ್ನು ಕಟ್ಟಿಕೊಂಡಿದ್ದರೆ ಚೆನ್ನಾಗಿರುತ್ತಿತ್ತೆಂದು ಅನಿಸಿತು. ಅಷ್ಟು ಆತ್ಮೀಯಳಾಗಿದ್ದ ಅವಳನ್ನು ಒಂದು ಬಾರಿ ನೋಡಬೇಕಂತನಿಸಿತು.

ಅಜ್ಜಿ ಭಟ್ಟರಿಗೆ ಸಮಾಧಾನ ಮಾಡುತ್ತ ಮರಿ ಅವಳತ್ತೆಯ ಮನೆಯವರು ಒಳ್ಳೆಯವರು. ಮಾತನಾಡುವುದು ಸ್ವಲ್ಪ ಕಟುವಾದರು ಒಳ್ಳೆಯ ಮನಸ್ಸುಳ್ಳವರು. ಅವರು ಏನಾದರು ಮಾಡಿರುತ್ತಾರೆಂಬ ಶಂಕೆಯನ್ನು ಬಿಟ್ಟು ಬಿಡು. ಅದ್ಯಾವ ಹಾಳು ರೋಗವೊ ಏನೋ ?ನನ್ನ ತಾಯಿಯನ್ನು ಬದುಕಿರುವಾಗಲೆ ಶವದಂತಾಗಿಸಿತು. ಮಗುವನ್ನು ಎತ್ತಿ ಆಡಿಸಲು ಬಿಡದ ಹಾಳು ರೋಗ. ನಾನವಳನ್ನು ನೋಡಿದ್ದು ಆರು ತಿಂಗಳುಗಳ ಹಿಂದೆ ಊರು ಉತ್ಸವಕ್ಕೆ ಬಂದಾಗಲೇ ಇಬ್ಬರು ಎತ್ತಿ

ನಿಲ್ಲಿಸದಿದ್ದರೆ ನಿಲ್ಲಲಾಗದ ಜೀವ. ಅವರು ಕೆಲಸದವರನ್ನಿಟ್ಟು ಚೆನ್ನಾಗಿಯೇ ಆರೈಕೆ ಮಾಡಿದರು. ಸ್ವಾಭಿಮಾನಕ್ಕೆ ಪ್ರತಿರೂಪ ನನ್ನ ತಾಯಿ. ಎಷ್ಟು ದಿನ ತಾಳಿಯಾಳು. ತಪ್ಪು ತಿಳಿದುಕೊಳ್ಳಬೇಡ ಮರಿ. ನಿಲ್ಲಲಾಗದವಳು ನೇಣು ಹಾಕಿಕೊಂಡಳೆಂದರೆ ನಂಬಲಾಗುತ್ತಿಲ್ಲ ಅಂದರು. ನನಗು ಭಟ್ಟರಿಗು ಒಮ್ಮೆಲೆ ಆಶ್ಚರ್ಯ ಮತ್ತು ಅನುಮಾನ ಜೋಡಿಯಾಗಿ ಬಂದವು. ಇಷ್ಟರಲ್ಲಿ ಅಜ್ಜಿ, ನಿನ್ನ ಬೀಗರು ಇಂತ ಕೆಲಸ ಮಾಡಿರಲಿಕ್ಕಿಲ್ಲ. ಪೋಲೀಸರು ವಕೀಲರೆಂದು ಹೋಗಬೇಡ. ನಿನ್ನ ಅಳಿಯ ಎಲ್ಲರು ಮಾಡುವಂತೆ ಎರಡನೆಯ ಮದುವೆ ಮಾಡಿಕೊಳ್ಳಲಿಲ್ಲ. ಹೆಂಡತಿಯನ್ನು ಚೆನ್ನಾಗಿ ನೋಡಿಕೊಂಡವನವನು. ಮೊದಲು ಅಲ್ಲಿಗೆ ಹೋಗಿ ಕಾರ್ಯ ಮುಗಿಸಿ ಬಾ. ಅಮೇಲೆ ಮುಂದಿನದ್ದು ಎಂದು ನನಗೆ ಸನ್ನೆ ಮಾಡಿದರು. ನಾನು ಶಾನುಭೋಗರ ಮನೆಗೆ ಹೋಗಿ ಅವರ ಕಾರನ್ನು ಭಟ್ಟರಿಗೆ ಅನುಕೂಲ ಮಾಡಿಕೊಟ್ಟು ಅವರ ಕೈಲ್ಲಿ ಐದು ಸಾವಿರ ರೂಪಾಯಿಗಳನ್ನಿಟ್ಟು ಬಂದೆ. ನಾನು ಹೋಗಬಹುದಿತ್ತು. ಅಂತ ಸೌಂದರ್ಯವತಿಯನ್ನು ಆ ಸ್ಥಿತಿಯಲ್ಲಿ ನೋಡಲು ಮನಸ್ಸೊಪ್ಪಲಿಲ್ಲ.

ಮನೆಯಲ್ಲಿ ಅಜ್ಜಿ ಮತ್ತು ಭಾಗೀರಥಮ್ಮನವರ ಮುಖಗಳೆರಡು ಬಾಡಿ ಹೋಗಿದ್ದವು. ಸಾವಿತ್ರಿಯೆಂದರೆ ಭಾಗೀರಥಮ್ಮನವರಿಗೂ ಪ್ರೀತಿ. ಅವಳನ್ನು ಇಷ್ಟ ಪಡದವರು ಯಾರು ಇರಲಾರರು. ಅಂತ ಸ್ವಭಾವ ಅವಳದ್ದು. ಸೀತೆ ಮಾತ್ರ ಬಹಳ ಕೋಪದಿಂದಿದ್ದಳು. ಮನೆಯ ಒಳಗೆ ಕಾಲಿಟ್ಟೆನೊ ಇಲ್ಲವೊ. ರೀ ನಿಮ್ಮ ಅಜ್ಜಿಗೆ ತಲೆ ಗಿಲೆ ಕೆಟ್ಟಿದೆಯೋ, ಪೋಲೀಸು ಕಂಪ್ಲೇಂಟು ಕೊಡಬಾರದು ಅಂತ ಹೇಳಿ ಕಳುಹಿಸಿಬಿಟ್ಟರು. ಭಟ್ಟರೂ ಅಷ್ಟೆ. ಒಂದು ಮಾತನ್ನಾಡದೆ ಹೊರಟೇ ಬಿಟ್ಟರು. ಎಲ್ಲಾ ಹೋಗಲಿ, ಸಣ್ಣ ಸಣ್ಣ ವಿಷಯಕ್ಕೆ ನನ್ನೊಡನೆ ವಾದಕ್ಕಿಳಿಯುವ ನೀವು ಅದನ್ನು ತಡೆಯಬಾರದಿತ್ತೆ ?ಇರಿ, ನನ್ನ ಗೆಳತಿ ಶ್ವೇತಳ ಮಾವ ಶಿವಮೊಗ್ಗೆಯಲ್ಲಿ ವಕೀಲರಂತೆ. ಒಮ್ಮೆ ಕೇಳಿ ನೋಡುತ್ತೇನೆ ಎಂದಳು. ಸೀತ, ಅಜ್ಜಿ ಸುಮ್ಮನೆ ಹೇಳಿರಲಾರರು. ಅನ್ನುವಷ್ಟರಲ್ಲಿ, ಹೌದು, ಹೌದು, ನೀವು ಅವರ ವೀರಾಭಿಮಾನಿಯಲ್ಲವೆ? ಅಲ್ಲ. ಸಾವಿತ್ರಿಯ ಅತ್ತೆಯ ಮನೆಯವರನ್ನು ಎಂದೂ ಕಂಡವರಲ್ಲವಂತಲ್ಲ ನಿಮ್ಮಜ್ಜಿ. ಇಷ್ಟು ಖಚಿತವಾಗಿ ಹೇಗೆ

ಹೇಳಿಬಿಟ್ಟರು. ಅವರು ಬಾಯಿಗೆ ಬಂದದ್ದು ಹೇಳುವುದು. ನೀವು ಕೋಲೆ ಬಸವನಂತೆ ಕೇಳುವುದು ರೂಢಿಯಾಗಿಬಿಟ್ಟಿದೆ. ನಿಮ್ಮನ್ನು ಅವರನ್ನು ಒಂದು ಸಾರಿ ಮನೋವೈದ್ಯರ ಹತ್ತಿರ ಕರೆದೊಯ್ಯಬೇಕು. ಅದಕ್ಕೆ ಅಜ್ಜಿಯನ್ನು ಕಂಡರೆ ಊರಿನವರಿಗೆಲ್ಲ ತಲೆ ಕೆಟ್ಟವರೆಂಬ ಅನುಮಾನ. ಅನುಮಾನವೇನು, ಇಂದು ರುಜು ಮಾಡಿಯೆ ಬಿಟ್ಟರು ನಿಮ್ಮಜ್ಜಿ. ಭಟ್ಟರು ತುಂಬಾ ಒಳ್ಳೆಯವರು. ನಿಮ್ಮ ಹತ್ತಿರ ಸಹಾಯ ಪಡೆದ ಕಾರಣ ಏನೂ ಮಾತನಾಡದೆ ಒಪ್ಪಿಕೊಂಡರು. ಸೀತ ನಿನಗೆ ಹಿಂದೆ ಮುಂದೆ ಒಂದು ತಿಳಿಯದು. ಟೀವಿಯ ವಾರ್ತೆಯಲ್ಲಿ ತೀರ್ಪು ಕೊಡುವಂತೆ ಕೊಟ್ಟು ಬಿಟ್ಟೆ. ಅಜ್ಜಿ ಹೇಳಿದ್ದು ಸತ್ಯವೆಂದು ಒಂದು ದಿನ ಅರಿವಾಗುವುದು ನಿನಗೆ. ಹೋಗಿ, ಹೋಗಿ ಮೂರ್ಖ ಅಜ್ಜಿ, ಮುಠಾಳ ಮೊಮ್ಮೊಗ ಅಂತ ರೇಗಿದಳು. ನನಗೆ ಕೋಪ ಬಂತಾದರು ಮೀರ ಇದ್ದ ಕಾರಣ ಸುಮ್ಮನಾದೆ.

ಅದೇನೊ, ಅಜ್ಜಿ ಹೇಳಿದ ಮೇಲೆ ಪರಿಶೀಲನೆ ಮಾಡುವ ಯೋಚನೆ ಎಂದೂ ಬಂದಿರಲಿಲ್ಲ. ಇಂದೂ ಅಷ್ಟೆ. ಇಷ್ಟರಲ್ಲಿ ರಾತ್ರಿಯಾಗಿತ್ತು. ಊಟ ಮಾಡಿ ಮಲಗಿದೆ. ಸಮಯಕ್ಕೆ ಸರಿಯಾಗಿ ನಿದ್ರೆಯೂ ಬಂತು.

****

ಅಧ್ಯಾಯ ೩

ಸಾವಿತ್ರಿಯ ಸಾವು ಬಹಳ ದುಃಖ ತಂದಿತ್ತಾದರು ಮನೆಯಲ್ಲಿ ತೋರಿಸಿಕೊಳ್ಳುವಂತಿರಲಿಲ್ಲ. ಎಂದೋ ಸಾವಿತ್ರಿಯ ಪರವಿದ್ದ ನನ್ನ ಒಲವನ್ನು ಹೇಳುವ ಧೈರ್ಯವಾಗಲಿ, ಆಸಕ್ತಿಯಾಗಲಿ ನನ್ನಲ್ಲಿರಲಿಲ್ಲ. ಅಜ್ಜಿಯದು ಸಂಯಮೀ ಮನಸ್ಸು. ಚಿಕ್ಕ ವಯಸ್ಸಿನಲ್ಲೆ ಕಷ್ಟಗಳ ಕಂಡಿದ್ದರಿಂದ ಅವರ ವ್ಯಕ್ತಿತ್ವದಲ್ಲಿ ಸ್ವಾವಲಂಬನೆ ಬೆರೆತು ಹೋಗಿತ್ತು. ಇಲ್ಲದಿದ್ದರೆ, ತನ್ನೊಡನುಟ್ಟಿದ ಅಣ್ಣ, ತಾನು ಮಗನಂತೆ ಬೆಳೆಸಿದ ನನ್ನ ತಂದೆ, ಇವರೆಲ್ಲರನ್ನು ಕಳೆದುಕೊಂಡು ಇಂತ ಚೈತನ್ಯ ಬೀರುವ ವ್ಯಕ್ತಿತ್ವವನ್ನು ಉಳಿಸಿಕೊಳ್ಳಲಾಗುತ್ತಿರಲಿಲ್ಲ. ಒಂದು ಕಡೆ ಸಾವಿತ್ರಿಯ ಅತ್ತೆಯ ಮನೆಯವರ ಪರ ಅಜ್ಜಿಗೆ ಹೇಗದಷ್ಟು ನಂಬಿಕೆ ಎಂದು ಕೇಳುವ ತವಕ. ಸೀತೆ ಅಂದಂತೆ ಅಜ್ಜಿ ಅವರ ಅತ್ತೆಯ ಮನೆಯವರನ್ನು

ನೋಡಿರಲಾರರು. ಭಟ್ಟರ ಮನೆಗೆ ಅವರು ಬಂದಿದ್ದರೂ. ನಮ್ಮ ಮನೆಗೆ ಬರುವ ಪ್ರಮೇಯವೇನು ನನಗೆ ಕಾಣದು. ನನಗೆ ಅಜ್ಜಿಯ ಮೇಲಿದ್ದ ನಂಬಿಕೆ ಅಂತದ್ದು. ಮಾತು ಗಂಟಲಿನಾಳದಲ್ಲಿ ಉಳಿಯಿತೆ ವಿನಃ ಬಾಯಿಂದ ಹೊರ ಬರಲಿಲ್ಲ. ಈಗ ಬಂದಿದ್ದ ಇನ್ನೊಂದು ಕ್ಲಿಷ್ಟಕರ ಪರಿಸ್ಥಿತಿ ಎಂದರೆ ಅಜ್ಜಿಯ ಎಂಭತ್ತರ ಸಮಾರಂಭ. ಭಟ್ಟರ ಕೈಯಲ್ಲೆ ಪೂಜೆ ಮಾಡಿಸಬೇಕೆಂಬುದು ನನ್ನಾಸೆ. ಆದರೆ ಸೂತಕವಶರು ಭಟ್ಟರೀಗ, ಯಾಕೊ ಇಂತಹ ಸಮಯದಲ್ಲಿ ಒಂದು ಶುಭಕಾರ್ಯ ಜರುಗಿಸುವುದು ಸರಿ ಎನಿಸಲಿಲ್ಲ. ಅಜ್ಜಿಗೆ ಇದರಲ್ಲೇನೂ ಆಸಕ್ತಿಯಿಲ್ಲ. ನನ್ನ ಹಠಕ್ಕೆ ತಲೆಯಾಡಿಸಿದ್ದರು. ಸೀತೆಗೆ ಹೇಗೆ ಹೇಳುವುದು. ಭಟ್ಟರು ನಮಗೆ ದಾಯಾದಿಗಳಾದವರು. ಸಾವಿತ್ರಿ ಹೆಣ್ಣು ಮಗುವಾದ್ದರಿಂದ ನಮಗೆ ಸೂತಕವಿರಲಿಲ್ಲ. ಏನು ಹೇಳಿ ಇದನ್ನು ನಿಲ್ಲಿಸಲಿ ಅಂತ ಯೋಚಿಸುತ್ತಿದ್ದಾಗ ಅಜ್ಜಿಯ ಧ್ವನಿ ಕೇಳಿಸಿತು. ಮರಿ, ಬಾ ಇಲ್ಲಿಗೆ ಸ್ವಲ್ಪ ಮಾತನಾಡುವುದಿದೆ ಎಂದರು. ಅಜ್ಜಿಗೆ ದೇವರು ಕೊಟ್ಟ ವರವೆಂದರೆ ಮನಸ್ಸಿನ ಮಾತನ್ನು ಒಂದಿಷ್ಟು ಕಲುಷಿತಗೊಳಿಸದೆ ಪದಗಳ ರೂಪಕ್ಕೆ ತರುವುದು. ಕೆಲವೊಮ್ಮೆ ಕೇಳುವಾಗ ಕಷ್ಟವಾದರು. ಯೋಚಿಸಿ ನೋಡಿದಾಗ ಅದರರ್ಥ ತಿಳಿಯುತ್ತಿತ್ತು. ನೋಡು ಮರಿ, ಒಂದು ಕಡೆ ನೀನು, ಇನ್ನೊಂದು ಕಡೆ ಭಟ್ಟರು. ನನಗ್ಯಾಕೊ ಇಂತ ಸಂದರ್ಭದಲ್ಲಿ ಸಮಾರಂಭದ ಯೋಚನೆ ಉಚಿತವೆನಿಸುತ್ತಿಲ್ಲ. ಈ ಪ್ರಯತ್ನವನ್ನು ಇಲ್ಲಿಗೆ ಬಿಟ್ಟುಬಿಡೋಣ ಎಂದರು. ನನ್ನ ತಲೆಯ ಮೇಲಿಂದ ಸಹಸ್ರ ಆನೆಗಳ ಬಾರ ಇಳಿಸಿದಂತಾಯಿತು. ನಿಮ್ಮ ಹಾದಿಯಲ್ಲೇ ನಾನು ಯೋಚಿಸುತ್ತಿದ್ದೇನೆ. ಸೀತೆಗೆ ಒಂದು ಮಾತು ಹೇಳಿದರೆ ಉತ್ತಮ. ಅವಳು ತನ್ನ ತಂದೆ ತಾಯಿಗಳಿಗೆ ಟಿಕೇಟು ಮಾಡಿಸಿ ಅಂತ ಹೇಳಿದಳು ನಿನ್ನೆ. ಹೇಳಿದರಾಯಿತು ಬಿಡು ಮರಿ. ಬಾಯಿ ಮುಂದಾದರು ಕೋಮಲದಂತ ಮನಸ್ಸು ನಮ್ಮ ಸೀತೆಯದ್ದು. ಅದೊಂದು ದೊಡ್ಡ ಕೋರಿಕೆಯಂತೆ ಕೇಳುತ್ತೀಯಲ್ಲ. ಅದರ ಯೋಚನೆ ನನ್ನ ಮೇಲೆ ಬಿಟ್ಟುಬಿಡು. ಒಂದರೆರಡು ದಿನ ಹೆಚ್ಚಿಗೆ ಸೀತೆಯ ಮನೆಯಲ್ಲಿದ್ದು ಬಾ. ಅವಳಿಗೂ ಚಂದ ಅನಿಸುವುದು. ನನಗೆ ಆಚೆ ಹೋಗುವ ಮನಸ್ಸಿಲ್ಲದಿದ್ದರಿಂದ, ಅಜ್ಜಿ ಭಟ್ಟರ ಮನೆಯವರು ನಮಗೆ ತುಂಬಾ ಸಹಾಯ

ಮಾಡಿದ್ದರಂತಲ್ಲ. ಅಮ್ಮ ಹೇಳಿದ ನೆನಪು. ಅಪ್ಪ ನನ್ನೊಡನೆ ಮಾತನಾಡುತ್ತಿದ್ದು ಅಷ್ಟಕ್ಕಷ್ಟೆ. ತಿಳಿದುಕೊಳ್ಳುವ ಬಯಕೆ ಸ್ವಲ್ಪ ಹೇಳುವಿರಾ ಅಂತ ಕೇಳಿದೆ.

ಅಜ್ಜಿ ಮಹಡಿಯ ಮೇಲೆ ನಡೆ ಸಂಡಿಗೆ ಒಣಗಿಸಿಕೊಂಡು ಮಾತನಾಡುವ ಎಂದು ಹಸಿ ಸಂಡಿಗೆಯನ್ನು ನನ್ನ ಕೈಯಲ್ಲಿಟ್ಟು ಮೆಟ್ಟಿಲು ಹತ್ತತೊಡಗಿದರು. ಸಂಡಿಗೆಯನ್ನು ಶ್ವೇತ ವರ್ಣದ ಪಂಚೆಯ ಮೇಲೆ ಹರಡುತ್ತಾ ಮಾತು ಶುರು ಮಾಡಿದರು. ನೀನು ಭಟ್ಟರ ಋಣ ತಿಳಿದುಕೊಳ್ಳಬೇಕಾದರೆ ಇನ್ನೊಂದು ವಿಷಯ ತಿಳಿದುಕೊಳ್ಳಬೇಕು. ಅದನ್ನೂ ಹೇಳುತ್ತೇನೆ. ನನ್ನ ಅಪ್ಪ ಶ್ರೀರಂಗ ಭಟ್ಟರು ಕಡು ಬಡತನದಲ್ಲಿ ನಮ್ಮನ್ನು ಸಾಕಿದರು. ನಿನ್ನ ಮುತ್ತಾದ ಬಹಳ ಸ್ವಾಭಿಮಾನಿ. ಯಾರ ಹತ್ತಿರವು ಕೈ ಚಾಚಿದವರಲ್ಲ. ಇದ್ದ ಐದಾರು ಎಕರೆ ಜಮೀನಿನಿಂದ ಬಂದ ರಾಗಿ ಹಾಗೂ ಅರ್ಧ ಎಕರೆ ಗದ್ದೆಯಿಂದ ಬಂದ ಭತ್ತ ನಮ್ಮ ಹಸಿವನ್ನು ನೀಗಿಸುತ್ತಿತ್ತು. ಆದರೆ ನನಗೆ ಏಳು ವರ್ಷಗಳಿದ್ದಾಗ ಬಂತಪ್ಪ ಬರಗಾಲ. ಶನಿ ತಲೆ ಮೇಲೆ ಕೂತಂತೆ ಮೂರು ವರ್ಷ ನಿಂತು ಬಿಟ್ಟಿತು. ಬಾವಿಗಳು ಬತ್ತಿಹೋಗಿ ಏತಗಳು ತುಕ್ಕು ಹಿಡಿದವು. ದನಕರುಗಳು ಮೇವಿಲ್ಲದೆ ನೀರಿಲ್ಲದೆ ಸತ್ತು ಹೋದವು. ಮನೆಯಲ್ಲಿರುವ ಚಿನ್ನವಾದರು ಕೊಟ್ಟೇವು. ಆದರೆ ನೀರು ಮಾತ್ರ ಕೇಳಬೇಡಿ ಅನ್ನೊ ದಿನಗಳವು. ನಮ್ಮ ಬಾವಿಯಲ್ಲಿ ಆಳಕ್ಕಿಳಿದರೆ ಕುಡಿಯುವ ನೀರು ಸಿಗುತ್ತಿತ್ತೇ ವಿನಃ ವ್ಯವಸಾಯಕ್ಕೆ ಕಿಂಚಿತ್ತು ನೀರಿರಲಿಲ್ಲ. ಉಳಿದಿದ್ದ ರಾಗಿ ಭತ್ತಗಳು ಮುಗಿಯತೊಡಗಿದವು. ನನ್ನ ಅಪ್ಪನಿಗೆ ದಿಕ್ಕು ತೋಚದೆ ಒಲೆಯರ ಬೀದಿಯ ಮುನಿಯಮ್ಮನವರ ಮನೆಯಲ್ಲಿ ಲೆಕ್ಕ ಬರೆಯುವ ಕೆಲಸಕ್ಕೆ ಸೇರಿದರು. ಮುನಿಯಮ್ಮ ಬಹಳ ಗಟ್ಟಿಯಾದ ಹೆಂಗಸು. ಆ ಕಾಲದಲ್ಲೆ ಶಿವಮೊಗ್ಗೆಯಲ್ಲಿ ದೊಡ್ಡ ಮಿಲ್ಟ್ರಿ ಹೋಟೆಲನ್ನು ನಡೆಸುತ್ತಿದ್ದಳು. ಒಲೆಯರ ಬೀದಿಯಲ್ಲಿ ಆ ಕಾಲಕ್ಕೆ ಮಹಡಿ ಮನೆ ಕಟ್ಟಿಕೊಂಡಿದ್ದರು. ನಮ್ಮ ಮನೆಯ ಧಾನ್ಯಗಳು ಶೂನ್ಯವಾದ ಮೇಲೆ ಮುನಿಯಮ್ಮನ ಕಡೆಯಿಂದ ಬರುವ ಸಂಬಳವೆ ನಮಗೆ ದಿಕ್ಕು. ಆ ತಾಯಿ ಇರದಿದ್ದರೆ ಉಪವಾಸಗಳು ಯಮನ ಆಮಂತ್ರಣದಂತೆ ನಿಂತು ಕಾಯುತ್ತಿದ್ದವು. ಅಪ್ಪನಿಗೆ ಅರವತ್ತು ರೂಪಾಯಿ ಸಂಬಳ. ಆ ಕಾಲಕ್ಕೆ ಅದು

ಬಹಳ ದೊಡ್ಡ ಮೊತ್ತ. ಬೊಂಬಾಯಿಯಿಂದ ಉಡುಪಿಗೆ ಬಂದ ಸರಕು ಶಿವಮೊಗ್ಗೆಗೆ ರವಾನಿಸಲಾಗುತ್ತಿತ್ತು. ರೂಪಾಯಿಗೆರಡು ದರ. ಅಪ್ಪ ಮುನಿಯಮ್ಮನವರ ಕಾರು ಓಡಿಸುತ್ತಿದ್ದರಿಂದ ಪ್ರತಿ ವಾರ ಶಿವಮೊಗ್ಗೆಯಿಂದ ಸರಕು ತರುತ್ತಿದ್ದರು. ಒಂದು ವರ್ಷ ಹೀಗೂ ಹಾಗೂ ನಡೆದು ಹೋಯಿತು. ಈ ಸಮಯದಲ್ಲಿ ಮುನಿಯಮ್ಮ ಒಂದು ಗಂಡು ಮಗುವಿಗೆ ಜನ್ಮವನ್ನು ನೀಡಿದಳು. ಮುನಿಯಮ್ಮನಿಗು ಅವಳ ಮಂದ ಬುದ್ಧಿಯ ಗಂಡನಿಗು ಇದ್ದ ಸಂಬಂಧ ಊರಿಗೆಲ್ಲ ತಿಳಿದಿದ್ದೆ. ಅಪ್ಪನೇ ಅವಳ ಮಗವಿನ ತಂದೆಯೆಂದು ಊರವರೆಲ್ಲ ಮಾತನಾಡತೊಡಗಿದರು. ಮುನಿಯಮ್ಮ ನೋಡಲು ಅಪ್ಸರೆಗೇನೂ ಕಡಿಮೆ ಇರಲಿಲ್ಲ. ಅಪ್ಪನೂ ಅಷ್ಟೇ. ಅವರದ್ದು ಮನ್ಮಥ ಕಳೆ. ಗಂಡನಿಂದ ಕಿಂಚಿತ್ತು ಸುಖವನ್ನು ಪಡೆಯದ ಆ ಹೆಣ್ಣು ಅಪ್ಪನ ಪರ ಆಕರ್ಷಿತಳಾದಳೆಂದರೆ ತಪ್ಪು ಎಂದು ನನಗನಿಸುವುದಿಲ್ಲ. ಮುನಿಯಮ್ಮನ ಮಗನಿಗೆ ಮಾದ ಎಂದು ನಾಮಕರಣವೂ ಆಯಿತು. ಅಪ್ಪನ ಕಳೆಯನ್ನು ನಿನ್ನ ತಾತನಿಗಿಂತ ಹೆಚ್ಚು ಪಡೆದವನು ಮಾದ. ಇನ್ನು ಊರಿನವರ ಮಾತಿಗೆ ತಾಳಲಾರದೆ ಅಪ್ಪ ಕೆಲಸ ಬಿಟ್ಟರು. ಮುನಿಯಮ್ಮನ ಸಂಬಳದಿಂದಲೆ ನಡೆಯುತ್ತಿದ್ದ ನಮ್ಮ ಸಂಸಾರ ವಿಪತ್ತಿನಲ್ಲಿ ಸಿಲುಕಿತ್ತು. ಕೆಟ್ಟಾಗ ನೆಂಟರ ಬಳಿ ಹೋಗಬಾರದೆಂದು, ಭಟ್ಟರ ತಂದೆಯವರಾದ ಶೇಷಾದ್ರಿ ಭಟ್ಟರ ಹತ್ತಿರ ಅಪ್ಪನವರು ಹೋಗಿರಲಿಲ್ಲ. ಭಟ್ಟರ ತಂದೆ ಆಗ ತಾನೆ ಮದುವೆ ಮಾಡಿಕೊಂಡಿದ್ದರು. ಅವರ ಅತ್ತೆಯ ಮನೆಯ ಕಡೆ ಗಂಡು ಸಂತಾನವಿಲ್ಲದಿದ್ದರಿಂದ ಕಾರಣ ಅವರ ಜಮೀನಿನ ಉಸ್ತುವಾರಿ ಇವರದ್ದೆ. ಏತಗಳು ಬಾವಿಗಳು ದೊಡ್ಡದೆನ್ನುವ ಕಾಲದಲ್ಲಿ ಅವರ ಅತ್ತೆಯ ಮನೆಯವರು ಬೋರು ಹಾಕಿಸಿಕೊಂಡಿದ್ದರು. ಈ ಕಾರಣದಿಂದ ಅವರಿಗೆ ನೀರಿಗೇನು ಬರ ಇರಲಿಲ್ಲ.

ಆಶ್ಚರ್ಯವೆಂದರೆ ಮುನಿಯಮ್ಮ ಮತ್ತು ನನ್ನ ತಾಯಿಯ ಸಂಬಂಧ. ಅವರಿಬ್ಬರು ಬಹಳ ಆಪ್ತರು. ಅಮ್ಮನಿಗೆ ತಿಳಿಯದಿದ್ದು ಏನೂ ಇರಲಿಲ್ಲ. ಮುನಿಯಮ್ಮನ ಮನೆಯಿಂದ ಬೆಳಿಗ್ಗೆ ಒಂದು ಚೆಂಬು ಕಾಫಿ ನಮ್ಮ ಮನೆಗೆ ಬಂದು ಬಿಡುತ್ತಿತ್ತು. ನೀವು ಬನ್ನು ಅಂತೀರಲ್ಲ. ಅವೊಂದಷ್ಟು ಸೆರಗಿನಲ್ಲಿ ಬಚ್ಚಿಟ್ಟುಕೊಂಡು ಬರುತಿದ್ದಳು ನನ್ನ ತಾಯಿ. ಆ ದೇವರಿಗೆ ಈ

ಒಪ್ಪಂದ ಸರಿಬರಲಿಲ್ಲ. ಅಂತ ಕಾಣಿಸುತ್ತದೆ. ಮಾದನಿಗೊಂದು ಕಾಯಿಲೆ ಕೊಟ್ಟು ಬಿಟ್ಟ. ಊರ ಡಾಕ್ಟ್ರು, ನಾಟಿವೈದ್ಯರು, ಮಾಟ, ಮಂತ್ರ, ಪೂಜೆ, ಶಾಂತಿ ಯಾವುದೂ ಫಲಿಸಲಿಲ್ಲ. ಬೆಂಗಳೂರಿನ ದೊಡ್ಡಾಸ್ಪತ್ರೆಗೆ ಕರೆದುಕೊಂಡು ಹೋಗಬೇಕಾಯಿತು. ಹೋದ ಮುನಿಯಮ್ಮ ಆರು ತಿಂಗಳಾದರು ಬರಲಿಲ್ಲ. ನಮ್ಮ ಗತಿ ಯೋಚಿಸು. ಬರಡಾದ ಭೂಮಿ. ನೀರಿಲ್ಲದ ಬಾವಿ. ಅಪ್ಪ ಮತ್ತು ಮುನಿಯಮ್ಮನವರ ಸಂಬಂಧ ಬಯಲಾದ ಮೇಲೆ ನಂಟರಿಷ್ಟರೆಲ್ಲ ದೂರವಾದರು. ಊರಲ್ಲಿ ಕೆಲಸ ಗಿಟ್ಟುವ ಇನ್ಯಾವ ಸಾಧ್ಯತೆಗಳು ಕಾಣಲಿಲ್ಲ. ಇನ್ನು ಗಂಟು ಮೂಟೆ ಕಟ್ಟಿ ಬೆಂಗಳೂರಿಗೆ ಹೋಗೋಣವೆಂದು ಅಪ್ಪ ನಿರ್ಧಾರ ಮಾಡಿ ಬಿಟ್ಟರು. ಮುಂದಿನ ಶುಕ್ರವಾರ ಪ್ರಯಾಣವೆಂದು ತೀರ್ಮಾನವಾಯಿತು.

ಭಟ್ಟರ ತಂದೆ ಶೇಷಾದ್ರಿ ಭಟ್ಟರು ಮಿತ ಭಾಷಿಗಳು, ಆದರೆ ಎಲ್ಲದರ ಅರಿವು ಅವರಿಗಿತ್ತು. ನಮ್ಮ ತೀರ್ಮಾನ ಅವರಿಗೇಗೋ ತಿಳಿಯಿತು. ಒಂದು ದಿನ ಮನೆಗೆ ಬಂದವರೆ, ನಮ್ಮ ತಂದೆಯವರಿಗೆ, ಏನಣ್ಣ, ನಾನು ಸತ್ತು ಹೋದೆ ಅಂತ ತಿಳಿದಿದ್ದೀರ. ಪುಣ್ಯಕ್ಕೆ ನನಗೆ ವಿಷಯ ತಿಳಿಯಿತು. ಮಾತಿಗೆ ಬರೋಣ. ನನ್ನ ಹೆಂಡತಿಯ ಊರಿನಲ್ಲಿ ಉಳುವಷ್ಟು ಭೂಮಿ, ಬೇಕಾದಷ್ಟು ನೀರಿದೆ. ಇನ್ನು ವರುಣ ದೇವನು ಕರುಣಿಸೋವರೆಗು ಜಮುನಾಪುರದಲ್ಲಿ ಒಂದು ಬೀಜವು ಮೊಳಕೆಯಾಗುವಂತೆ ನನಗೆ ತೋರದು. ನನ್ನೊಡನೆ ಬಂದು ನನಗೆ ಸ್ವಲ್ಪ ಸಹಾಯ ಮಾಡಿಕೊಂಡಿದ್ದರೆ ನನಗೂ ಅನುಕೂಲ. ಇನ್ನು ಏನು ಯೋಚಿಸದೆ ಊರು ಬಿಡುವ ಯೋಚನೆ ಬಿಟ್ಟು ನಾನು ಹೇಳಿದ್ದನ್ನು ಕೇಳಿ. ಅಲ್ಲ ಶೇಷಾದ್ರಿ ಅನ್ನುವಷ್ಟರಲ್ಲಿ. ಮಾತು ಬೇಡ, ನಾನೇನು ನಿಮಗೆ ಕರುಣೆ ತೋರಿಸುತ್ತಿಲ್ಲ. ಕೆಲಸ ಮಾಡಿ ನಿಮ್ಮ ಪಾಲು ನಿರ್ಧಾರ ಮಾಡಿ ತೆಗೆದುಕೊಳ್ಳಿ ಎಂದರು. ನನಗೆ ಅರ್ಥವಾಗದಿದ್ದರು, ಅಮ್ಮ ಹೇಳಿದ ಮಾತುಗಳು ಚೆನ್ನಾಗಿ ಗುರುತಿವೆ. ಹೀಗೆ ನಾವು ಬೆಂಗಳೂರಿನ ಆಸೆಯನ್ನು ಕೈ ಬಿಟ್ಟೆವು. ಅಪ್ಪ ಬರಗಾಲ ಮುಗಿಯುವವರೆಗೂ ಶೇಷಾದ್ರಿ ಭಟ್ಟರ ಜೊತೆಯಲ್ಲಿದ್ದು ಅವರ ವ್ಯವಸಾಯಕ್ಕೆ ನೆರವಾದರು. ನೆರವಾದರೆಂದರೆ ತಪ್ಪಾದೀತು. ನಮಗೆ ಅವರು ಕರುಣಿಸದಿದ್ದರೆ ಊರು ಬಿಡುವುದು ಖಚಿತವಾಗಿತ್ತು. ಬೆಂಗಳೂರಿನಲ್ಲಿ ನಮ್ಮ ಪರಿಚಯಸ್ತರು ಯಾರು ಇರಲಿಲ್ಲ.

ಇದ್ದರೂ, ನಮಗೆ ಸಹಾಯವನ್ನು ಮಾಡುತ್ತಿರಲಿಲ್ಲ. ಅಪ್ಪ ತಿಂಗಳಿಗೊಮ್ಮೆ ಮನೆಗೆ ಬರುತ್ತಿದ್ದರು. ಆ ಸಮಯದಲ್ಲೆ ಮನೆಗೆ ಬೇಕಾದ ಸರಕುಗಳನ್ನೆಲ್ಲ ತಂದು ಹಾಕುತ್ತಿದರು. ಅಪ್ಪ ಬಂದ ಎರಡು ಮೂರು ದಿನ ನಮಗೆ ಹಬ್ಬ. ತಂಗಳು ಪೆಟ್ಟಿಗೆಗಳು ಆ ಕಾಲಕ್ಕಿಲ್ಲ. ಆದ್ದರಿಂದ ತರಕಾರಿಗಳು ವಾರಕ್ಕಿಂತ ಹೆಚ್ಚು ಉಳಿಯುತ್ತಿರಲಿಲ್ಲ. ರಾಗಿ ಭತ್ತಗಳು ಮಾತ್ರ ಬಹಳಷ್ಟಿತ್ತು. ನಮ್ಮ ಪುಣ್ಯವೋ ಏನೊ, ಉಪವಾಸವನ್ನು ನಾವು ನೋಡಲಿಲ್ಲ.

ಇದಾದ ಸ್ವಲ್ಪ ತಿಂಗಳುಗಳಲ್ಲಿ, ಭಟ್ಟರ ತಾಯಿಯವರ ಊರಿನಿಂದ ಶೇಷಾದ್ರಿ ಭಟ್ಟರು ಒಂದು ಗಂಡು ನೋಡಿ ನನಗೆ ಮದುವೆ ಮಾಡಿಸಿದರು. ನಮ್ಮ ಹಳೇ ಸಂಬಂಧಿಗಳು ಯಾರು ನಮ್ಮ ಮನೆಯಿಂದ ಹೆಣ್ಣನ್ನು ಮದುವೆಗೆ ಪರಿಗಣಿಸಲು ಸಿದ್ದರಿರಲಿಲ್ಲ. ಶೇಷಾದ್ರಿ ಭಟ್ಟರ ಬಗ್ಗೆ ಬೆನ್ನು ಹಿಂದೆ ಮಾತನಾಡಿಕೊಂಡರೂ, ಅವರ ಮುಂದೆ ಮಾತನಾಡುವ ಧೈರ್ಯ ಯಾರಿಗೂ ಇರಲಿಲ್ಲ. ಎಲ್ಲ ಖರ್ಚನ್ನು ಅವರೆ ವಹಿಸಿಕೊಂಡು ಮದುವೆ ಮಾಡಿಕೊಟ್ಟರು. ನನ್ನ ಹಣೆಬರಹ. ಮದುವೆಯಾದ ಎರಡು ವರ್ಷಕ್ಕೆ ಗಂಡನನ್ನು ಕಳೆದುಕೊಂಡೆ. ಅಂದು ನನಗೇನು ತಿಳಿಯದು. ಅಪ್ಪ ಮನೆಗೆ ಕರೆದುಕೊಂಡು ಮೇಲೆ, ಮನೆ ಮುಂದೆಲ್ಲ ಜನರ ಸಮೂಹ. ಶಾಸ್ತ್ರ ಪ್ರಕಾರವಾಗಿ ನನ್ನ ತಲೆ ಬೋಳಿಸಿ ಬಳೆ ಒಡೆಸೊ ಪ್ರಯತ್ನ ಎಲ್ಲರದ್ದು. ಊಟವಿಲ್ಲದಾಗ ಬರದ ನೆಂಟರು ಆಗ ಮಾತ್ರ ಬಂದು ರಗಳೆ ಮಾಡಿದ್ದು ಈಗ ಯೋಚಿಸಿದರೆ ತಮಾಷೆ ಎನಿಸುತ್ತದೆ. ಅಪ್ಪ ಮಾತ್ರ ಎಲ್ಲರ ಹೆದರಿಸಿ ನಿಂತರು. ಆಗಲೂ ಅಪ್ಪನ್ನ ಜೊತೆ ನಿಂತಿದ್ದು ಶೇಷಾದ್ರಿ ಭಟ್ಟರೆ, ಸಂಕಟವೆನಿಸಿದರು. ಕಾಲಕ್ರಮೇಣ ಅಭ್ಯಾಸವಾಗಿ ಬಿಟ್ಟಿತು.

ನಿನ್ನ ತಾತ ನನ್ನಣ್ಣನಿಗೆ ಆಗ ಹನ್ನೆರಡು ವರ್ಷ. ಅವನು ತುಂಬಾ ಚೂಟಿ. ಶಿವಮೊಗ್ಗೆಯಲ್ಲಿ ನಮ್ಮ ಜಾತಿಯವರದ್ದೆ ಆಗಿದ್ದ ವಸತಿ ಗೃಹದಲ್ಲಿ ಇದ್ದು ಓದಿಕೊಳ್ಳಲು ಅನುಕೂಲ ಮಾಡಿಕೊಟ್ಟರು. ಅವನು ಚೆನ್ನಾಗಿ ಓದಿ ನಮ್ಮ ಊರಲ್ಲೆ ಮೇಷ್ಟ್ರ ಉದ್ಯೋಗ ಗಳಿಸಿಕೊಂಡ. ನಾವಿಂದು ಈ ಮಟ್ಟಕ್ಕೆ ಬರಲು ಅವರ ಪಾತ್ರ ಅಪಾರ. ಆ ಕಾಲದಲ್ಲಿ ಜಾತಿ, ಪದ್ಧತಿಗಳೆಲ್ಲ ಪ್ರಾಮುಖ್ಯ ಹೊಂದಿದಂತಹ ವಿಷಯಗಳು. ಅವುಗಳ ವಿರುದ್ಧ ಹೋಗಿ ನಮಗೆ ಸಹಾಯ ಮಾಡುವುದೆಂದರೆ ಎಂತ ಹೃದಯ ಅಂತ

ತಿಳಿದುಕೊ. ಇದು ಮರಿ ಅವರ ಕಥೆ.

ಇವನ್ನೆಲ್ಲ ಕೇಳಿದ ಮೇಲೆ ನನಗೆ ಶೇಷಾದ್ರಿ ಭಟ್ಟರ ಮೇಲಿದ್ದ ಗೌರವ ಇಮ್ಮಡಿಯಾಯಿತು. ಆದರೆ ನನ್ನ ಮನಸನ್ನು ಸೆಳೆದಿದ್ದು ಮಾತ್ರ ಮುನಿಯಮ್ಮನಿಗೂ ಮುತ್ತಾತನಿಗೂ ಇದ್ದ ಸಂಬಂಧ. ಅಂತ ಕಾಲದಲ್ಲಿ ಪಟ್ಟಣದಲ್ಲಿ ಹೋಟೆಲು ವ್ಯಾಪಾರ ಮಾಡಿದರೆಂದರೆ ಅಚ್ಚರಿಯ ವಿಷಯ. ಮುನಿಯಮ್ಮನ ಕಾರಣದಿಂದ ನಮ್ಮ ಸಂಬಂಧಿಕರೆಲ್ಲ ದೂರವಾಗಿದ್ದರೂ, ಅಜ್ಜಿಗೆ ಅವರ ಮೇಲಿದ್ದ ಗೌರವ ಅಪಾರ. ಸಹನೆ ಮತ್ತು ಪರಿಪಕ್ವತೆಯಲ್ಲಿ ಅಂದಿನ ಜನರೆ ಮುಂದಿದ್ದರೆಂಬುದು ನನಗೆ ಅನಿಸತೊಡಗಿತು. ಅಂತೂ, ಮುತ್ತಾತ ಮತ್ತು ಮುನಿಯಮ್ಮನವರ ಒಗಟಿಗೆ ಉತ್ತರ ದೊರಕಿತ್ತು. ಸೂರ್ಯ ಮುಳುಗುವಷ್ಟರಲ್ಲಿ ಮೀರಳನ್ನು ಸ್ವಲ್ಪ ಸುತ್ತಾಡಿಸಿ ಬರೋಣ ಅಂತ ಅಲ್ಲಿಂದ ಹೊರಟೆ. ಬರುವಷ್ಟರಲ್ಲಿ ಅಜ್ಜಿ ಅವರ ಅನಿಸಿಕೆ ಸೀತೆಗೆ ತಿಳಿಸಿದ್ದರು. ಅವಳು ಒಪ್ಪಿ ಕೊಂಡಿದ್ದಳು. ನನ್ನ ತಲೆಯ ಮೇಲಿನ ಭಾರವು ಇಳಿದಿತ್ತು. ಸೀತೆ ಅಡಿಗೆಯನ್ನು ಸಿದ್ಧ ಮಾಡಿದ್ದಳು. ತಿಂದು ಸ್ವಲ್ಪ ಹೊತ್ತಿಗೆ ಮಲಗ ಹೊರಟೆ. ಸೂಟ್ಕೇಸು ತೆಗೆದು ಯಾವುದಾದರೊಂದು ಪುಸ್ತಕ ಓದೋಣ ಅಂತ ಹುಡುಕಿದೆ. ಆಗ ನನ್ನ ಕಣ್ಣಿಗೆ ಬಿದ್ದಿದ್ದು ಅಜ್ಜಿಗಾಗಿ ನಾನು ತಂದಿದ್ದ ಪುರಾತನ ಕಾಲದ ದೀಪಗಳ ಜೋಡಿ. ನಾಳೆ ಸಮಯ ನೋಡಿ ಅಜ್ಜಿಗೆ ತೋರಿಸೋಣ ಅಂತ ಕೈಗೆ ಸಿಕ್ಕ ಪುಸ್ತಕ ಓದಿಕೊಂಡು ನಂತರ ಮಲಗಿಬಿಟ್ಟೆ.

****

ಅಧ್ಯಾಯ –೪

ಭಟ್ಟರು ಸಾವಿತ್ರಿಯ ಶವಸಂಸ್ಕಾರವ ಮುಗಿಸಿ ಜಮುನಾಪುರಕ್ಕೆ ಬಂದಿದ್ದರು. ಅಜ್ಜಿ ನಾನು ಏಳುವುದನ್ನೇ ಕಾದು ಕುಳಿತಿದ್ದರು. ಎದ್ದ ತಕ್ಷಣ ಮರಿ, ಬೇಗನೆ ತಿಂಡಿ ಮುಗಿಸು. ಭಟ್ಟರನ್ನು ನೋಡಿಕೊಂಡು ಬರೋಣ ಎಂದರು. ಸರಸರನೆ ಸ್ನಾನ ಮುಗಿಸಿ ನಾನು ಅಜ್ಜಿ ಭಟ್ಟರ ಮನೆ ಕಡೆ ಹೊರಟೆವು. ಭಟ್ಟರು ಮನೆ ತುಂಬ ಚಿಕ್ಕದು. ಅವರ ತಂದೆಯವರು ಕಟ್ಟಿದ್ದ ಮನೆ ಚಿಕ್ಕಪ್ಪಂದಿರ ಪಾಲಾಗಿತ್ತು. ಭಟ್ಟರು ಪೂಜೆ ಮಾಡಿ ಬಂದದ್ದರಲ್ಲಿ ಊಟಕ್ಕೆ ತೊಂದರೆಯಿರಲಿಲ್ಲ. ಆದರೆ ಸಾವಿತ್ರಿಯ ತಂಗಿ ಭಾರ್ಗವಿಗೆ ಇನ್ನು

ಮದುವೆ ಮಾಡಬೇಕಿತ್ತು. ಅವರ ತಾಯಿಯವರ ಆರೋಗ್ಯವು ಅಷ್ಟಕ್ಕಷ್ಟೆ.

ಅವರ ಮನೆಯವರು ದುಃಖದಿಂದ ಹೊರಬಂದಿರಲಿಲ್ಲ. ಭಟ್ಟರ ಮಡದಿಯಂತು ಸೊರಗಿ ಹೋಗಿದ್ದರು. ಮೂರು ದಿನದಿಂದ ಯಾರು ಊಟ ಮಾಡಿದಂತೆ ಕಾಣಲಿಲ್ಲ. ಅಜ್ಜಿ ಭಟ್ಟರ ಅಮ್ಮನವರ ಹತ್ತಿರ ಕುಳಿತರು. ಭಟ್ಟರ ತಾಯಿ ಬಹಳ ಲಕ್ಷಣವಾಗಿದ್ದರು. ಅಜ್ಜಿಗಿಂತ ಎರಡು ಮೂರು ವರ್ಷ ದೊಡ್ಡವರಿರಬಹುದಷ್ಟೆ. ಅಜ್ಜಿಯನ್ನು ಮೂಕಿ ಎಂದೆ ಕರೆಯುತ್ತಿದ್ದರು. ಇಂದು ಅಷ್ಟೆ. ಮೂಕಿ, ಈ ನತದೃಷ್ಟೆಯ ನೋಡಲು ಬಂದೆಯ? ನಾನು ಈ ಮನೆಗೆ ಕಾಲಿಟ್ಟ ಮೇಲೆ ಎಲ್ಲ ಹಾಳಾಗಿ ಹೋಯಿತು. ಆಸ್ತಿ. ಪಾಸ್ತಿ. ಮನೆ. ಗದ್ದೆ, ಹೊಲ, ಕುದುರೆ, ಹಸು ಎಲ್ಲ ಕಳೆದುಕೊಂಡೆವು. ಈಗ ನನ್ನ ಸಾವಿತ್ರಿಯೂ ಹೋದಳು. ಇನ್ನೇನು ಉಳಿದಿದೆ ಎಂದು ನಿಲ್ಲಿಸದೆ ಗೋಳನೇಳಿಕೊಂಡರು. ಅಕ್ಕ, ನೀವು ದೊಡ್ಡವರು, ಹೀಗಾದರೆ ಹೇಗೆ? ಭಟ್ಟರು ಏನು ಹೇಳದಿದ್ದರು, ನಿಮ್ಮ ಧೈರ್ಯವೇ ಅವರಿಗೆ ಬೆಂಬಲ. ಎಷ್ಟು ನೋಡಿದಿರಕ್ಕ ಮನಸ್ಸು ಗಟ್ಟಿ ಮಾಡಿ ಶೋಕವ ಕರಗಿಸಿ ಬಿಡಿ. ಅವಳ ಹಣೆ ಬರಹಕ್ಕೆ ಯಾರೇನು ಮಾಡಿಯಾರು. ಮುಂದೆ ಆಗುವುದನ್ನು ನೋಡೋಣ ಎಂದರು. ನೀವು ಏನು ತಿಂದಹಾಗೆ ತೋರದು. ಸ್ವಲ್ಪ ಹಣ್ಣೊ ಗಂಜಿಯೊ ಸೇವಿಸಬಾರದೆ ಎನ್ನುವಷ್ಟರಲ್ಲಿ ಭಟ್ಟರ ಹೆಂಡತಿ ಒಂದಿಷ್ಟು ಬಾಳೆ ಹಣ್ಣು ಮತ್ತು ಹಾಲು ತಂದು ಅವರ ಮುಂದಿಟ್ಟರು. ಭಟ್ಟರ ತಾಯಿಯವರ ಕಣ್ಣಿನ ಹನಿಗಳು ಸೋರುವುದು ನಿಂತಿರಲಿಲ್ಲ.

ಅಜ್ಜಿಯನ್ನು ನೋಡಿದ್ದು ಅವರಿಗೂ ಸ್ವಲ್ಪ ಹಿತವೆನಿಸಿದ ಹಾಗಿತ್ತೊ ಏನೊ? ಕಣ್ಣೊರೆಸಿಕೊಂಡು ಹಣ್ಣು ತಿಂದು ಹಾಲು ಕುಡಿದು ಮುಗಿಸಿದರು. ನಂತರ ಪಕ್ಕದ ಕೊಠಡಿಯಲ್ಲಿ ಕುಳಿತಿದ್ದ ಭಾರ್ಗವಿಯ ತಲೆ ಸವರುತ್ತ ಅಜ್ಜಿ, ಮಗು ನಿನ್ನಕ್ಕನ ಗುಣವೆ ನಿನ್ನದು. ಒಂದು ಮಾತು ಕೇಳುತ್ತೇನೆ. ಸಂಕೋಚ ಪಡಬೇಡ. ಕಳೆದ ಬಾರಿ ಊರ ಉತ್ಸವಕ್ಕೆ ಬಂದ ಸಾವಿತ್ರಿ. ನೀನು ಅವಳ ಮೈದುನ ಮಲ್ಲಿಕಾರ್ಜುನ, ಒಬ್ಬರನ್ನೊಬ್ಬರು ಇಷ್ಟ ಪಟ್ಟಿದ್ದೀರೆಂದು ತಿಳಿಸಿದ್ದಳು. ಅವನು ಒಳ್ಳೆಯವನೆ. ಮಕ್ಕಳಿಗೂ ಚಿಕ್ಕಪ್ಪನೆಂದರೆ ಅತಿ ಪ್ರೀತಿ. ನೀನು ಒಪ್ಪಿದರೆ ಭಟ್ಟರ ಹತ್ತಿರ ಮಾತನಾಡುತ್ತೇನೆ. ಹುಡುಗ ನಿನಗಿಂತ ಕಡಿಮೆ ಓದಿದ್ದರು,

ಬುದ್ಧಿವಂತನಂತೆ. ಸಾವಿತ್ರಿ ಸುಮ್ಮನೆ ಯಾರನ್ನು ಹೊಗಳುವವಳಲ್ಲ. ಅವಳಿಗೆ ಮಲ್ಲಿಕಾರ್ಜುನನಲ್ಲಿ ಬಹಳ ಗೌರವವಿತ್ತು. ನೀನಲ್ಲಿದ್ದರೆ ಮಕ್ಕಳಿಗೆ ಸಾವಿತ್ರಿಯ ಕೊರತೆ ಇರಲಾರದು. ಯೋಚಿಸಿ ನೋಡು. ಕಾರ್ಯ ಮುಗಿದೊಡನೆಯೆ ಮಾತು ನಡೆಸಿದರಾಯಿತು ಎಂದರು. ಅವಳು ಗಪ್ಪನೆ ಅಜ್ಜಿಯನ್ನು ಅಪ್ಪಿಕೊಂಡು ಜೋರಾಗಿ ಅತ್ತುಬಿಟ್ಟಳು. ಅಜ್ಜಿ ಊರಿನವರೆಲ್ಲ ನಿಮ್ಮನ್ನು ತಲೆ ಕಟ್ಟವರು ಎಂದು ಆಡಿಕೊಳ್ಳುವಾಗ ಎಷ್ಟೋ ಸಲ ಮಾತಿಗೆ ನಾನು ಮಾತ ಜೋಡಿಸಿ ನಿಮ್ಮನ್ನು ಹೀಯಾಳಿಸಿದ್ದೇನೆ. ಅಪ್ಪ ನಿಮ್ಮನ್ನು ಯಾಕಷ್ಟು ಗೌರವಿಸುತ್ತಾರೆಂದು ಅರ್ಥವಾಗದೆ ಕೋಪ ಬರುತ್ತಿತ್ತು. ಅಕ್ಕನ ಜೊತೆಗೆ ನನ್ನ ಪ್ರೀತಿಯು ಸತ್ತು ಹೋಯಿತು ಅಂತ ಒಪ್ಪಂದಕ್ಕೆ ಬಂದು ಬಿಟ್ಟಿದ್ದೆ. ನೀವು ಆ ಕೆಲಸ ಮಾಡಿ ಕೊಟ್ಟರೆ ಅಕ್ಕನ ಮಕ್ಕಳನ್ನು ಸ್ವಂತ ಮಕ್ಕಳಿಗಿಂತ ಹೆಚ್ಚಾಗಿ ನೋಡಿಕೊಳ್ಳುತ್ತೇನೆ. ಹೇಗಾದರು ಎಲ್ಲರನ್ನೊಪ್ಪಿಸಿ ಅಜ್ಜಿ ಎಂದಳು. ಅಜ್ಜಿಯ ಸಮಯ ಪ್ರಜ್ಞೆ ನನ್ನ ಮೂಕನನ್ನಾಗಿಸಿತು. ಅಮ್ಮನ ಸಾವಿನ ನಂತರ, ಅವರ ಈ ಗುಣವೇ ನನ್ನ ಜೀವನ ರೂಪಿಸಿಕೊಳ್ಳಲು ಸಾಧ್ಯ ಮಾಡಿ ಕೊಟ್ಟಂತದ್ದು. ಈಗ ಭಾರ್ಗವಿಯ ಪರ ಅದೇ ಪಾತ್ರ ವಹಿಸುತ್ತಿದ್ದರು. ನನಗಿದು ತಿಳಿಯದ ವಿಷಯ. ಸಾವಿತ್ರಿಯ ಮದುವೆಯ ನಂತರ ನಾನವಳನ್ನು ನೋಡಿದ್ದಿಲ್ಲ. ಸಾವಿತ್ರಿ ಅಜ್ಜಿಗೆ ಈ ವಿಷಯ ತಿಳಿಸಿ ಎಂತ ಒಳ್ಳೆಯ ಕೆಲಸ ಮಾಡಿದಳೆನಿಸಿತು. ತಡ ಮಾಡದೆ ಭಟ್ಟರು ಫೋನು ಮಾಡಿ ಸಾವಿತ್ರಿಯ ಮನೆಯವರ ಅಭಿಪ್ರಾಯ ತಿಳಿದುಕೊಂಡರು. ಅವರಿಗೂ ಒಪ್ಪಿಗೆಯಾಗಿತ್ತು.

ಭಟ್ಟರು ನನ್ನ ಹಾಗೆ ಅಜ್ಜಿಯನ್ನು ಹೆಚ್ಚು ನಂಬುವವರು. ಅವರ ಹೆಂಡತಿಗೆ ಒಪ್ಪಿಗೆಯಿದ್ದರೂ ಅವರಿರುವ ಪರಿಸ್ಥಿತಿಯಲ್ಲಿ ಮದುವೆ ಮಾಡುವುದರ ಪರ ಯೋಚನೆಯಿತ್ತು. ಭಟ್ಟರ ತಾಯಿ ಮಲಗಿಬಿಟ್ಟಿದ್ದರಿಂದ ಅವರ ಎಬ್ಬಿಸ ಹೋಗಲಿಲ್ಲ. ಮರಿ, ನೀನು ತಯಾರಾಗು, ಗೋಮತಿಪುರಕ್ಕೋಗಿ ಬರೋಣ ಎಂದರು. ನನಗೆ ಒಂದೂ ಅರ್ಥವಾಗಲಿಲ್ಲ. ಹೊಳೆ ದಾಟದೆ ಅಲ್ಲಿಗೋಗಲು ಬಹಳ ದೂರ ಹತ್ತದಿನ್ನೈದು ಊರು ಸುತ್ತಿ ಹೋಗಬೇಕು. ಅದಕ್ಕೆ ದೋಣಿ ಪ್ರಯಾಣವೆ ಸರಿ ಅಂತ ಅಂದುಕೊಂಡು, ಮನೆಗೆ ಹೋಗಿ ಸೀತೆಗೊಂದು ಮಾತು ಹೇಳಿ,

ಹೊಳೆಯ ಬಳಿ ಹೊರಟೆವು. ಪುಣ್ಯಕ್ಕೆ ಅಣ್ಣಯ್ಯಪ್ಪನು ಖಾಲಿ ನಿಂತಿದ್ದ. ಅವನ ದೋಣಿಯಲ್ಲಿ ಕೂತು ಪ್ರಯಾಣ ಮಾಡತೊಡಗಿದವು. ಒಂದೂವರೆ ಗಂಟೆಯ ಪ್ರಯಾಣದ ನಂತರ ಹೊಳೆ ದಾಟಿ ಗೋಮತಿಪುರವ ಸೇರಿದೆವು. ನಾನು ಅಲ್ಲಿಗೋದದ್ದು ಎರಡನೆ ಬಾರಿ. ಅಪ್ಪ ಕೃಷ್ಣಾರ್ಜುನ ವಿಜಯ ನಾಟಕಕ್ಕೊಂದು ಸಾರಿ ಕರೆದು ಕೊಂಡು ಹೋಗಿದ್ದರು.

ವಿಚಿತ್ರವೆಂದರೆ ಊರಲ್ಲಿ ಎಲ್ಲರು ಅಜ್ಜಿಯವರನ್ನು ಭಟ್ಟರನ್ನು ನೋಡಿ ಕೈ ಜೋಡಿಸಿ ಮಾತನಾಡಿಸುತ್ತಿದ್ದರು. ಸಹಜವಾದ ನಮಸ್ಕಾರದಂತೆ ತೋರಲಿಲ್ಲ. ನನಗೆ ಆಶ್ಚರ್ಯ. ಜಮುನಾಪುರದಲ್ಲಿ, ಅಜ್ಜಿಯವರನ್ನು ಕಂಡರೆ ಬೆನ್ನ ಹಿಂದೆ ಕಿಸಕಿಸ ಎಂದು ನಗುವವರೆ ಹೆಚ್ಚು. ಇಲ್ಲಿ ಸಂಪೂರ್ಣ ಬದಲಾದ ವಾತಾವರಣ ಆ ಪ್ರತಿಯಲ್ಲಿ, ಹಳೆಯ ಕಾಲದ ಶಿವನ ದೇವಸ್ಥಾನವೊಂದಿತ್ತು. ಅದನ್ನು ದಾಟಿದರೆ ಊರ ಗೌಡರ ಮನೆ. ಒಳಗೆ ಹೋಗದೆ ಹೊರಗೆ ಜಗುಲಿಯ ಮೇಲೆ ಕುಳಿತೆವು. ಭಟ್ಟರ ಸೂತಕ ಮುಗಿದಿರಲಿಲ್ಲ. ನನ್ನ ಜೀವನದಲ್ಲಿ ಅಷ್ಟು ದೊಡ್ಡ ಮನೆಯನ್ನು ನೋಡಿದ್ದೆ ಇಲ್ಲ. ಗೌಡರು ಬಂದವರೆ ಅಜ್ಜಿಯ ಕಾಲಿಗೆ ಬಿದ್ದು ಆಶೀರ್ವಾದ ತೆಗೆದುಕೊಂಡರು. ಭಟ್ಟರನ್ನಪ್ಪಿ, ವಿಷಯ ತಿಳಿಯಿತು. ನಾನು ಊರಿನಲ್ಲಿರಲಿಲ್ಲ. ಎರಡು ವಾರ ಕಳೆದು ನಾನೆ ಬರಬೇಕಂತಿದ್ದೆ. ನೀವೆ ಬಂದಿರಿ. ಹೇಳಿ ಏನು ವಿಷಯ ಎಂದರು. ಅಜ್ಜಿ, ಗೌಡರೆ, ಸಾವಿತ್ರಿ ಇಂದು ನಮ್ಮೊಡನಿಲ್ಲ. ಅವಳ ತಂಗಿ ಭಾರ್ಗವಿಯನ್ನು ಸಾವಿತ್ರಿಯ ಮೈದುನನಿಗೆ ಕೊಡಬೇಕೆಂದು ನಿಶ್ಚಯವಾಗಿದೆ. ಐದು ವರ್ಷಗಳ ಹಿಂದೆ ಏನು ಬೇಕಾದರು ಕೇಳು ಅಂತ ನನಗೂ. ಭಟ್ಟರಿಗೂ ನೀವು ಹೇಳಿದ್ದಿರಿ. ಅಂದು ಅವಶ್ಯಕತೆಯೇನು ಇರಲಿಲ್ಲ. ಭಾರ್ಗವಿಯ ಮದುವೆಯ ಜವಾಬ್ದಾರಿ ನಿಮ್ಮದು ಎಂದರು. ಗೌಡರು, ಮೂಕಮ್ಮ ನಿಮ್ಮ, ಭಟ್ಟರ ಋಣ ನಾನು ಈ ಊರಿನವರು ತೀರಿಸಲಾರೆವು. ಏನು ಯೋಚಿಸದೆ ಮನೆಗೆ ಹೋಗಿ, ಮದುವೆಯ ಜವಾಬ್ದಾರಿ ನನ್ನದು. ನಿಮ್ಮ ಋಣ ತೀರಿಸಲೊಂದು ಅವಕಾಶ ಕೊಟ್ಟಿರಲ್ಲ. ಅಷ್ಟು ಸಾಕು ಅಂದರು. ಭಟ್ಟರ ಸೋತ ಮುಖದಲ್ಲಿ ಕಿಂಚಿತ್ತು ನೆಮ್ಮದಿ ಕಾಣಿಸಿತು. ಆದರೆ, ನನಗೆ ಇಲ್ಲಿ ತಲೆ ಬುಡ ಅರ್ಥವಾಗಲಿಲ್ಲ. ಗೌಡರು ಎಳನೀರು ತರಿಸಿಕೊಟ್ಟರು. ಅಷ್ಟರಲ್ಲಿ ಇಪ್ಪತ್ತಿಪ್ಪತ್ತೈದು ಜನರು

ಗೌಡರ ಮನೆಗೆ ತರಕಾರಿ, ಬೇಳೆ, ಎಣ್ಣೆ, ಹುಣಸೇಹಣ್ಣು ಅಂತ ಏನೇನೂ ತಂದಿಡಲು ಶುರು ಮಾಡಿದರು. ಏಕೀಜನರು ಅಜ್ಜಿ ಮತ್ತು ಭಟ್ಟರ ಪರ ಇಷ್ಟು ಗೌರವ ತೋರಿಸುತ್ತಿದ್ದಾರೆಂಬ ಆತಂಕ ಹೆಚ್ಚಾಗ ತೊಡಗಿತು. ಗೌಡರ ಮನೆಯ ಆಳುಗಳು ಈ ಎಲ್ಲ ಸಾಮಾನನ್ನು ಎರಡು ಮೂಟೆಗಳಲ್ಲಿಟ್ಟು ದೋಣಿಯಲ್ಲಿ ತಂದಿರಿಸಿದರು.

ಎಲ್ಲರಿಗೂ ಹೋಗಿ ಬರುತ್ತೀವೆಂದು ಹೇಳಿ, ನಮ್ಮ ಹಿಂದಿರುಗುವ ಪ್ರಯಾಣ ಶುರುವಾಯಿತು. ಇನ್ನು ತಡೆದುಕೊಳ್ಳಲಾಗದ ಕಾರಣ. ನಾನು, ಅಲ್ಲ ಅಜ್ಜಿ, ನನಗೆ ಒಂದೂ ಅರ್ಥವಾಗಲಿಲ್ಲ. ಏನಿದೆಲ್ಲ? ನಿಮಗೂ, ಭಟ್ಟರಿಗೂ ಈ ಊರಿಗೂ ಏನು ನಂಟು ಎಂದೆ.

ಮರಿ, ಭಾರ್ಗವಿಯ ಬಗ್ಗೆ ಯೋಚಿಸುತ್ತ ನಿನಗೆ ಹೇಳುವುದೆ ಮರೆತೆ, ಗೋಮತಿಪುರದವರಿಗು ನಮ್ಮ ಊರಿನವರಿಗು ಅಷ್ಟು ಆಗಿ ಬರುವುದಿಲ್ಲ. ಐದು ವರ್ಷಗಳ ಹಿಂದೆ ಗೋಮತಿಪುರದಲ್ಲಿ ಪ್ಲೇಗು ರೋಗವು ಹರಡಿಬಿಟ್ಟಿತು. ಅಕ್ಕಪಕ್ಕದ ಊರಿನವರಾರು ಅಲ್ಲಿಗೆ ಹೋಗುವ ಧೈರ್ಯ ಮಾಡಲಿಲ್ಲ. ಊರಿನವರೆಲ್ಲ, ಮನೆಗಳನ್ನು ಬಿಟ್ಟು ಊರಾಚೆ ಗುಡಿಸಿಲುಗಳಲ್ಲಿರತೊಡಗಿದರು. ಗೋಮತಿಪುರದವರು ದೈವಭಕ್ತರು. ಊರಿನ ಐನೋರು ಊರು ಬಿಟ್ಟಿದ್ದರು. ಮೊದಲೆ ಇಂತ ಕೆಟ್ಟ ಸಮಯ. ಪ್ಲೇಗು ರೋಗಕ್ಕಿಂತ ಊರ ದೇವಾಲಯದಲ್ಲಿ ಪೂಜೆ ನಡೆಯದಿದ್ದುದು, ಅವರ ಸಂಕಟವನ್ನೆಚ್ಚಾಗಿಸಿತ್ತು. ಜಮುನಾಪುರದವರಿಗೆ ಈ ಊರ ಪರ ದ್ವೇಷವಿದ್ದುದರಿಂದ, ಯಾರು ಅಲ್ಲಿಗೆ ಹೋಗಿ ಸಹಾಯ ಮಾಡಲು ಮುಂದೆ ಬರಲಿಲ್ಲ. ಭಟ್ಟರ ಕಡೆಯಿಂದ ನನಗೀ ವಿಷಯ ತಿಳಿಯಿತು. ಜಮುನಾಪುರದಲ್ಲಿ ಯಾರು ಗೋಮತಿಪುರಕ್ಕೋಗಬಾರದೆಂದು ಎಲ್ಲರು ನಿರ್ಧಾರ ಮಾಡಿಕೊಂಡಿದ್ದರು. ನನಗೂ ಭಟ್ಟರಿಗೂ ಇದು ಸರಿ ತೋರಲಿಲ್ಲ. ನಾನು, ಭಟ್ಟರು ಮತ್ತು ಊರಿನ ನಾಟಿ ವೈದ್ಯರು ಗಂಟು ಕಟ್ಟಿಕೊಂಡು ಹೊರಟೇ ಬಿಟ್ಟೆವು. ಗೋಮತೀಪುರದ ಜನರು ಊರ ಹೊರಗೆ ಗುಡಿಸಲುಗಳಲ್ಲಿದ್ದರು. ನಮಗೂ ಚಿಕ್ಕದಾಗಿ ಮೂರು ಗುಡಿಸಿಲುಗಳನ್ನಾಕಿ ಕೊಟ್ಟರು. ಇನ್ನು ಮುಂದಿನ ಎರಡು ತಿಂಗಳುಗಳನ್ನು ನಾವು ಕಳೆದದ್ದು ಅಲ್ಲೆ. ಸಣ್ಣ ಪುಟ್ಟ ಖಾಯಿಲೆಗಳಿಗೆ ನಮ್ಮ ಶ್ಯಾಮಾ ವೈದ್ಯರು ಅವರಲ್ಲಿದ್ದ

ಮೂಲಿಕೆಗಳಲ್ಲಿ ಎಷ್ಟು ಗುಣ ಪಡಿಸಲಾಗುತ್ತಿತ್ತೊ ಅಷ್ಟನ್ನು ಮಾಡಿದರು. ಊರ ಒಳಕ್ಕೆ ಊರ ಜನರೇ ಹೋಗುತ್ತಿರಲಿಲ್ಲ. ಅಂತದ್ದರಲ್ಲಿ, ಭಟ್ಟರು ಪ್ರತಿ ದಿನ ಶಿವನ ದೇವಾಲಯಕ್ಕೋಗಿ, ಪೂಜೆ ಮಾಡಿ ಬರುತ್ತಿದ್ದರು. ಗೌಡರ ಹೆಂಡತಿಯಂದು ತುಂಬು ಗರ್ಭಿಣಿ. ಪುಣ್ಯಕ್ಕೆ ಸೂಲಗಿತ್ತಿ ನಾಗಿ ಇದ್ದುದರಿಂದ ನಾನು ಅವಳು ಸೇರಿ ಹೆರಿಗೆ ಮಾಡಿಸಿದೆವು. ಗೌಡರ ಮೊದಲ ಸಂತತಿಯದು. ಬಹಳ ಹೆದರಿಬಿಟ್ಟಿದ್ದರು. ಹೀಗೆ ಎರಡು ತಿಂಗಳು ಕಳೆದ ಮೇಲೆ ರೋಗದ ಪ್ರಭಾವ ಶೂನ್ಯವಾಗಿತ್ತು. ಎಲ್ಲರೂ ಅವರವರ ಮನೆಗೆ ಹಿಂದಿರುಗಿ ಮನೆಯನ್ನು ಶುಭ್ರ ಮಾಡಿಕೊಂಡು ಮತ್ತೆ ಅಲ್ಲೆ ವಾಸಮಾಡತೊಡಗಿದರು. ಒಂದೆರಡು ವಾರ ಗೌಡರ ಮನೆಯಲ್ಲೆ ಇದ್ದು, ಐನೋರು ಮರಳಿ ಬಂದ ಮೇಲೆ ನಾನು ಭಟ್ಟರು ಹಿಂದಿರುಗಿದೆವು. ಶ್ಯಾಮಾ ವೈದ್ಯರು ಒಂದು ವಾರದ ಮುಂಚೆಯೆ ಹಿಂದಿರುಗಿದ್ದರು. ನಾವು ಮರಳುವಾಗ ಗೌಡರು, ಏನು ಬೇಕಾದರು ಕೇಳಿ ಅಂತ ಹೇಳಿದ್ದರು. ಇಂದು ಅದಕ್ಕೆ ಸಮಯ ಕೂಡಿ ಬಂದಿತು. ಗೌಡರಿಗೆ ಕೂತು ತಿಂದರೂ, ಮೂರು ತಲೆಮಾರುಗಳು ತಿನ್ನುವಷ್ಟು ಆಸ್ತಿಯಿದೆ. ಭಟ್ಟರು ಅಂದು ಪ್ರಾಣ ಭಯ ತ್ಯಜಿಸಿ, ನೂರಾರು ವರ್ಷಗಳಿಂದ ನಿಲ್ಲದೆ ಬಂದಿದ್ದ ದೇವಾಲಯದ ಪೂಜೆಯನ್ನು ನಿಲ್ಲಿಸದೆ ನಡೆಸಿದರು. ಗೌಡರು ಭಟ್ಟರ ಕೈ ಬಿಡುವುದಿಲ್ಲವೆಂದು ನನಗೆ ಅಪಾರ ನಂಬಿಕೆಯಿತ್ತು. ಅದಕ್ಕೆ ಶುಭಕ್ಕೆ ತಡಮಾಡುವುದು ಬೇಡವೆಂದು ಈ ಕೆಲಸ ಮಾಡಬೇಕಾಯಿತು. ಜಮುನಾಪುರದಲ್ಲಿ ಸ್ವಲ್ಪ ತಗಾದೆ ಮಾಡಿದರೂ, ಊರ ಒಳಕ್ಕೆ ಸೇರಿಸಿದರು. ಅಲ್ಲ ಭಟ್ಟರೆ, ಅಜ್ಜಿಗೆ ತಲೆ ಸರಿ ಇಲ್ಲ. ನೀವು ಅವರ ತಾಳಕ್ಕೆ ಕುಣಿಯುವುದೆ ಅಂತ ಊರಿನವರೆಲ್ಲ ಭಟ್ಟರನ್ನು ಆಡಿಕೊಂಡಿದ್ದರು.

ನನಗೆ ಈ ವಿಷಯ ತಿಳಿದಿರಲಿಲ್ಲ. ಪ್ಲೇಗೆನ್ನುವುದು ಅಂಟು ರೋಗ. ಎಪ್ಪತ್ತೈದರ ಅಂದಿನ ನಮ್ಮಜ್ಜಿ ಇಷ್ಟು ಧೈರ್ಯ ಮಾಡಿದರೆಂದರೆ ನಂಬಲು ಸಾಧ್ಯವಾಗಲಿಲ್ಲ. ಗೋಮತಿಪುರಕ್ಕೆ ಬಂದದ್ದು ನನಗೆ ಒಳ್ಳೆ ಅನುಭವ ನೀಡಿತ್ತು. ಅಜ್ಜಿಯ ಪರ ನನಗಿದ್ದ ಗೌರವ ಇನ್ನೂ ಹೆಚ್ಚಾಗಿತ್ತು. ಭಟ್ಟರ ಮೇಲೂ ಅಷ್ಟೆ. ನೋಡಲು ಮೆದುವಾಗಿರುವಂತಾ ಅವರು, ತುಂಬಾ ಧೈರ್ಯವಂತರೆಂದು ಅರಿವಾಯಿತು.

ಮನೆಗೆ ಬಂದೊಡನೆಯೆ, ಅಜ್ಜಿ ಕೈಕಾಲು ತೊಳೆದು ಅಮ್ಮನ ಮಾತನಾಡಿಸಲು ಹೊರಟರು. ನಾನು ಊಟ ಮಾಡುವ ಸಮಯದಲ್ಲಿ ಸೀತೆಗೆ ಭಾರ್ಗವಿಯ ಮದುವೆಯ ವಿಚಾರ ತಿಳಿಸಿದೆ. ಅವಳಿಗೆ, ಅಜ್ಜಿಯ ಪರ ಸಾವಿತ್ರಿಯ ವಿಷಯದಲ್ಲಿ ಕೋಪವಿತ್ತು. ಈ ವಿಷಯವನ್ನು ಕೇಳಿ ಅದು ಇನ್ನೂ ಜಾಸ್ತಿಯಾಯಿತು. ನಾನೇಕಾದರು ಈ ವಿಷಯವನ್ನೇಳಿದೆ ಎಂತನಿಸಿತು. ಆದರೆ ಸೀತೆಯ ಜಾಗದಲ್ಲಿ ಯಾರಿದ್ದರು ಹಾಗೆಯೆ ಯೋಚಿಸುವರೆಂಬ ಅರಿವಾಯಿತು. ಪ್ರಯಾಣದಿಂದ ದಣಿವು ಹೆಚ್ಚಾಗಿತ್ತು. ಮಲಗಿದೊಡನೆಯೆ ನಿದಿರೆ ಬರುತ್ತೆಂದು ಕೊಂಡರೆ, ಆ ದೀಪಗಳು ನನ್ನ ಕಾಡತೊಡಗಿದವು. ಹೇಗಾದರು ಮಾಡಿ ನಾಳೆ ಅಜ್ಜಿಗೆ ತೋರಿಸಬಿಡಬೇಕೆಂದು ನಿಶ್ಚಯ ಮಾಡಿ ಮಲಗಿಬಿಟ್ಟೆ.

****

ಅಧ್ಯಾಯ – ೫

ರಾತ್ರಿ ನಿದ್ದೆಯೇನೋ ಗಾಢವಾಗಿಯೆ ಬಂದಿತ್ತು. ಆದರೆ ಮೀರಳಿಗೆ ಸ್ವಲ್ಪ ಜ್ವರವಿದ್ದ ಕಾರಣ ಆಗಾಗ ಏಳುತ್ತಿದ್ದಳು. ಕೋಳಿ ಕೂಗುವ ಹೊತ್ತಿಗೆ ಇನ್ನು ಸ್ವಲ್ಪ ಮಿಕ್ಕ ನಿದಿರೆಯನ್ನು ಮಾಡ ಹೊರಟೆ. ಏಳು ಗಂಟೆ ಇರುಬಹುದು. ನಮ್ಮ ಶ್ಯಾಮಣ್ಣ ಮೇಷ್ಟ್ರು ಬಂದಿದ್ದರು. ಸೀತ ಎದ್ದು ಕಾಫಿ ಮಾಡ ಹೊರಟಳು. ಅಜ್ಜಿ ಮೀರಳ ಬಳಿ ಬಂದರು. ನಾನು ಕೈಕಾಲು ಮುಖ ತೊಳೆದು ಮೇಷ್ಟ್ರ ಕಂಡು ಕಾಲಿಗೆ ಬಿದ್ದು ಆಶೀರ್ವಾದ ಪಡೆದೆ. ಬಂದ ಎರಡು ಮೂರು ದಿನದೊಳಗೆ ಮೇಷ್ಟ್ರು ಕಂಡ ಬರುವುದು ರೂಢಿ. ಸಾವಿತ್ರಿಯ ಸಾವಿನ ಕಾರಣ ಈ ಬಾರಿ ಅದು ಸಾಧ್ಯವಾಗಿರಲಿಲ್ಲ.

ಆತ್ರೇಯ. ನೀನು ಶಾಲೆಯ ಬಳಿ ಬರಲಿಲ್ಲ. ನಾನೆ ನೋಡಿ ಬರೋಣ ಅಂತ ಬಂದೆ. ಶ್ಯಾಮಣ್ಣ ಮೇಷ್ಟ್ರು ತುಂಬಾ ಕಷ್ಟ ಜೀವಿ. ನಮ್ಮ ಊರಿನಲ್ಲಿ ಒಂದಷ್ಟು ವಿದ್ಯಾವಂತರಿದ್ದರೆ ಅವರೇ ಕಾರಣ. ನಾ ಬಂದ ಪ್ರತಿ ವರ್ಷವೂ ಶಾಲೆಗೆ ಏನಾದರೊಂದು ಅನುಕೂಲ ಮಾಡಿಕೊಡುವುದು ನಮಗೆ ವಾಡಿಕೆಯಾಗಿ ಬಿಟ್ಟಿತ್ತು. ನನಗೂ ಅದು ಬಹಳ ನೆಮ್ಮದಿ ಕೊಡುವಂತ ಕೆಲಸ. ಸೀತೆ ಕಾಫಿ ತಂದು ಕೊಟ್ಟಳು. ಸದ್ದು ಮಾಡಿ ಕೊಂದು ಸುರ್ ಅಂತ ಕಾಫಿ ಕುಡಿಯುವುದು ಮೇಷ್ಟ್ರಿಗೆ ಅಭ್ಯಾಸ. ಅವರು

ಕುಡಿಯುವ ಶಬ್ದಕ್ಕೆ ಸೀತೆ ನಗು ತಡೆಯಲಾರದೆ ಒಳಗೆ ಹೊರಟಳು. ನನ್ನ ಹೆಗಲ ಮೇಲೆ ಕೈಯನ್ನಿಟ್ಟು ಅವರು, ಆತ್ರೇಯ ಕಳೆದ ವರ್ಷ ಬಂದ ಮಳೆಗೆ ಮಾಳಿಗೆಯು ಸೋರ ಹತ್ತಿದೆ. ಸ್ವಲ್ಪ ರಿಪೇರಿ ಮಾಡಿಸಬೇಕು ಅಂದರು. ಆಗಲಿ ಮೇಷ್ಟ್ರೆ, ನಾನು ಸ್ನಾನ ಮುಗಿಸಿ ಬರುವಷ್ಟರಲ್ಲಿ ತಿಂಡಿ ಸಿದ್ಧವಾಗುವುದು. ಇಬ್ಬರೂ ತಿಂದು ಅಪ್ಪಣ್ಣ ಮೇಸ್ತ್ರಿಯನ್ನು ಕಂಡು ಬರೋಣ ಎಂದೆ. ತರಕಾರಿ ಉಪ್ಪಿಟ್ಟು ತಿಂದು ಅಪ್ಪಣ್ಣನ ಮನೆಯ ಕಡೆ ಹೊರಟೆವು. ಊರ ಕೊನೆಗಿರುವ ಅಪ್ಪಣ್ಣನ ಮನೆ ಸುಮಾರು ಅರ್ಧ ಕಿಲೋಮೀಟರು ದೂರ. ಮೇಷ್ಟ್ರು ನನ್ನನ್ನು, ಆತ್ರೇಯ, ಮೊನ್ನೆ ಬೆಂಗಳೂರಿಗೆ ಮದುವೆಗೆಂದು ಹೋಗಿದ್ದೆ. ಅಲ್ಲಿ ಸಿಕ್ಕ ನಿನ್ನ ದೇಶದವರೊಬ್ಬರು, ಈಗ ಅಲ್ಲಿನ ರಾಷ್ಟ್ರೀಯತೆಯನ್ನು ಪಡೆದಿದ್ದಾರಂತೆ. ಅದನ್ನು ಬೀಗುತ್ತಾ ಹೇಳಿಕೊಳ್ಳುತ್ತಿದ್ದರು. ನೀನು ಮೀರ ಹುಟ್ಟುವ ಮುಂಚೆ ಇದರ ಬಗ್ಗೆ ನನಗೊಂದಷ್ಟು ತಿಳಿಸಿ ಹೇಳಿದ್ದೆ. ಅಲ್ಲಿನ ರಾಷ್ಟ್ರೀಯತೆಯ ಪ್ರಯೋಜನದ ಕುರಿತು ಹೇಳುವೆಯಾ ಎಂದರು. ನನಗೆ ಭಾರತದ ರಾಷ್ಟ್ರೀಯತೆಯ ಬಿಟ್ಟು ಕೊಡುವವರ ಬಗ್ಗೆ ಕೊಂಚ ಬೇಸರವಿತ್ತು. ಸೀತ ಮತ್ತು ನಾನು ಮೀರಳನ್ನು ಭಾರತೀಯಳನ್ನಾಗಿಸುವ ವಿಷಯ ಕೇಳಿ ಬಹಳ ಜನ ಆಡಿಕೊಂಡಿದ್ದರು. ಮಿತಭಾಷಿಯಾದ ನನಗೆ ಈ ವಿಷಯ ಬಂದಾಗ ಮನಸ್ಸು ಉದ್ವೇಗಕ್ಕೊಳಗಾಗುತ್ತಿತ್ತು. ಮೇಷ್ಟ್ರೆ, ಅಲ್ಲಿನ ರಾಷ್ಟ್ರೀಯತೆಯ ಪ್ರಯೋಜನಗಳು ಮೂರು. ಮೊದಲನೆಯದು ವಿವಿಧ ದೇಶಗಳ ವೀಸಾ ಇಲ್ಲದೆ ಸುತ್ತಬಹುದು. ಎರಡನೆಯದು, ಅಲ್ಲಿ ಓದಲು ಪರದೇಶದವರು ಹತ್ತು ರೂಪಾಯಿಗಳನ್ನು ಕೊಟ್ಟರೆ ಆ ದೇಶದವರು ಎರಡರಿಂದ ಮೂರು ರೂಪಾಯಿ ಕೊಟ್ಟರೆ ಸಾಕು. ಮೂರನೆಯದು, ನೀವು ಪರಮ ಸೋಮಾರಿಯಾದರು, ಅಲ್ಲಿನ ಸರ್ಕಾರವು ಉಚಿತ ಭೋಜನವನ್ನು ಕೊಡುತ್ತದೆ. ನನಗೆ ಅಲ್ಲೆ ಇದ್ದು ಬಿಡುವುದು ಅಥವಾ ಮಕ್ಕಳನ್ನು ಅಲ್ಲಿನವರನ್ನಾಗಿಸುವುದು ಏಕೆಂದು ಇನ್ನೂ ಅರ್ಥವಾಗಿಲ್ಲ.

ಇನ್ನು ಕೆಲವರು, ಮಕ್ಕಳನ್ನು ಅಲ್ಲಿ ಹುಟ್ಟಿಸಿ, ಇಲ್ಲಿಗೆ ಕರೆದುಕೊಂದು ಬರುತ್ತಾರೆ. ಅವರ ಲೆಕ್ಕಾಚಾರವೆಂದರೆ, ಮಕ್ಕಳು ದೊಡ್ಡವರಾದ ಮೇಲೆ ಅಲ್ಲಿಗೆ ಸುಲಭವಾಗಿ ಹೋಗಬಹುದೆನ್ನುವುದು. ಅದು

ಇನ್ನು ತಲೆಕೆಳಗಿಡುವಂತೆ ಲೆಕ್ಕಚಾರ. ಅಪ್ಪಿ ತಪ್ಪಿ, ಅಲ್ಲಿ ಹೋಗಲಾಗಲಿಲ್ಲವೆಂದರೆ, ಇಲ್ಲಿ ಅವರು ಮಾಡಲಾಗದ ಕೆಲಸಗಳೆ ಹೆಚ್ಚು. ಭೂಸೇನೆ, ವಾಯುಪಡೆ ಅಥವಾ ನೌಕಾಪಡೆಯಲ್ಲಿ ಸೇರಿ ದೇಶ ರಕ್ಷಿಸಲಾರರು. ಐಯೆಯೆಸ್, ಐಪಿಎಸ್ ನಂತ ಕೆಲಸ ಮಾಡಲಾಗುವುದಿಲ್ಲ. ಸರ್ಕಾರಿ ಶಾಲೆಗಳು, ಆಸ್ಪತ್ರೆಗಳು ಇವರ ಪಾಲಿಗಿಲ್ಲ. ಇಸ್ರೊ ಡಿ. ಆರ್. ಡಿ. ರಂತಹ ದೇಶಕ್ಕುಪಯೋಗವಾಗುವಂತಹ ಕಾರ್ಯಾಲಯಗಳಲ್ಲಿ ಕೆಲಸ ಮಾಡಲರ್ಹರಲ್ಲ. ರಾಜಕೀಯ ಇವರಿಗಲ್ಲ. ಕೋರ್ಟು ಅಥವಾ ಯಾವುದೆ ಸರ್ಕಾರಿ ಕಛೇರಿ ಇವರ ಕಡೆ ತಲೆ ಹಾಕಿ ಮಲಗುವುದಿಲ್ಲ. ಅಲ್ಲ ಮೇಷ್ಟ್ರೆ. ಇಲ್ಲಿ ಹುಟ್ಟಿ ಅಲ್ಲಿ ಸಾಯುವುದು ಸರಿಯೆ. ನಮ್ಮ ಸೇವೆ ನಮ್ಮ ದೇಶಕ್ಕೆ ಮೊದಲು ಮೀಸಲು ಅಂತ ನೀವು ನಮಗೆ ಹೇಳಿಕೊಡುತಿದ್ದಿರಲ್ಲ. ನಿಮಗೆ ದೇಶ ಬಿಟ್ಟುಕೊಡುವವರ ಮೇಲೆ ಕೋಪ ಬರುವುದಿಲ್ಲವೆ? ಕೋಪ ಇಲ್ಲ ಆತ್ರೇಯ, ಬೇಸರವಿದೆ. ನನ್ನ ಭಾರತ ಮಾತೆಯ ಸಂತತಿ ಪರರ ಪಾಲಾಗುತ್ತಿದೆಯೆಂದು. ನೀನೊಬ್ಬನಾದರು ಅಂತಹ ನಿರ್ಧಾರ ತೆಗೆದುಕೊಳ್ಳದೆ ಒಳ್ಳೆಯ ಉದಾಹರಣೆಯಾಗಿದ್ದೀಯ. ನಿನ್ನ ನೋಡಿ ಇನ್ನಷ್ಟು ಜನ ತಿಳಿದುಕೊಂಡರೆ ಸಾಕು ವಾಪಸ್ಸು ಬರುವುದು ಯಾವಾಗ ಅಂದರು. ನಾನು, ಇನ್ನು ಎರಡು ವರ್ಷ ಮೇಷ್ಟ್ರೆ. ಮೀರ ಒಂದನೆ ತರಗತಿ ಸೇರುವ ಮುನ್ನ ಬಂದುಬಿಡಬೇಕು ಅಂದೆ. ನಮ್ಮ ಈ ಲಘು ಮಾತುಕತೆ ಮುಗಿಯುವಷ್ಟರಲ್ಲಿ ಅಪ್ಪಣ್ಣನ ಮನೆ ಬಂದಿತ್ತು.

ಅಪ್ಪಣ್ಣನ ಹೆಂಡತಿ, ಬನ್ನಿ ಮೇಷ್ಟ್ರೆ ಬನ್ನಿ ಆತ್ರೇಯಪ್ಪ. ಸೀತ ಮೀರ ಚೆನ್ನಾಗಿದ್ದಾರಾ? ಒಮ್ಮೆ ಕರಕೊಂಡು ಬಾ ಅಂತ ಹೇಳಿ. ರೀ, ಮೇಷ್ಟ್ರು, ಆತ್ರೇಯಪ್ಪ ಬಂದಿದ್ದಾರೆ ಎಂದಳು. ಇರಿ ನಾನೆ ಅಲ್ಲಿಗೆ ಬರುವೆ ಅಂತ ಹಿತ್ತಲ ಕಡೆ ಹೊರಟೆ. ಚೂಪಾದ ಗಡಾರಿಯ ಉಲ್ಟಾ ಭೂಮಿಯೊಳಗೆ ಹೂತು, ತೆಂಗಿನ ಹೊಟ್ಟನ್ನು ತೆಗೆಯುತ್ತಿದ್ದರು ಅಪ್ಪಣ್ಣ. ನನ್ನ ನೋಡಿದೊಡನೆ, ಪಂಚೆಯನ್ನು ಕೆಳಗೆ ಬಿಟು ಪಕ್ಕದಲ್ಲೆ ಇದ್ದ ಶಲ್ಯದಿಂದ ಬೆವರೊರಸಿ ಯಾವಾಗ ಬಂದ್ರಿ ಆತ್ರೇಯಪ್ಪ ಅಂದರು. ನಾಲ್ಕು ದಿನಗಳಾಯಿತು ಅಪ್ಪಣ್ಣ. ಮೇಷ್ಟ್ರ ಶಾಲೆಯ ಮಾಳಿಗೆ ಸೋರೋದನ್ನು ರಿಪೇರಿ ಮಾಡಬೇಕಂತಂದರೆ ಇಲ್ಲಿಗೆ ಬಂದೆವು. ಅತ್ರೇಯಪ್ಪ, ಆ ಕಟ್ಟಡವನ್ನು ಸರಿ ಮಾಡುವುದು ಅಜ್ಜಿಗೆ

ಸಿಂಗಾರ ಮಾಡಿದ ಹಾಗೆ. ಹೇಗೊ ಶಾಲೆಗೆ ರಜ ಈಗ. ಅದನ್ನುರುಳಿಸಿ ಒಂದು ಹೊಸ ಕಟ್ಟಡ ಕಟ್ಟುವುದು ಮೇಲು ಎಂದರು. ತಡವಾದರೆ ಪಂಚಾಯಿತಿ ಆಫೀಸಿನಲ್ಲಿ ಸ್ವಲ್ಪ ದಿನ ಶಾಲೆ ನಡೆಸಿದರಾಯಿತು. ಮೇಷ್ಟ್ರ ಕೇಳೋಣ ಅಂತ ಒಳಗೆ ಹೊರಟೆವು. ಇದನ್ನು ಕೇಳಿದ ಮೇಷ್ಟು, ಹೊಸ ಕಟ್ಟಡ ಅಂದರೆ ಸುಮ್ಮನೆಯೆ, ಐದು ಕೊಠಡಿಗಳೆಂದರೆ ಖರ್ಚು ಸುಮ್ಮನಾದೀತೆ ಅಂದರು. ಪಂಚಾಯಿತಿಯವರನ್ನು ಕೇಳೋಣ. ನಿಮ್ಮ ಶಾಲೆಯ ಖಾತೆಯಲ್ಲಿ ಎಷ್ಟು ಮಾತ್ರ ಸಿಗಬಹುದು ಅನ್ನೊ ಪ್ರಶ್ನೆಗೆ, ಮುವ್ವತ್ತು ಸಾವಿರ ಅಂದರು ಮೇಷ್ಟ್ರು. ಪೂರ್ತಿ ಮೊತ್ತ ಎಷ್ಟಾಗಬಹುದು ಅಂತ ನಾ ಕೇಳಿದೆ. 4, 5 ಲಕ್ಷ ಇದ್ದರೆ ಸಾಕು. ಸೀಮೆಂಟು, ಮರಳು, ಬಾಗಿಲು, ಕಿಟಕಿ ಕೊಂಡರೆ ಸಾಕು, ಇಟ್ಟಿಗೆಗಳನ್ನು ಇಟ್ಟಿಗೆ ಕಾರ್ಖಾನೆ ಭಾಸ್ಕರಪ್ಪ ಸರಿ ಮಾಡಿ ಕೊಡುತ್ತೇವೆಂದು ಮಾತು ಕೊಟ್ಟಿದ್ದಾರೆ. ಕೂಲಿಗೆ ಎಲ್ಲರು ಒಂದು ಕೈ ಹಾಕಿದರೆ ಸಾಕು ಪಾಯ ಕೂಡಿಕೊಂಡ ಮೇಲೆ ಒಂದು ತಿಂಗಳ ಕೆಲಸ. ಹೇಗೊ ನೀನು ಬಂದಿದ್ದೀಯ ಗೌಡರ ಮನೆಗೋಗಿ ಅವರನ್ನೊಂದು ಮಾತು ಕೇಳಿಕೊಂಡು ಬರೋಣ ಅಂತ ಹೇಳಿ ಬಟ್ಟೆ ಬದಲಿಸಲು ಹೊರಟರು. ಮೇಷ್ಟ್ರು ಆತ್ರೇಯ ನೀನು ತೊಂದರೆಯಲ್ಲಿ ಬೀಳಬೇಡ. ಎಷ್ಟಾಗುತ್ತೊ ಅಷ್ಟು ಸಾಕು. ನಾನು ಚಿಕ್ಕದಾಗಿ ನಕ್ಕು, ನೀವು ಯೋಚಿಸಬೇಡಿ ಮೇಷ್ಟ್ರೇ ನನಗೇನು ಅಂತ ತೊಂದರೆಗಳಿಲ್ಲ. ಶಾಲೆಗೆ ಕಟ್ಟಡದ ಅಗತ್ಯವಿದೆ. ಗೌಡರು ಏನು ಹೇಳುತ್ತಾರೊ ಕೇಳೋಣ ಅಂತ ಹೇಳಿ ಮೂವರೂ ಗೌಡರ ಮನೆಯ ಕಡೆ ಹೊರಟೆವು.

ಗೌಡರ ಹೆಂಡತಿ ಸ್ವರ್ಗವಾಸವಾಗಿದ್ದರು. ಅವರ ತಾಯಿ ಬೆನ್ನು ಗೂನಾದರು ಗೌಡರನ್ನು ಇನ್ನೂ ಮಕ್ಕಳಂತೆ ನೋಡಿಕೊಳ್ಳುತ್ತಿದ್ದರು. ಮನೆಯಲ್ಲಿ ಎಲ್ಲರು ಕೆಂಪಕ್ಕಿ ಅನ್ನ ತಿಂದರೆ, ಗೌಡರಿಗೆ ಮಾತ್ರ ಸಣ್ಣಕ್ಕಿಯದ್ದೆ ಅನ್ನವಾಗಬೇಕಿತ್ತು. ಹಳೆ ಕಾಲದ ರಾಜ್ದೂತ್ ಬೈಕೊಂದನ್ನು ಇಟ್ಟುಕೊಂಡಿದ್ದರು. ದೊಡ್ಡ ಗಾತ್ರದ ಕಂಠ ಅವರದ್ದು ಬೆಳಗ್ಗೆ ಹತ್ತು ದಾಟಿತೆಂದರೆ ಡುಗುಡುಗು ಬೈಕು ಓಡಿಸಿಕೊಂಡು ಊರೂರು ಸುತ್ತುವುದು ಅವರ ದಿನಚರಿ. ಮನೆ ಹತ್ತಿರ ಬರುವ ಮುನ್ನವೆ ಗೌಡರು ತೋಟದ ಹತ್ತಿರ ಕಂಡುಬಂದರು. ಸುಮಾರು ಇನ್ನೂರು ಎಕ್ಕರೆ ಜಮೀನು ಅವರದಾಗಿತ್ತು.

ಗೌಡರ ತಮ್ಮ ಹನುಮೇಗೌಡರು ಎಲ್ಲವನ್ನು ನೋಡಿಕೊಳ್ಳುತ್ತಿದ್ದರು. ಇದ್ದ ಒಬ್ಬನೆ ಮಗ ಓದಿಕೊಂಡು ಬೆಂಗಳೂರಿನಲ್ಲಿ ಕೆಲಸದಲ್ಲಿದ್ದ. ನನಗಿಂತ ಚಿಕ್ಕವನೆ. ಅಂದು ಗೌಡರು ಬೋರು ಹಾಕಿಸುತ್ತಿದ್ದರು. ನಾವು ಹೋಗುವಷ್ಟರಲ್ಲಿ ಎಂಟು ನೂರು ಅಡಿಗಳ ಆಳ ತೋಡಾಗಿತ್ತು. ಇನ್ನು ನೀರು ಕಂಡು ಬಂದಿರಲಿಲ್ಲ. ನಮಸ್ಕಾರ ಗೌಡರೆ ಅಂತ ನಾನು ಮೇಷ್ಟ್ರ ಒಟ್ಟಿಗೆ ವಂದಿಸಿದೆವು. ಆ ಬೋರು ಶಬ್ದದಲ್ಲು ಅವರ ಕಂಠದಿಂದ ಸ್ಪಷ್ಟವಾಗಿ ಏನು ಆತ್ರೆಯ, ಯಾವಾಗ ಬಂದೆ. ನನ್ನನ್ನು ನೋಡಲು ಬಂದೆಯೆಂದರೆ ಏನೋ ಕೆಲಸ ಇರಬೇಕು. ಹೆಂಡತಿ ಮಕ್ಕಳು ಕ್ಷೇಮ ತಾನೆ ಎಂದರು. ಅವರ ಮಾತೆ ಅಷ್ಟು, ಬಹಳ ನೇರವಾಗಿರುತ್ತದೆ. ಅಜ್ಜಿಯೆಂದರೆ ಅವರಿಗೆ ಅಷ್ಟಕ್ಕಷ್ಟೆ. ಭಾಗೀರಥಮ್ಮನವರ ಗಂಡ ಸೇನೆಯಲ್ಲಿ ಮೃತಪಟ್ಟಿದ್ದರು. ಅವರ ಮೇಲೆ ಗೌಡರ ಕಣ್ಣು ಬಿದ್ದದ್ದನ್ನು ತಿಳಿದ ಅಜ್ಜಿ, ಇವರ ಚಪಲಕ್ಕೊಂದು ಬೇಲಿಯ ಹಾಗಿದ್ದರು. ನನಗೆ ಇವೆಲ್ಲ ತಿಳಿದಿದ್ದರು, ನಾನು ಕೆಲಸವಿದ್ದಾಗ ಲೆಕ್ಕಿಸುತ್ತಿರಲಿಲ್ಲ. ಊರ ಶಾಲೆ, ದೇವಸ್ಥಾನ, ಪಂಚಾಯತಿ ಕಾರ್ಯಾಲಯ, ಹಾಲು ಡ್ಯೆರಿ ಇವೆಲ್ಲವು ಅವರ ಒಡೆತನದ ಜಮೀನಾಗಿತ್ತು. ಆದ್ದರಿಂದ ಯಾರೂ ಗೌಡರನ್ನು ಎದುರು ಹಾಕಿಕೊಳ್ಳುತ್ತಿರಲಿಲ್ಲ. ಅಕ್ಕಪಕ್ಕದ ಊರುಗಳಲ್ಲಿ ಇವರ ಅಕ್ರಮ ಸಂಬಂಧಗಳು ಎಲ್ಲರಿಗೂ ತಿಳಿದದ್ದೆ. ಶಾಲೆಯ ಮಾಳಿಗೆಯು ಸೋರುತ್ತಿದೆಯಂತೆ. ರಿಪೇರಿ ಮಾಡಿಸುವ ಮುನ್ನ ನಿಮ್ಮ ಹತ್ತಿರ ಸಲಹೆ ಪಡೆಯೋಣ ಅಂತ. ಶಾಲೆಯ ಪತ್ರಗಳು ತೋರಿಸಿದರೆ, ಅಳತೆ ನೋಡಿ ಎಲ್ಲ ಏರ್ಪಾಟು ಮಾಡಿಕೊಳ್ಳಬಹುದು ಅಂದೆ. ಈ ಮೇಷ್ಟ್ರ ನೋಡು, ಊರಿಗೆ ದೊಡ್ಡವ ನಾನಿದ್ದೇನೆ ಅನ್ನೋದ ಮರೆತು ನಿನ್ನ ಹತ್ತಿರ ಪೀಠಿಕೆ ಹೂಡಿದ್ದಾರೆ. ಇನ್ನೂ ಈ ಗೌಡ ಗಟ್ಟಿಮುಟ್ಟಾಗಿದ್ದಾನೆ ಅನ್ನೋದು ಮರೀದೆ ಇದ್ರೆ ಒಳ್ಳೇದು. ಮೇಷ್ಟ್ರದಕ್ಕೆ, ಎಲ್ಲಾದ್ರು ಉಂಟೆ ಗೌಡ್ರೆ, ಮಾತನಾಡಿಸಲಿಕ್ಕೆ ಹೋಗಿದ್ದೆ. ಆತ್ರೇಯ ಬಲವಂತ ಮಾಡಿದ್ದಕ್ಕೆ ಹೇಳಿದೆ ಅಷ್ಟೆ. ನಿಮ್ಮ ಒಪ್ಪಿಗೆ ಇಲ್ಲದೆ ಏನನ್ನಾದರು ಮಾಡಿದ್ದೀವ ಅಂತ ಸ್ವಲ್ಪ ಪುಸಲಾಯಿಸಿದರು. ಇಲ್ಲಿರೋ ಎಲ್ಲ ಜಾಗವನ್ನು ಶಾಲೆಗೆ ಬಳಸಿಕೊಳ್ಳಬಹುದಾ ಗೌಡರೆ ಅನ್ನೊ ಪ್ರಶ್ನೆಗೆ, ಕೊಟ್ಟದ್ದರಲ್ಲಿ ಕಿತ್ತು ಕೊಳ್ಳೋ ಜಾತಿ ನಮ್ಮದಲ್ಲ ಅಂತ ರೇಗಿದರು. ಸೂಕ್ಷ್ಮ ಅರಿತ ನಾವು, ತಪ್ಪಾಯ್ತು ಅಂತ

ಹೇಳಿ ಅಲ್ಲಿಂದ ಶಾಲೆಯ ಬಳಿ ಹೊರಟೆವು. ದಾರಿಯಲ್ಲೆ ಪಂಚಾಯಿತಿಯವರನ್ನು ಕಂಡು ಶಾಲೆಗಾಗಿ ಇಟ್ಟಿದ್ದ ಐವತ್ತು ಸಾವಿರ ರೂಪಾಯಿಗಳ ವಿಷಯ ತಿಳಿದುಕೊಂಡು ಶಾಲೆಯ ಬಳಿ ಬಂದೆವು. ಅಷ್ಟರಲ್ಲಿ ನನಗೊಂದು ಉಪಾಯ ಹೊಳೆಯಿತು. ಶಾಲೆಯ ಮುಂದಿರುವ ಜಾಗದಲ್ಲಿ ಒಂದು ಚಿಕ್ಕ ಉದ್ಯಾನವನವನ್ನೇಕೆ ನಿರ್ಮಿಸಬಾರದೆಂದು. ಅಪ್ಪಣ್ಣ ಅಳತೆ ತೆಗೆದುಕೊಂಡು ಒಂದು ಯೋಜನೆ ತಿಳಿಸಿದರು. ನನಗೂ ಮೇಷ್ಟ್ರಿಗು ಅದು ಒಪ್ಪಿಗೆಯಾಯಿತು. ಬರುವ ಶುಕ್ರವಾರ ಒಳ್ಳೆಯ ದಿನವೆಂದು ಅಂದೇ ಗುದ್ದಲಿ ಪೂಜೆ ಎಂದು ನಿರ್ಣಯವಾಯಿತು.

ಮೇಷ್ಟ್ರಿಂದ ಅಪ್ಪಣೆ ಪಡೆದು ಮನೆಗೆ ಬರುವಷ್ಟರಲ್ಲಿ ಮಧ್ಯಾಹ್ನ ವಾಗಿತ್ತು. ಮೀರ ಮತ್ತು ಸೀತ ತಿಂದು ಮಲಗಿದ್ದರು. ನನಗೆ ಊಟಕ್ಕಿಂತ ಹೆಚ್ಚಾಗಿ ಆ ದೀಪಗಳ ಯೋಚನೆ ಹೆಚ್ಚಾಗಿದ್ದರಿಂದ, ಗೌಡರ ಮನೆಯಲ್ಲೆ ಊಟವಾಯಿತೆಂದು ಸುಳ್ಳ ಹೇಳಿದೆ. ಇರಿ ಬರುತ್ತೇನೆ, ಗುಡಿಯ ಹತ್ತಿರ ಹೋಗಿ ಮಾತನಾಡುವ ಎಂದು ಅಜ್ಜಿಗೆ ಹೇಳಿ ದೀಪಗಳ ತರಲು ಕೋಣೆಗೆ ಹೊರಟೆ. ಜೋಡಿ ದೀಪಗಳ ತಂದು ಅಜ್ಜಿಯ ಕೈಯಲ್ಲಿಟ್ಟೆ. ಸದಾ ನಡೆಯುವಂತೆ ಅಜ್ಜಿಯ ಕಣ್ಣುಗಳು ಮೆಲ್ಲಗೆ ಮುಚ್ಚಿಕೊಂಡವು. ಮರಿ, ಅಂತಿಂತಾ ದೀಪಗಳಲ್ಲ ಇವು. ಕಾಶಿ ವಿಶ್ವಲಾಕ್ಷಿಂ ಯ ಗರ್ಭಗುಡಿಯನ್ನಲಂಕರಿಸಿದ ದೀಪಗಳಿವು. ದಕ್ಷ ರಾಜನ ಯಾಗಕ್ಕೆ ತನ್ನನ್ನೆ ಅರ್ಪಿಸಿದ ಸತಿಯ ಸುದ್ದಿ ಕೇಳಿ ಪರಶಿವನು ತಾಂಡವ ನೃತ್ಯವ ಮಾಡತೊಡಗಿದನು. ಬ್ರಹ್ಮಾಂಡವೆ ಅಲ್ಲೋಲ ಕಲ್ಲೋಲವಾದಾಗ, ವಿಷ್ಣು ತನ್ನ ಸುದರ್ಶನ ಚಕ್ರದಿಂದ ಸುಟ್ಟ ದಾಕ್ಷಾಯಿಣಿಯ ದೇಹವ ತುಂಡು ತುಂಡಾಗಿಸಿದ. ಅದರಲ್ಲೊಂದು ತುಂಡು ಕಾಶಿಯಲ್ಲಿ ಬಿದ್ದು ಶಕ್ತಿ ಪೀಠವಾಯಿತು. ಆ ಪವಿತ್ರ ಗುಡಿಯಲ್ಲಿ ಸ್ಥಾಪಿತವಾದ ಮೊದಲ ದೀಪಗಳಿವು. ಪಕ್ಕದಲ್ಲೆ ಹರಿಯುತ್ತಿರುವ ಅವಳ ಸೋದರಿ ಗಂಗೆಯೇ ಈ ದೀಪಗಳ ಸೃಷ್ಟಿಸಿ ಅಲ್ಲಿಗೆ ಸೇರಿಸಿದಳೆಂದು ನನ್ನ ಕಲ್ಪನೆ. ಗಂಗೆಯ ಹುಚ್ಚಲ್ಲದಿದ್ದರೆ ಮತ್ತೇನು? ಶಕ್ತಿಗೆ ರೂಪವಾದ ನನ್ನ ಅಮ್ಮನ ರಕ್ಷೆಗಾಗಿ ಈ ದೀಪಗಳನ್ನಿಡುವುದೆ, ಸೋದರಿ ಪ್ರೇಮ ಅಷ್ಟೆ. ಹತ್ತಾರು ಶತಮಾನಗಳು ಯಾರಿಗು ತಿಳಿಯದಿದ್ದ ಈ ರಹಸ್ಯದ ಅರಿವಾಗಿದ್ದು ಆದಿ

ಶಂಕರಾಚಾರ್ಯರಿಗೆ, ಅಂದಿನಿಂದ ಈ ದೀಪಗಳಿಗೆ ಪ್ರತ್ಯೇಕವಾದ ಆದ್ಯತೆ ದೊರೆಯಿತು. ಯಾವ ರಾಜನು ಆಳಿದರು ಶಂಕರಾಚಾರ್ಯರ ಮಾತನ್ನು ಲೆಕ್ಕಿಸದೆ ಇರುವಷ್ಟು ಧೈರ್ಯ ಮಾಡಲಿಲ್ಲ. ಆದಾದ ನಂತರ ಸತತವಾಗಿ ಬಹಳ ಕ್ರೂರಿಗಳಿಂದ ನಾಶಕ್ಕೆ ಗುರಿಯಾದ ಈ ದೇವಸ್ಥಾನದಿಂದ ದೀಪಗಳು ವಿಶ್ವನಾಥನ ಗುಡಿಗೆ ಸೇರಿದವು. ಆದರೆ ಕುತಂತ್ರಿಯೊಬ್ಬನು ದೇವಸ್ಥಾನವನ್ನೂ ಉರುಳಿಸಿ ಮಸೀದಿಯೊಂದನ್ನು ಕಟ್ಟಿಸಿದ. ದೀಪಗಳು ಗಂಗೆಯ ಪಾಲಾದವು. ನಂತರ ಹಲವಾರು ರಾಜರು ಪ್ರಯತ್ನಿಸಿದರೂ ಮರಳಿ ಅಲ್ಲಿ ದೇವಸ್ಥಾನವ ಕಟ್ಟಲಾಗಲಿಲ್ಲ. ಆದಾದ ನಂತರ ಒಬ್ಬ ಪುಣ್ಯಾತ್ಮ ರಾಜನ ಸೊಸೆ ಅಲ್ಲೆ ಪಕ್ಕದಲ್ಲಿ ದೇವಸ್ಥಾನ ಕಟ್ಟಿಸಿದಳು. ಸ್ವಲ್ಪ ದಶಕಗಳ ನಂತರ, ಇನ್ನೊಬ್ಬ ರಾಜನ ವಿಧವೆ ಮಸೀದಿಯ ಜಾಗದಲ್ಲಿ ಸಣ್ಣದೊಂದು ಗುಡಿಯ ಕಟ್ಟಿಸಿದಳು. ಆ ಇಬ್ಬರು ಪುಣ್ಯ ಸ್ತ್ರೀಯರು ಮಾಡಿದ ಪುಣ್ಯವೇನೊ, ಈ ದೇವಾಲಯಕ್ಕೆ ಒಬ್ಬರಮೇಲೊಬ್ಬರು ಸ್ಪರ್ಧೆಗಿಳಿದಂತೆ ದಾನ ಧರ್ಮ ಮಾಡ ತೊಡಗಿದರು. ಗಂಗೆಯು ಈ ದೀಪಗಳನ್ನು ಒಬ್ಬ ರಾಣಿಯ ಕನಸಲ್ಲಿ ಬಂದು ಈ ದೀಪಗಳ ವಿಶಾಲಾಕ್ಷಿಯ ಗುಡಿಯಲ್ಲಿ ಪ್ರತಿಷ್ಠೆ ಮಾಡುವಂತೆ ಆಜ್ಞಾಪಿಸಿ, ಆ ದೀಪಗಳನ್ನು ರಾಣಿ ಗಂಗಾ ಸ್ನಾನ ಮಾಡುವ ಸಮಯದಲ್ಲಿ ಅವಳ ಬಳಿ ಸೇರಿಸಿದಳು. ಹೀಗೆ ಮತ್ತೆ ತಮ್ಮ ಜಾಗಕ್ಕೆ ಸೇರಿದ ದೀಪಗಳು ಬಲಿಯಾದದ್ದು ಒಬ್ಬ ಫಿರಂಗಿ ಅಧಿಕಾರಿಗೆ, ತನ್ನ ಪತ್ನಿಗೆ ಇಷ್ಟವಾಯಿತೆಂದು, ಅಲ್ಲಿಂದ ಅವನ್ನು ತೆಗೆಸಿ ಪರದೇಶಕ್ಕೆ ಕಳಿಸಿದ. ಅವನ ಮತ್ತು ಅವನ ಪತ್ನಿಗೆ ಅತಿ ಕಷ್ಟಕರವಾದ ಕಾಯಿಲೆಗಳು ಬಂದು ತೀರಿಕೊಂಡರು. ಅದಾದಮೇಲೆ ನನಗೆ ತೋಚುತ್ತಿಲ್ಲ ಅಂತ ಮೆಲ್ಲಗೆ ಕಣ್ಣು ತೆರೆದರು. ಎಂತಾ ಕಲ್ಪನೆ. ಹತ್ತು ನಿಮಿಷದಲ್ಲಿ ಎಷ್ಟೆಲ್ಲ ಹೇಳಿಬಿಟ್ಟರು ಅಜ್ಜಿ. ಎಂತಾ ಸ್ವಾರಸ್ಯಕರವಾದ ಕಲ್ಪನೆ. ಇಷ್ಟೆಲ್ಲ ಕೇಳಿದ ನಂತರ ನನ್ನ ಹೊಟ್ಟೆ ಚುರ್ರೆನ್ನ ತೊಡಗಿತು. ಆದರೆ ಊಟವಾಯಿತೆಂದು ಸುಳ್ಳು ಹೇಳಿದ್ದ ನಾನು ಈಗ ತಿಂದರೆ ಸರಿಹೋಗದೆಂದಂದುಕೊಂಡು ಒಂದು ಬಾಳೆ ಹಣ್ಣು ತಿಂದು ನೆಲಕ್ಕೊರಗಿದೆ.

ಎಲ್ಲೊ ಒಂದು ಕಡೆ ಇತಿಹಾಸದ ಪ್ರಾಧ್ಯಾಪಕನಾದ ನನ್ನ ಬಾಲ್ಯದ ಗೆಳೆಯ ಪ್ರದೀಪನನ್ನು ಈ ಕಲ್ಪನೆಯ ಬಗ್ಗೆ ವಿಚಾರಿಸಿ

ನೋಡೋಣ ಅನ್ನುವ ಬಯಕೆ ಅವನು ಅಜ್ಜಿಯ ಕತೆಗಳನ್ನು ತಲೆ ಕೆಟ್ಟ ದೃಷ್ಟಿಯಿಂದ ನೋಡುವವನೆ. ಸಮಯ ಬಂದಾಗ ಕೇಳೋಣ ಅಂದು ಕೊಂಡು ಸುಮ್ಮನಾದೆ.

******

ಅಧ್ಯಾಯ –೬

ಅಜ್ಜಿಯ ಕಲ್ಪನೆಯ ಬಗ್ಗೆ ಯೋಚಿಸುತ್ತ ಮಲಗ ಹೊರಟೆ. ನಿದ್ದೆ ಬಂದಿದ್ದರೆ ಸರಿ. ಅದು ಕಲ್ಪನೆ ಅಂತ ನನಗೆ ಅನಿಸಲಿಲ್ಲ. ಸಾವಿರ ವರ್ಷಗಳ ಹಿಂದಿನಿಂದ ಭಾರತವು ಮುಸಲ್ಮಾನ ರಾಜರ ಮತ್ತು ಬ್ರಿಟೀಷರ ಕೈವಶವಾಗಿತ್ತು. ವಿಜಯನಗರ, ಮರಾಠ, ಪೇಶ್ವರ ಆಳ್ವಿಕೆಯಲ್ಲಿ ಪ್ರತಿಭಟನೆ ನಡೆದಿದ್ದರೂ, ಅವರ ಕೈ ಮೇಲಿತ್ತು. ಅಜ್ಜಿಯ ಕಲ್ಪನೆಗಳಲ್ಲಿ ಈ ಆಲೋಚನೆ ಎದ್ದು ಕಾಣುತ್ತಿತ್ತು. ಹೇಗಾದರೂ ಅವರನ್ನೊಂದು ಸಾರಿ ಇದರ ಬಗ್ಗೆ ಕೇಳಿ ನೋಡಬೇಕು ಅಂತಂದುಕೊಂಡೆ. ನಾಳೆ ಶಿವಮೊಗ್ಗೆಗೆ ಹೋಗಿ ಸೀತಳ ತಂದೆ ತಾಯಿಯರನ್ನು ಕರೆದುಕೊಂಡು ಬರಬೇಕಿತ್ತು. ನಾವಿಲ್ಲಿ ಬಂದಾಗ ಅವರೆರಡು ದಿನಗಳು ಬಂದಿರುವುದು ರೂಢಿ. ಹಲವಾರು ಸಂಬಂಧವಿಲ್ಲದ ಆಲೋಚನೆಗಳ ನಂತರ ನಿದಿರೆ ಹತ್ತಿತು.

ಮುಂಜಾನೆ ಕೋಳಿ ಕೂಗುವ ಮುಂಚೆಯೆ ಎದ್ದೆ. ಒಂಭತ್ತು ಗಂಟೆಗೆ ಬರುವುದಿತ್ತು ಅವರ ರೈಲು. ಅಜ್ಜಿಗೆ ನಾಲ್ಕು ಗಂಟೆಗೆ ಏಳುವುದು ಅಭ್ಯಾಸವಾಗಿಬಿಟ್ಟಿತ್ತು. ಮನೆಯ ಸುತ್ತ ಮಲ್ಲಿಗೆ, ಶ್ಯಾಮಂತಿಗೆ, ಚಂಡು, ದಾಸವಾಳಗಳಂತ ಹತ್ತಾರು ಹೂವಿನ ಗಿಡಗಳಿದ್ದವು. ಅವನ್ನು ಕಿತ್ತು ಅವರ ಅಮ್ಮನಿಗೆ ಇರಿಸುತ್ತಿದ್ದರು. ಅಜ್ಜಿಗೆ ಅಥವಾ ಭಾಗೀರಥಮ್ಮನವರಿಗೆ ಮುತ್ತೈದೆಯರಾಗದ ಕಾರಣ ಅಮ್ಮನಿಗಲಂಕರಿಸಲು ಅನುಮತಿಯಿರಲಿಲ್ಲ. ಭಾಗೀರಥಮ್ಮನವರ ಮಕ್ಕಳಲ್ಲೊಬ್ಬರು ಬಂದು ಅಲಂಕಾರ ಮಾಡುತ್ತಿದ್ದರು. ವಾರಕ್ಕೊಮ್ಮೆ ಬರುತ್ತಿದ್ದ ಭಟ್ಟರಿಗೆ ಸ್ವಲ್ಪ ಹೆಚ್ಚು ಹೂವಗಳನ್ನೆ ತೆಗೆದಿರಸುತ್ತಿದ್ದರು. ಭಟ್ಟರಿಗೆ ಹೂವಿನಲಂಕಾರವೆ ಒಂದು ದೊಡ್ಡ ಕೆಲಸ. ನಾನಿರುವ ದೇಶದಲ್ಲಿ ವಾಯು ಮಾಲಿನ್ಯ ಇರದಿದ್ದರು. ಗಾಳಿಯ ಸೊಗಡು ಕಂಡುಬರುತ್ತಿರಲಿಲ್ಲ. ಆದರೆ ಜಮುನಾಪುರದಲ್ಲಿ ಗಿಡ, ಮರ, ಹೊಲ, ಗದ್ದೆ, ಹೂವು, ಹಣ್ಣು, ಕೆರೆ, ಹಸು, ಕುರಿ, ಮೇಕೆ, ಕೋಳಿ ಎಲ್ಲವು ಸೇರಿ

ಯಾಗವನ್ನು ಮಾಡಿ ಅದರ ಫಲವನ್ನರ್ಪಿಸಿ, ವಾಯುದೇವನ ವರ್ಚಸ್ಸನ್ನು ವರ್ಧಿಸಿದ ಹಾಗಿತ್ತು. ಮನೆಯೊರಗೆ ನಿಂತು ಉಸಿರನ್ನು ಬಿಗಿಯಾಗಿ ಒಳಗೆಳೆದರೆ, ಶ್ವಾಸಕೋಶವು ವಂದಿಸಿದಹಾಗಾಗುತ್ತಿತ್ತು.

ಶಾಲೆಯ ಕಟ್ಟಡದ ಸಾಮಾನು ಕೊಳ್ಳುವ ಸಲುವಾಗಿ, ಅಪ್ಪಣ್ಣ ಮತ್ತು ಮೇಷ್ಟ್ರು ನನ್ನ ಜೊತೆ ಬರುವವರಿದ್ದರು. ಸೀತಳ ತಂದೆ ಬೆಂಗಳೂರಿನಲ್ಲಿ ದೊಡ್ಡ ಹೋಟೆಲೊಂದರನ್ನಿಟ್ಟು ಕೊಂಡಿದ್ದರು. ತಾಯಿ ಗೃಹಿಣಿ, ಸಂಪತ್ತಿಗೇನು ಕಡಿಮೆಯಿರಲಿಲ್ಲ. ಅಜ್ಜಿಯ ಪರ ಅವರಿಗಷ್ಟು ಗೌರವವಿರಲಿಲ್ಲ. ಅಜ್ಜಿಯನ್ನು ತಲೆ ಕೆಟ್ಟವರೆನ್ನುವವರಲ್ಲಿ ಮೊದಲಿಗರವರು. ಅವರಿಲ್ಲಿರುತ್ತಿದ್ದುದು ಒಂದೆರಡು ದಿನ. ನಾನೆಂದು ಅಜ್ಜಿಯ ಪರ ಅವರಿದ್ದ ಭಾವನೆಗಳಿಗೆ ಪ್ರಾಮುಖ್ಯತೆ ಕೊಟ್ಟವನಲ್ಲ. ಸೀತೆಗೆ ಸಡಗರ. ಅವಳು ಮುಂಚಿತವಾಗೆದ್ದು ಅಡಿಗೆ ಅದು ಇದು ಅಂತ ಲವಲವಿಕೆಯಿಂದ ಓಡಾಡುತ್ತಿದ್ದಳು . ನಾನು ಸ್ನಾನ ಮುಗಿಸಿ ತಿಂಡಿಗೆ ಕುಳಿತೆ. ಒತ್ತು ಶಾವಿಗೆ ಮತ್ತು ಗಸಗಸೆಯ ಪಾಯಸ. ಬಹಳ ರುಚಿಯಾಗಿ ಮಾಡಿದ್ದಳು ಸೀತ, ಭಾಗೀರಥಮ್ಮನವರು ನಿನ್ನೆಯಿಂದ ನಮ್ಮ ಮನೆಯ ಕೆಲಸದಲ್ಲೆ ಮುಳುಗಿದ್ದರು.

ದೋಣಿ ಪ್ರಯಾಣ ಮುಗಿಸಿ ಬಾಡಿಗೆ ಕಾರೊಂದನ್ನು ಅನುಕೂಲ ಮಾಡಿಕೊಂಡು ರೈಲ್ವೆ ನಿಲ್ದಾಣಕ್ಕೆ ಬಂದೆವು. ದಾರಿಯಲ್ಲಿ ಅಪ್ಪಣ್ಣ ಮತ್ತು ಮೇಷ್ಟ್ರು ಮಾರುಕಟ್ಟೆಯತ್ತ ಇಳಿದುಕೊಂಡರು. ರೈಲು ಬರುವ ಹೊತ್ತಾಗಿತ್ತು. ಏಳನೆ ಫ್ಲಾಟ್‌ಫಾರ್ಮ್ ಬಳಿ ಬಂದು ಕಾಯತೊಡಗಿದೆ. ಐದತ್ತು ನಿಮಿಷಗಳಲ್ಲಿ ಅವರೂ ಬಂದಿಳಿದರು. ನನಗೆ ದೊಡ್ಡವರ ಕಾಲಿಗೆ ಬೀಳುವ ಅಭ್ಯಾಸವಿರಲಿಲ್ಲ. ಕೈಜೋಡಿಸಿ ನಮಸ್ತೆ ಎಂದು ಹೇಳಿ ಕಾರತ್ತ ಕರೆದುಕೊಂಡು ಹೊರಟೆ. ಸೀತಳ ತಂದೆಯವರಿಗೆ ನಾನು ಸೀತ ವಿದೇಶದಲ್ಲೆ ನೆಲೆಸಬೇಕೆಂಬ ಆಸೆ. ಅವರ ಸ್ನೇಹಿತರ ಮಕ್ಕಳಲ್ಲಿ ಸುಮಾರು ಎಲ್ಲರೂ ವಿದೇಶದಲ್ಲಿ ನೆಲೆಸಿದ್ದವರೆ, ನನಗೆ ಅಲ್ಲಿ ಇಲ್ಲಿ ಆಸ್ತಿ ಮಾಡಲು ಬಹಳ ಒತ್ತಾಯಿಸಿದರು. ನಡೀತಾ ಇದೆ. ತೊಂದರೆಯಿಲ್ಲ ಅಂತ ನಾನಂದೆ. ನಂತರ ಎಂದಿನಂತೆ ಹತ್ತು ನಿಮಿಷಗಳ ಮೌನ. ಇಳಿದು ಹೋಗಿದ್ದೀರಿ ನೀವು, ಸೀತ ಸರಿಯಾಗಿ ಅಡುಗೆ ಮಾಡುತ್ತಿಲ್ಲವೆ ಅಂತ ಸೀತಳ ಅಮ್ಮ

ಕೇಳಿದರು. ಹಾಗೇನು ಇಲ್ಲ. ಇತ್ತೀಚೆಗೆ ಸ್ವಲ್ಪ ವ್ಯಾಯಾಮ ಮಾಡಿಕೊಂಡು ತೂಕ ಕಡಿಮೆ ಮಾಡಿಕೊಂಡಿದ್ದೇನೆ. ಮತ್ತೆ ಮೌನ. ದೋಣಿಯ ಹತ್ತಿರ ಬಂದೆವು. ಪ್ರಯಾಣ ಮುಗಿಸಿ ಜಮುನಾಪುರವ ಸೇರಿದೆವು. ಸೀತ ಅವರನ್ನು ಬರಮಾಡಿಕೊಂಡು ಸ್ನಾನದ ವ್ಯವಸ್ಥೆ ಮಾಡತೊಡಗಿದಳು. ಅವರು ಸ್ನಾನ ತಿಂಡಿ ಮುಗಿಸಿ ಮೊಮ್ಮಗಳ ಬಳಿ ಆಟವಾಡತೊಡಗಿದರು.

ನಾನು ಅಜ್ಜಿ ಹೀಗೆ ಮಾತನಾಡಿಕೊಂಡು ಗುಡಿಯತ್ತ ಕುಳಿತಿದ್ದೆವು. ಸೀತಳ ತಂದೆ ಅಲ್ಲಿಗೆ ಬಂದು ಅಜ್ಜಿಯ ಕಾಲಿಗೆ ಬಿದ್ದು ಅವರ ಕ್ಷೇಮ ಸಮಾಚಾರ ವಿಚಾರಿಸ ತೊಡಗಿದರು. ಸಾವಿತ್ರಿಯ ವಿಚಾರ ತೆಗೆಯುತ್ತ, ಅಜ್ಜಿ ನೀವು ಸಾವಿತ್ರಿಯ ಪರ ತೆಗೆದುಕೊಂಡ ನಿರ್ಧಾರ ಅಷ್ಟು ಸರಿ ಇಲ್ಲವೇನೊ ಅನಿಸುತ್ತದೆ. ಪೋಲೀಸರ ಚಡಿ ಏಟೆರಡು ಬಿದ್ದಿದ್ದರೆ ಅವರು ನಿಜ ಕಕ್ಕುತ್ತಿದ್ದರು. ಸುಮ್ಮನೆ ಯಾಕೆ ಬಿಟ್ಟಿರಿ, ಅದಲ್ಲದೆ ಅವಳ ತಂಗಿಯನ್ನು ಅದೇ ಮನೆಯ ಸೊಸೆಯನ್ನಾಗಿ ಮಾಡ ಹೊರಟಿರುವಿರಿ. ನಿಮಗಿದು ಹೇಗೆ ಸರಿ ಕಾಣುತ್ತದೊ ನಾ ತಿಳಿಯೆ. ನನಗೆ ಸ್ವಲ್ಪ ತಳಮಳ ಶುರುವಾಗತೊಡಗಿತು. ಅಜ್ಜಿ ಏನು ಹೇಳುವರೆಂದು ? ಅಜ್ಜಿಯನ್ನು ತಡಯುವಷ್ಟು ಧೈರ್ಯ ನನಗಿರಲಿಲ್ಲ. ನಾರಾಯಣರಾಯರೆ, ನೀವು ಸಾವಿತ್ರಿಯನ್ನೆಂದು ನೋಡಿದವರಲ್ಲ. ಅವರ ಮನೆ ಅಥವಾ ಅವರತ್ತೆಯ ಮನೆಯವರ ಬಗ್ಗೆ ತಿಳಿದವರಲ್ಲ. ನಿಮ್ಮ ಮಗಳು ನಿಮ್ಮ ಬಳಿ ಹೇಳಿಕೊಂಡಿದ್ದ ಕಾರಣ ನನ್ನೊಡನೆ ಈ ಮಾತು ತೆಗೆಯುತ್ತಿದ್ದೀರಿ. ನಿಮ್ಮ ವಿಚಾರವು ನನಗೆ ತಿಳಿಯದಿದ್ದಲ್ಲ. ಸಾವಿತ್ರಿ ನಮ್ಮ ಮನೆಯ ಮಗು. ನಾವ್ಯಾರು ಅವಳ ವಿಚಾರದಲ್ಲಿ ಉದ್ವೇಗದಿಂದಲೊ ಅಥವಾ ಸರಿಯಾಗಿ ಯೋಚಿಸದೆ ನಿರ್ಧಾರ ತೆಗೆದುಕೊಳ್ಳುವವರಲ್ಲ. ನೀವು ನಿಶ್ಚಿಂತೆಯಿಂದಿರಿ, ಅವಳ ಸಾವಿಗೆ ಕಾರಣಯಾರೆಂಬುದು ನಮಗೆ ತಿಳಿಯದಿದ್ದರೂ, ಅವರ ಮನೆಯವರು ಮಾಡಿರಲಾರು ಅನ್ನುವುದರಲ್ಲಿ ಅಪಾರ ನಂಬಿಕೆಯಿದೆ. ನೀವು ಇದರಲ್ಲಿ ತಲೆ ಹಾಕದೆ ಇದ್ದರೆ ಉತ್ತಮ. ಮೊದಲು ನೀವು ನಿಮ್ಮ ಹೊಲಸ ಶುಭ್ರ ಮಾಡಿಕೊಳ್ಳಿ. ಇಷ್ಟು ದಿನ ಹೇಗೊ ನಡೆಸಿಕೊಂಡು ಬಂದಿರಿ. ನಿಮ್ಮ ಆಟ ಬಹಳ ದಿನ ಸಾಗಲಾರದು. ನಿಮ್ಮ ಘನತೆಗೆ ಇದು ಶೋಭೆಯಲ್ಲ. ಅಜ್ಜಿ ಈ ಮಾತುಗಳನ್ನೇಳುತ್ತಿದ್ದಾಗ ಸೀತಳ ತಂದೆಯವರ ಹಣೆಯಿಂದ

ಬೆವರಿಳಿಯತೊಡಗಿತು. ಏನು ಮಾತನಾಡದೆ ಹೊರಟುಹೋದರು. ಅಜ್ಜಿ ಜಪಕ್ಕೆ ಕುಳಿತರು. ಎಂದಿನಂತೆ ನಾನು ಅಜ್ಜಿಯನ್ನು ಪ್ರಶ್ನಿಸಲಿಲ್ಲ. ಏನಿರಬಹುದೆಂಬ ಕುತೂಹಲ ಕಾಡತೊಡಗಿತು. ಆದರೆ ಯಾರ ಕೇಳುವುದು. ಅಜ್ಜಿಯನ್ನು ಕೇಳುವ ಧೈರ್ಯವಿರಲಿಲ್ಲ. ಸೀತಳ ತಂದೆಯವರನ್ನು ಕೇಳುವುದು ಸೂಕ್ತವಾಗಿರಲಿಲ್ಲ. ಮತ್ತೊಂದು ಕಡೆ ಅವರೇನಾದರು ಸೀತಳ ಹತ್ತಿರ ಇದನ್ನು ಹೇಳಿ ಗಲಾಟೆ ಮಾಡಿಯಾರೆಂಬ ಕಳವಳ. ಬಂದ ದಿನವೆ ಹೀಗಾಗೋಯಿತಲ್ಲವೆಂಬ ಬೇಸರ.

ಅಪ್ಪಣ್ಣ ಮತ್ತು ಮೇಷ್ಟ್ರ ಇಷ್ಟು ಹೊತ್ತಿಗೆ ವಾಪಸ್ಸು ಬಂದಿರಬಹುದೆಂದು ಕೊಂಡು ಶಾಲೆಯತ್ತ ಹೊರಟೆ. ಪುಣ್ಯಕ್ಕೆ ಇಬ್ಬರೂ ಬಂದಿದ್ದರು. ಸುಮಾರು ಕಟ್ಟಡಕ್ಕೆ ಬೇಕಾದ ಎಲ್ಲ ಸಾಮಾನುಗಳು ಬಂದಿದ್ದವು. ಭಾಸ್ಕರಪ್ಪನವರು ಇಟ್ಟಿಗೆಗಳನ್ನು ಕಳಿಸಿ ಕೊಟ್ಟಿದ್ದರು. ಶಾಲೆಯ ಮುಂದಿದ್ದ ಜಾಗದ ನೆನಪಾಗತೊಡಗಿತು. ಅಪ್ಪಣ್ಣ, ಈ ಕಳ್ಳಿ ಗಿಡಗಳ ಕತ್ತರಿಸಿ ಉದ್ಯಾನವನ ಮಾಡಿಸಿದರೆ ಹೇಗೆ ಎಂದೆ ? ಒಳ್ಳೆ ವಿಚಾರ ಆತ್ರೇಯಪ್ಪ ರಾಮಣ್ಣನ ಜೆ.ಸಿ.ಬಿ ಉಪಯೋಗಿಸಿದರೆ ಒಂದು ದಿನದ ಕೆಲಸ. ಮಾಡೋಣಂತೆ ಎಂದರು. ನನಗೆ ಅಲ್ಲಿ ಜಾರು ಬಂಡಿ, ಉಯ್ಯಾಲೆ ಇಂತಹ ಒಂದೆರಡು ಆಟದ ವಸ್ತುಗಳನ್ನಿರಿಸಿದರೆ ಒಳ್ಳೆಯದಂದೆನಿಸಿತು. ಶಿವಮೊಗ್ಗೆಯಲ್ಲಿ ಪ್ರಾಧ್ಯಾಪಕನಾಗಿರುವ ನನ್ನ ಸ್ನೇಹಿತ ಪ್ರದೀಪನಿಗೊಂದು ಕರೆ ಮಾಡಿದೆ. ಅವನಿಗೆ ಗುದ್ದಲಿ ಪೂಜೆಗೆ ಆಮಂತ್ರಣ ನೀಡಿ ಬರುವಾಗ ಈ ಎರಡು ಸಾಮಾನು ಸರಿ ಮಾಡಿಕೊಂಡು ಬರುವ ಜವಾಬ್ದಾರಿ ವಹಿಸಿದೆ. ಅಷ್ಟೊತ್ತಿಗೆ ಭಟ್ಟರು ಅಲ್ಲಿಗೆ ಬಂದರು. ಕಾರ್ಯಗಳನ್ನು ಮುಗಿಯದಿದ್ದ ಕಾರಣ ಅವರು ಗುದ್ದಲಿ ಪೂಜೆಯನ್ನು ಮಾಡುವಂತಿರಲಿಲ್ಲ. ಪಕ್ಕದೂರಿನ ಜನಾರ್ಧನ ಜೋಯಿಸರಿಗೆ ಈ ಕೆಲಸವನ್ನೊಪ್ಪಿಸುವ ನಿರ್ಧಾರವಾಯಿತು. ಪೂಜೆಯ ಸಾಮಾನುಪಟ್ಟಿ ಬರೆಯತೊಡಗಿದರು ಭಟ್ಟರು. ನಾನು ಸೀತೆಯ ತಂದೆ ತಾಯಿಯರನ್ನು ವಾಪಸ್ಸು ಕಳುಹಿಸುವಾಗ ಬ್ಯಾಂಕಿನಿಂದ ಹಣ ತೆಗೆದುಕೊಂಡು ಬರುವ ನಿರ್ಧಾರ ಮಾಡಿದೆ. ಇನ್ನು ಬೆಳಗ್ಗೆ, ತಂದ ಸಾಮಾನಿನ ಬಾಕಿ ತೀರಿಸಿರಲಿಲ್ಲ. ಭಟ್ಟರ ಮುಖದ ಕಳೆ ಇಳಿದುಹೋಗಿತ್ತು. ಅದಕ್ಕೆ ವಿರುದ್ಧವಾದ ಕಳೆ ಮೇಷ್ಟ್ರ ಮುಖದಲ್ಲಿ ಶಾಲೆಗೆ ಹೊಸ ಕಟ್ಟಡ ಎಂಬ

ವಿಷಯ ಅವರಿಗೆ ಬಹಳ ಸಂತೋಷವನ್ನುಂಟುಮಾಡಿತ್ತು. ಅವರು ಸುಮಾರು ಇಪ್ಪತ್ತೈದು ವರ್ಷಗಳಿಂದ ಇಲ್ಲೆ ಕೆಲಸ ಮಾಡಿಕೊಂಡಿದ್ದವರು. ಸ್ವಂತ ಮಕ್ಕಳಿಲ್ಲದ ಕಾರಣವೊ ಏನೊ ನಮ್ಮೆಲ್ಲರನ್ನು ಮಕ್ಕಳನಂತೆ ನೋಡಿಕೊಳ್ಳುತ್ತಿದ್ದರು. ಬಹಳ ಸ್ವಾಭಿಮಾನಿಗಳು. ಕಿವಿ ಹಿಂಡಿ ಬುದ್ಧಿ ಹೇಳಿಸಿಕೊಳ್ಳುತ್ತಿದ್ದ ಅವರ ಶಿಷ್ಯ ಇಂದು ಈ ಕೆಲಸ ಮಾಡುತ್ತಿದ್ದಾನೆಂಬ ಹೆಮ್ಮೆ ಅವರದ್ದು.

ನಾನು ಚಿಕ್ಕವನಿದ್ದಾಗ ಓದಲು ಅಂತ ಆಸಕ್ತಿಯಿರಲಿಲ್ಲ. ಸುಮಾರು ಐದನೆ ತರಗತಿಯಿರಬಹುದು. ಗಣಿತದಲ್ಲಿ ಉತ್ತೀರ್ಣನಾಗದ ಕಾರಣ ಬೆತ್ತದಿಂದ ಬಾರಿಸಿಬಿಟ್ಟಿದ್ದರು. ಶಾಲೆಗೆ ಹೋಗುವುದಿಲ್ಲವೆಂದು ಹಠ ಮಾಡಿ ಒಂದು ವಾರ ಮನೆಯಲ್ಲೆ ಕುಳಿತುಬಿಟ್ಟಿದ್ದೆ. ನಂತರ ಮನೆಗೆ ಬಂದು ನನ್ನ ಸಮಾಧಾನ ಮಾಡಿ ಶಾಲೆಗೆ ಕರೆದೊಯ್ದಿದ್ದರು. ಬಹಳ ಬಡ ವಿದ್ಯಾರ್ಥಿಗಳ ಫೀಸು ಕಟ್ಟಿ ಕಾಲೇಜಿಗೆ ಕಳಿಸಿದ್ದರು. ಅವರ ಸಹಾಯದಿಂದ ಬಹಳ ಜನ ಜೀವನದಲ್ಲಿ ಮುಂದೆ ಬಂದಿದ್ದರು. ಅಂತವರಲ್ಲಿ ನನ್ನೊಡನೆ ವಿದೇಶದಲ್ಲಿದ್ದವರು ಸ್ವಲ್ಪ ಜನ. ಆದರೆ ಸಹಾಯ ಪಡೆದ ಯಾರು ಕೂಡ ಮುಂದೆ ಬಂದು ಸಮಾಜಕ್ಕೆ ಪ್ರಯೋಜಕರಾಗದಿದ್ದರ ಬೇಸರ ಮೇಷ್ಟ್ರಲ್ಲಿತ್ತು. ಅವರು ಒಂದು ಬಾರಿ ನೊಂದು ಇದರ ಬಗ್ಗೆ ನನ್ನ ಹತ್ತಿರ ಮಾತನಾಡಿದ್ದಿತ್ತು. ಐದು ಕೊಠಡಿಗಳ ಜೊತೆಗೆ ನಾಲ್ಕು ಗಂಡು ಶೌಚಾಲಯ, ಎರಡು ಹೆಣ್ಣು ಶೌಚಾಲಯ ಕಟ್ಟುವ ನಿರ್ಧಾರವಾಯಿತು. ನನಗೆ ಮೇಷ್ಟ್ರಿಗೊಂದು ಕೋಣೆ ಇರಬೇಕೆಂಬ ಹಂಬಲ, ಆದರೆ ಮೇಷ್ಟ್ರು ಅದಕ್ಕೊಪ್ಪದ ಕಾರಣ ಸುಮ್ಮನಾಗಿದ್ದೆ. ಮಾತನಾಡುವಷ್ಟರಲ್ಲಿ ಸಂಜೆಯಾಯಿತು. ಇನ್ನು ಮನೆಗೆ ಹೋಗದಿದ್ದರೆ ಸೀತೆಯ ಕೋಪಕ್ಕೆ ತುತ್ತಾಗಬಹುದೆಂಬ ಭಯದಿಂದ ಅಪ್ಪಣೆ ಪಡೆದು ಮನೆಯತ್ತ ಹೊರಟೆ.

ಸೀತಳ ತಾಯಿ ಮೀರಳೊಡನೆ ಚೌಕಾಬಾರ ಆಡುತ್ತ ಕುಳಿತಿದ್ದರು. ಅವಳಿಗೆ ಅರ್ಥವಾಗದಿದ್ದರು, ಬಹು ಉತ್ಸಾಹದಿಂದ ಆಡುತ್ತಿದ್ದಳು. ಸೀತಳ ತಂದೆ ಮಾತ್ರ ಯಾರೊಡನೆಯೂ ಮಾತನಾಡದೆ ತಲೆ ನೋವಿನ ನೆಪದ ಸಹಾಯ ಪಡೆದು ಮಲಗಿಬಿಟ್ಟಿದ್ದರು. ಅಜ್ಜಿ ಹೂವ ಕಟ್ಟಿಕೊಂಡು ಕುಳಿತಿದ್ದರು. ನಾನು ಕೈಕಾಲುಮುಖ ತೊಳೆದು ಕಾಫಿ ಸೇವಿಸುತ್ತಾ ಕುಳಿತೆ,

ಸೀತ, ಅದ್ಯಾಕೊ ಅಪ್ಪ ಎಂದೂ ತಲೆ ನೋವು ಅಂದವರೆಲ್ಲ ಊಟವನ್ನೂ ಮಾಡದೆ ಮಲಗಿಬಿಟ್ಟಿದ್ದಾರೆ. ನಾನು ಏನು ತಿಳಿಯದವನಂತೆ, ಪ್ರಯಾಣದ ದಣಿವಿರಬಹುದು ಬಿಡು ಅಂತ ಅವರ ಪರ ಮಾತನಾಡಿದೆ. ಊಟಕ್ಕೆ ಎಬ್ಬಿಸುತ್ತೇನೆ ಅಂತ ಅವಳು ಅಡುಗೆ ಮನೆಯತ್ತ ಹೊರಟಳು. ನಾನು ಶಾಲೆಗೆ ಹೋದಾಗ ಭಟ್ಟರ ಮನೆಯಲ್ಲಿ ಮೇಷ್ಟ್ರು ಮತ್ತು ಅಪ್ಪಣ್ಣನವರ ಜೊತೆ ಊಟ ಮಾಡಿ ಬಂದಿದ್ದೆ. ಸೀತಳ ಅಮ್ಮ, ಬೆಂಗಳೂರಿಗೆಂದು ಬರುವಿರಿ ? ನಿಮಗೆ ಅಭ್ಯಂತರವಿಲ್ಲದಿದ್ದರೆ ಸೀತೆ ಮೀರಳನ್ನು ನಮ್ಮೊಡನೆ ಕರೆದುಕೊಂಡು ಹೋಗಬೇಕೆಂದಿದ್ದೇವೆ ಎಂದರು. ಹೊರಡುವಾಗ ಒಂದೆರಡು ದಿನ ಬರುತ್ತೇನೆ. ಸೀತೆಗೆ ಅಭ್ಯಂತರವಿಲ್ಲದಿದ್ದರೆ ನನದೇನು ಇಲ್ಲ ಎಂದೆ. ನನಗಷ್ಟರಲ್ಲಿ ಒಂದು ಉಪಾಯ ಹೊಳೆಯಿತು. ಇನ್ನು ಹೊರಡುವುದಕ್ಕೆ ಮೂರು ವಾರ ಬಾಕಿಯಿತ್ತು. ಪಕ್ಕದೂರಾದ ಪಾರ್ವತೀಪುರದ ಪಾಳು ಬಿದ್ದ ಹಳೆಯ ಗುಡಿಗೆ ಅಜ್ಜಿಯನ್ನು ಕರೆದುಕೊಂಡು ಹೋಗಿ ಅವರ ಏನು ಹೇಳುತ್ತಾರೊ ಕೇಳಬೇಕೆಂಬುದು. ಸೀತೆಯೂ ಇಲ್ಲ, ಈ ಕೆಲಸಕ್ಕೆ ಇನ್ಯಾವ ಅಡ್ಡಿಯು ಇಲ್ಲ ಅಂತಂದುಕೊಂಡು ಸ್ವಲ್ಪ ಸಂತಸಕ್ಕೊಳಗಾದೆ. ಅಷ್ಟರಲ್ಲಿ ಸೀತೆಯ ತಂದೆಯವರೆದ್ದು ಬಂದರು. ಅವರ ಮುಖದ ಕಳೆ ಸಂಪೂರ್ಣ ಇಳಿದು ಹೋಗಿತ್ತು. ಸುಲಭವಾಗಿ ಸೋಲನ್ನೊಪ್ಪದ ವ್ಯಕ್ತಿತ್ವ ಅವರದ್ದು. ಅಜ್ಜಿ ಹೇಳಿದ ಮಾತಿನ ಪ್ರಭಾವ ಹೆಚ್ಚಾಗಿ ಬೀರಿತ್ತು. ನಾನು, ಬಿಂಕ ಬಿಡದಂತೆ, ಯಾಕೆ ಮಲಗಿಬಿಟ್ಟಿರಿ, ಪ್ರಯಣದ ದಣಿವೆ ? ಅಂದೆ. ಅವರು, ಇಲ್ಲ ಇತ್ತೀಚಿಗೆ ಈ ಹಾಳು ತಲೆ ನೋವೊಂದು ಶುರುವಾಗಿದೆ. ಡಾಕ್ಟರ್ ಹತ್ತಿರ ತೋರಿಸಬೇಕೆಂದಂದರು. ಊಟದ ಕರೆಯು ಬಂದಿತ್ತು. ಎಲ್ಲರು ಒಟ್ಟಿಗೆ ಕುಳಿತು ಊಟವನ್ನು ಮಾಡಿ ಮಲಗಹೊರಟೆವು. ಎಂದಿನಂತೆ ಅವರು ಈ ಆಸ್ತಿ ಮಾಡಿದರು, ಇವರು ಆ ಆಸ್ತಿ ಮಾಡಿದರು ಅನ್ನೊ ಮಾತುಗಳು ಸೀತಳ ತಂದೆಯವರಿಂದ ಕೇಳಿಬರಲಿಲ್ಲ, ನನಗೆ ಸ್ವಲ್ಪ ಆರಾಮವೆನಿಸಿದರು, ವಿಷಯ ಏನಿರಬಹುದೆಂಬ ಕುತೂಹಲ ಕಾಡ ತೊಡಗಿತು. ನಡೆದ ವಿಷಯ ಎಲ್ಲೂ ಬಾಯಿ ಬಿಡುವಂತಿರಲಿಲ್ಲ. ಪ್ರದೀಪನಿಗೆ ಕರೆ ಮಾಡಿ ನಾಳಿದ್ದು ಗುದ್ದಲಿ ಪೂಜೆಗೆ ಬರುವಾಗ ಜಾರು ಬಂಡೆ, ಉಯ್ಯಾಲೆಗಳ ಬಂದೋಬಸ್ತಿನ ವಿಚಾರ

ಏನಾಯಿತೆಂದು ವಿಚಾರಿಸಿದೆ. ಅವನು ಎಲ್ಲವು ಆಗಲೆ ಸಿಧ್ಧವಾಗಿದೆ ಅಂದ. ಅವನು ಬಂದಾಗ ಅಜ್ಜಿಯು ದೀಪಗಳ ಕಲ್ಪನೆಯು ಬಗ್ಗೆ ಮಾತನಾಡಬೇಕೆಂದು ಯೋಚಿಸುತ್ತಾ ಮಲಗಿಬಿಟ್ಟೆ.

****

ಅಧ್ಯಾಯ –೭

ರಾತ್ರಿಯೆಲ್ಲ ನನಗೆ ಸೀತಳ ತಂದೆಯವರದ್ದೆ ಯೋಚನೆ, ಏನಿರಬಹುದು ಅವರ ರಹಸ್ಯವೆಂಬುದು, ಒಂದು ಕ್ಷಣ ನಿದ್ದೆ ಬಂದಿದ್ದರೆ ಸರಿ, ನಾಳೆ ಶುಕ್ರವಾರ ಶಾಲೆಯ ಗುದ್ದಲಿ ಪೂಜೆ, ಆದರೆ ನನ್ನ ಮನಸ್ಸೆಲ್ಲ ಅಜ್ಜಿ ಅವರ ಬಗ್ಗೆ ಹೇಳಿದ ವಿಚಾರದಿಂದ ತುಂಬಿಹೋಗಿತ್ತು. ಬೆಳಗ್ಗೆ ಸೀತೆ ಬೇಗನೆ ಎದ್ದು ತಿಂಡಿಯ ಸಿಧ್ಧತೆ ನಡೆಸತೊಡಗಿದಳು. ನಿದ್ದೆ ಬರದ ಕಾರಣ ನಾನು ಎದ್ದು ಕುಳಿತೆ. ಐದು ಗಂಟೆಯಿರಬಹುದು, ಸೀತಳ ತಂದೆ ಎದ್ದು ಬಚ್ಚಲ ಕಡೆ ಹೊರಟವರು ನನ್ನ ನೋಡಿ, ಆತ್ರೇಯ, ಕೊಂಚ ವಾಕಿಂಗ್ ಮಾಡಿಕೊಂಡು ಬರೋಣವೆ ಎಂದರು, ನಾನು ಮತ್ತು ಅವರು ಒಂದು ದಿನವೂ ಹತ್ತು ಮಾತುಗಳಿಗಿಂತ ಹೆಚ್ಚು ಮಾತನಾಡಿದವರಲ್ಲ. ಕೇಳಿದ ಮೇಲೆ ಇಲ್ಲ ಎನ್ನುವಂತಿರಲಿಲ್ಲ. ಕೈಕಾಲು ತೊಳೆದು ಕೊಂಡು ಬರುತ್ತೇನೆಂದು ಹೇಳಿ ಹಿತ್ತಲ ಕಡೆ ಹೊರಟೆ.

ಇಬ್ಬರು ಕಾಫಿ ಸೇವಿಸಿ ಐದೂವರೆಗೆ ವಾಕಿಂಗ್ ಹೊರಟೆವು. ಹತ್ತು ನಿಮಿಷಗಳಾಗಿರಬಹುದು, ಅವರೆ, ಆತ್ರೇಯ, ನಿನಗೆ ತಿಳಿಸಬೇಕಾದ ವಿಷಯವೊಂದಿದೆ. ಅದು ಎಂದಿಗೂ ಯಾರಿಗು ತಿಳಿಸಬಾರದೆಂದಿದ್ದೆ. ಆದರೆ ನಿನ್ನ ಅಜ್ಜಿಯವರು ಆ ಮಾತುಗಳನ್ನು ಹೇಳಿದ ನಂತರ, ನನಗೆ ಮುಚ್ಚಿಡಲಾಗುತ್ತಿಲ್ಲ. ನಾನು ಸ್ವಲ್ಪ ಬಿಂಕದಿಂದಲೆ, ನಿಮಗೆ ಕಷ್ಟವಾದರೆ ಸುಮ್ಮನಿದ್ದು ಬಿಡಿ. ನಾನು ಸೀತೆಗೆ ಏನನ್ನು ಹೇಳಹೋಗುವುದಿಲ್ಲ. ಅದಕ್ಕೆ ಅವರು, ಇಲ್ಲ, ನನ್ನ ಮನಸ್ಸಿನ ಭಾರ ಹಗುರಾಗಿಸುವಂತಹ ಸಮಯ ಬಂದಿದೆ. ಬೆಂಗಳೂರಿಗೆ ಬರುವ ಮುನ್ನ ನಾವಿದ್ದುದು ಕೊಡಗಿನಲ್ಲಿ. ನನ್ನ ತಂದೆ ಅಲ್ಲಿನ ಅಂಚೆ ಕಛೇರಿಯಲ್ಲಿ ಮುಖ್ಯಸ್ಥರಾಗಿದ್ದರು. ನನಗೆ ಓದು ತಲೆ ಹತ್ತದಿದ್ದರಿಂದ ಅಲ್ಲೆ ದೊಡ್ಡ ಹೋಟೇಲೊಂದರಲ್ಲಿ ಮ್ಯಾನೇಜರ್ ಕೆಲಸವನ್ನು ಮಾಡಿಕೊಂಡಿದ್ದೆ. ನಮ್ಮ ಮಾಲೀಕರು ಕಾಫಿ

ಎಸ್ಟೇಟೊಂದನ್ನಿಟುಕೊಂಡಿದ್ದರು. ಆಗಾಗ ಅಲ್ಲಿ ಜೂಜಿನ ಕಾರ್ಯಕ್ರಮಗಳು ನಡೆಯುವುದು ಸಾಮಾನ್ಯ ಜೂಜಿದ್ದ ಮೇಲೆ ಮದ್ಯಪಾನ ಇರುವುದು ಎಲ್ಲರಿಗು ತಿಳಿದದ್ದೆ. ಅಲ್ಲಿಗೆ ಕೊಡಗಿನ ದೊಡ್ಡ ಮನುಷ್ಯರು ಬರುವುದು ರೂಢಿ. ನನ್ನ ಕೆಲಸ ಮದ್ಯಪಾನಾನಂತರ ತೂಗಾಡುತ್ತಿದ್ದಂತವರನ್ನು ಜೋಪನವಾಗಿ ಮನೆಗೆ ಬಿಟ್ಟು ಬರುವಂತದ್ದು. ಹೀಗೆ ಹಲವು ವರ್ಷಗಳು ನಡೆದವು. ನಮ್ಮ ಮಾಲೀಕರು ಅಸ್ವಸ್ತರಾದ ಕಾರಣ ಹೋಟೆಲಿನ ಜವಾಬ್ದಾರಿ ನನ್ನ ಮೇಲೆ ಬಿತ್ತು. ಮಾಲೀಕರು ಹಾಸಿಗೆ ಹಿಡಿದರೂ, ಜೂಜಿನ ಕಾರ್ಯಕ್ರಮಗಳು ನಿಲ್ಲಲಿಲ್ಲ.

ನನಗೂ ಸಂಬಳ ಹೆಚ್ಚಾಯಿತು. ನಮ್ಮ ಕ್ಷೇತ್ರದ ಸದಸ್ಯರು ಮಂತ್ರಿಗಳಾದರು. ಅವರಿಗೆ ಹಣ್ಣಿನ ಚಟ ಹೆಚ್ಚಾಗಿದ್ದರಿಂದ, ಎಸ್ಟೇಟಿನಲ್ಲಿ ವೇಶ್ಯಾವಾಟಿಕೆಯ ಅಭ್ಯಾಸ ತರಿಸಿಬಿಟ್ಟರು. ನಮ್ಮ ಮಾಲೀಕರ ಮಾತು ಅಷ್ಟೊತ್ತಿಗೆ ನಿಂತುಹೋಗಿತ್ತು. ಅವರ ಹೆಂಡತಿಗೆ ಸಮಯಕ್ಕೆ ದುಡ್ಡು ಬಂದರೆ ಸಾಕು. ಮತ್ಯಾವ ವಿಚಾರವು ಅವರ ಕಿವಿಯ ಒಳಗೆ ಹೋಗುತ್ತಿರಲಿಲ್ಲ. ಇದ್ದ ಎರಡು ಹೆಣ್ಣು ಮಕ್ಕಳ ಮದುವೆ ಮುಗಿದಿತ್ತು. ನನ್ನ ಬಿಟ್ಟರೆ ಇನ್ಯಾರ ದಿಕ್ಕು ಆ ಮನೆಗಿರಲಿಲ್ಲ. ಮಂತ್ರಿಗಳನ್ನೆದುರು ಹಾಕಿಕೊಳ್ಳುವ ಧೈರ್ಯ ನನಗಿರಲಿಲ್ಲ. ನನ್ನ ಕಣ್ಣಿಗೆ ಕಂಡರು ಕಾಣದಂತಿದ್ದು ಬಿಟ್ಟಿದ್ದೆ.

ಸಮಯ ಉರುಳಿದಂತೆ ಹೋಟಲಿನ ವ್ಯವಹಾರದಲ್ಲಿ ಲಾಭ ಹೆಚ್ಚಾಯಿತು. ಬಹಳ ನಿಯತ್ತಿನಿಂದಿದ್ದ ನನಗೆ ದುರಾಸೆಯ ಪರಿಚಯವಾಗತೊಡಗಿತು. ಬರುವ ದುಡ್ಡಿನಲ್ಲಿ ಒಂದಿಷ್ಟು ಭಾಗವನ್ನು ಕದಿಯತೊಡಗಿದೆ. ಆಗ ನನಗೆ ಇಪ್ಪತ್ನಾಲ್ಕು ವರ್ಷ. ಮನಸ್ಸು ಹತೋಟಿಯ ತಪ್ಪ ತೊಡಗಿತು, ವಾರವಾರ ಎಸ್ಟೇಟಿಗೆ ಬರುವ ಹೆಂಗಸರನ್ನು ಕಂಡು, ದಾರಿ ತಪ್ಪಿ ಆ ಆಸೆಯ ಬಲೆಗೆ ಸಿಕ್ಕಿಬಿದ್ದೆ. ಎಸ್ಟೇಟಿನ ಬಗ್ಗೆ ಊರವರೆಲ್ಲ ಮಾತನಾಡತೊಡಗಿದರು. ಅಪ್ಪನಿಗೆ ಇದು ತಿಳಿಯಿತು. ಎಲ್ಲರು ಮಾಡುವಂತೆ, ನನಗೆ ಮದುವೆ ಮಾಡಿಬಿಟ್ಟರು. ನಿಮ್ಮ ಅತ್ತೆಗೆ ಅಂದು ಹದಿನಾರು ವರ್ಷ, ಏನು ತಿಳಿಯದ ಮುಗ್ದೆಯವಳು. ಮದುವೆಯ ನಂತರವೂ ನನ್ನ ದುರಾಭ್ಯಾಸ ನಿಲ್ಲಲಿಲ್ಲ. ಜೂಜಿನ ಅಭ್ಯಾಸವು ಅತಿಯಾಗತೊಡಗಿತ್ತು. ಅಪ್ಪನ ತಾಳ್ಮೆ ಮಿತಿ ಮೀರಿತು. ಅಪ್ಪನಿಗೆ ಅವರ

ಸೊಸೆಯೆಂದರೆ ಬಹಳ ಪ್ರೀತಿ. ನಾನವಳಿಗೆ ಮಾಡುತ್ತಿದ್ದ ಅನ್ಯಾಯ ಅವರಿಂದ ಸಹಿಸಲಾಗಲಿಲ್ಲ. ಅವರ ನಿವೃತ್ತಿಯ ಸಮಯವೂ ಹತ್ತಿರವಾಗಿತ್ತು. ಇನ್ನು ಕಾಯಲಾಗದೆ ನಿವೃತ್ತಿಯ ಶೀಘ್ರಗೊಳಿಸಿ ಅದರಿಂದ ಬಂದ ಪೀಎಫ್ ಹಣವನ್ನು ನನಗೆ ಕೊಟ್ಟು, ಎಲ್ಲರನ್ನು ಬೆಂಗಳೂರಿಗೆ ಕರೆತಂದರು. ಹೋಟೆಲಿನಲ್ಲಿ ನಾನು ಕದ್ದಿಟ್ಟಿದ್ದ ಹಣವೂ ಸುಮರು ಮುವ್ವತ್ತು ಸಾವಿರದಷ್ಟಿತ್ತು. ಆ ಕಾಲಕ್ಕೆ ಅದು ದೊಡ್ಡ ಮೊತ್ತವೆ.

ಬೆಂಗಳೂರಿನಲ್ಲಿ ಚಿಕ್ಕ ಹೋಟೇಲೊಂದರನ್ನು ಶುರು ಮಾಡಿದೆ. ಅಠಾರ ಕಛೇರಿ ಪಕ್ಕವೆ ಇದ್ದರಿಂದ ವ್ಯಾಪಾರವೂ ಚೆನ್ನಾಗಿಯೆ ನಡೆಯಿತು. ರೂಪಾಯಿಗೆ ರೂಪಾಯಿ ಸೇರಿ ಶ್ರೀಮಂತನಾದೆ. ಆದರೆ ನಾನು ನನ್ನ ದುರಾಭ್ಯಾಸವನ್ನು ಬಿಡಲಿಲ್ಲ. ಇಂದಿಗೂ ನಡೆಯುತ್ತಲೇ ಇದೆ. ಎಲ್ಲ ನಾಚಿಕೆಯ ಬದಿಗಿಟ್ಟು ನಿಮ್ಮೊಡನೆ ಹೇಳಿಕೊಂಡಿದ್ದೇನೆ. ಬಹಳ ಮುಜುಗುರವಾಗುತ್ತಿದೆ ಎಂದರು. ನನಗೆ ಇದು ಚಲನಚಿತ್ರದ ಕಥೆಯ ಹಾಗನ್ನಿಸಿತು. ಅವರ ಬಗ್ಗೆ ನನಗೆ ಛೀ ಎಂತನಿಸಿದರು ತಾಳ್ಮೆ ತಂದುಕೊಂಡು, ಈ ವಿಷಯವನ್ನು ನಾವೆಂದು ಚರ್ಚಿಸುವುದು ಬೇಡ. ನಾನೆಂದು ಸೀತೆಗೆ ಇದನ್ನು ತಿಳಿಸುವುದಿಲ್ಲ. ನೀವು ಸುಮ್ಮನಿದ್ದುಬಿಡಿ. ಇನ್ನು ನೀವು ಈ ಚಟವನ್ನು ಬಿಟ್ಟು ಬಿಡುವುದು ಉತ್ತಮ. ಚಿಕ್ಕವನಾದ ನಾನು ಇದನ್ನು ಹೇಳುತ್ತೇನೆಂದು ತಪ್ಪು ತಿಳಿಯಬೇಡಿ, ವಿಷಯ ಅಂತದ್ದು. ನೀವು ನನ್ನ ಒಡನೆ ನಡೆದ ಈ ಸಂಭಾಷಣೆಯನ್ನು ಮರೆತುಬಿಡಿ. ನೀವು ಹೇಳಲಿಲ್ಲ. ನಾನು ಕೇಳಲಿಲ್ಲ. ಈ ಮಾತಿಗೆ, ನನ್ನದು ತಪ್ಪಾಯಿತು. ಇನ್ನು ಬಿಟ್ಟುಬಿಡುತ್ತೇನೆ ಎಂದು ಅವರು ಮೌನ ತಾಳಿದರು. ಇನ್ನತ್ತು ನಿಮಿಷ ನಡೆದು ಮನೆ ಸೇರಿದವು. ಸೀತೆಗೆ ಆಶ್ಚರ್ಯ, ಎಂದೂ ಇಲ್ಲದ್ದು ನಾವಿಬ್ಬರು ಇಷ್ಟು ಹೊತ್ತು ಸಮಯ ಕಳೆದದ್ದು.

ಮನೆಗೆ ಬರುವಷ್ಟರಲ್ಲಿ ಮೇಷ್ಟ್ರು ಬಂದಿದ್ದರು. ಇಬ್ಬರು ತಿಂಡಿ ತಿಂದು ಶಾಲೆಯ ಬಳಿ ಹೊರಟೆವು. ಪೂಜೆಯ ಸಿದ್ಧತೆಗಳು ಜೋರಾಗಿಯೆ ನಡೆದಿತ್ತು. ಶಾಲೆಯ ಮಕ್ಕಳಿಗೆ ಹೇಗೊ ಜಾರುಬಂಡಿಯ ವಿಷಯ ತಿಳಿದುಬಿಟ್ಟಿತ್ತು. ಅವರು ಅದರ ಬರುವಿಕೆಯನ್ನು ಕಾದು ಕುಳಿತಿದ್ದರು. ಜನಾರ್ಧನ ಜೋಯಿಸರು ಬಂದರು. ಶುಭಕಾರ್ಯವಾದ್ದರಿಂದ ಭಟ್ಟರು

ಅಲ್ಲಿಗೆ ಬರಲಿಲ್ಲ. ಪೂಜೆ ಮುಗಿದ ನಂತರ ರಾಮಣ್ಣನ ಜೇಸೀಬಿಯ ಸಹಾಯದಿಂದ ಕಳ್ಳಿ ಗಿಡಗಳೆಲ್ಲ ಒಂದು ತಾಸಲ್ಲಿ ನಿರ್ನಾಮವಾದವು. ಹಿಂದಿನ ರಾತ್ರಿ ಹೆಚ್ಚಾಗಿ ಮಳೆಯಾದ್ದರಿಂದ, ತೇವವಾದ ಮಣ್ಣನ್ನು ಸುಲಭವಾಗಿ ಕಿತ್ತಲಾಯಿತು. ಇದಾದ ನಂತರ ಟ್ರಾಕ್ಟರೊಂದನ್ನು ತರೆಸಿ ಕೆತ್ತ ಮಣ್ಣನ್ನು ಸಮತಟ್ಟುಮಾಡಲಾಯಿತು.

ಇಷ್ಟರಲ್ಲಿ ನನ್ನ ಗೆಳೆಯನಾದ ಪ್ರದೀಪನು ಜಾರುಬಂಡಿಯ ಸಹಿತ ಅಲ್ಲಿಗೆ ಬಂದ. ಅಪ್ಪಣ್ಣನವರು ಅದನ್ನು ಇಳಿಸಿಕೊಂಡು ಸ್ಥಾಪಿಸ ತೊಡಗಿದರು. ಮೇಷ್ಟ್ರ ಮುಖದಲ್ಲಿ ಎಲ್ಲಿಲ್ಲದ ಆನಂದ. ಶಾಲೆಯಲ್ಲಿ ಅಡುಗೆ ಕೆಲಸ ಮಾಡಿಕೊಂಡಿದ್ದ ವೆಂಕಟಮ್ಮನವರು ಒಂದಷ್ಟು ಚಿತ್ರಾನ್ನದ ಗೊಜ್ಜು ಮಾಡಿ ಅಲ್ಲಿ ಕೆಲಸ ಮಾಡಿಕೊಂಡಿದ್ದವರಿಗೆಲ್ಲ ಊಟದ ವ್ಯವಸ್ಥೆಯ ಮಾಡಿದರು. ಪೂಜೆಗೆ ಬಂದ ಸೀತೆ ಮತ್ತವಳ ತಂದೆ ತಾಯಿಯರು ಊಟಕ್ಕೆ ಮನೆಗೆ ಹೊರಟರು. ನಾನು ಪ್ರದೀಪ, ಮೇಷ್ಟ್ರ ಮತ್ತು ಅಪ್ಪಣ್ಣ ನವರು ಅಲ್ಲೆ ಒಂದೆರಡು ತುತ್ತು ತಿಂದು ಕೆಲಸ ಮಾಡತೊಡಗಿದೆವು.

ಜಾರುಬಂಡಿಗೆ ಹಾಕಿದ್ದ ಸೀಮೆಂಟು ಕುದುರಿಕೊಂಡಿತ್ತು. ಮಕ್ಕಳ ಆನಂದಕ್ಕೆ ಮಿತಿಯೇ ಇಲ್ಲ. ತಿರುಪತಿಯಲ್ಲಿ ದೇವರ ದರ್ಶನಕ್ಕೆ ನಿಂತ ಸಾಲಿನಂತೆ ನಿಂತು ಬಿಟ್ಟಿದ್ದರು. ನಾನು ಪ್ರದೀಪ ಉದ್ಯಾನವನದ ಯೋಜನೆಯನ್ನು ಸಿದ್ಧಪಡಿಸಿ ಅಪ್ಪಣ್ಣನವರಿಗೆ ತಿಳಿಸಿದೆವು. ಅವರಿಗೂ ಒಪ್ಪಿಗೆಯಾಯಿತು. ಇಷ್ಟರಲ್ಲಿ ಸಂಜೆಯಾಯಿತು. ಎಲ್ಲರೂ ಮನೆಗೆ ತೆರಳಿದೆವು.

ಊಟವನ್ನು ಮುಗಿಸಿದ ನಂತರ ಎಲ್ಲರೂ ಮಲಗಿದರು. ನಾನು ಪ್ರದೀಪ ಗುಡಿಯ ಹತ್ತಿರ ಕುಳಿತು ಮಾತನಾಡತೊಡಗಿದೆವು. ಒಂದಷ್ಟು ಕ್ಷೇಮ ಸಮಾಚಾರದ ಸಂಭಾಷಣೆಯ ನಂತರ ಅಜ್ಜಿ ದೀಪಗಳ ಕಲ್ಪನೆಯ ಕುರಿತು ಹೇಳಿದೆ. ಪ್ರದೀಪ ದಿಗ್ಭ್ರಾಂತನಾಗಿ, ಅಜ್ಜಿ ಇದನ್ನೆಲ್ಲ ಹೇಳಿದರೇ ಎಂದ. ನಾನು ಹೌದಪ್ಪ. ನಮ್ಮಜ್ಜಿಯೇ ಹೇಳಿದ್ದು ಎಂದೆ. ನಂಬಲಾಗುತ್ತಿಲ್ಲ ಆತ್ರೇಯ. ಅವರ ಕಲ್ಪನೆ ನಿಜಕ್ಕೆ ಬಹಳ ಹತ್ತಿರವಾದದ್ದು. ಅಜ್ಜಿ ಓದಿ ತಿಳಿದಿರಲಾರರು. ನಾನು ನಮ್ಮ ಗುಡಿಗಳ ನಿರ್ನಾಮದ ಕುರಿತು ಬಹಳ ಓದಿಕೊಂಡಿದ್ದೇನೆ. ಕಾಶಿ ವಿಶ್ವನಾಥನ ಗುಡಿಯ ಇತಿಹಾಸವನ್ನು ಹೇಳುವೆ

ಕೇಳು ಎಂದ. ಇದಕ್ಕೆ ಕಾದಿದ್ದ ನನ್ನ ಕಿವಿಗಳು ಏಕಾಗ್ರತಾವಶವಾಗಿ ಅವನ ಮಾತುಗಳನ್ನು ಕೇಳತೊಡಗಿದವು.

******

ಅಧ್ಯಾಯ ೮

ಪ್ರದೀಪ ಜೋರಾಗಿ ಉಸಿರನೊಳಗೆಳೆದು ಹೇಳತೊಡಗಿದ. ಆತ್ರೇಯ, ನಾನು ನಾಸ್ತಿಕನೆಂಬ ವಿಷಯ ನಿನಗೆ ತಿಳಿದಿದ್ದೆ. ಆದರೂ ನಮ್ಮ ಅಮ್ಮ ಹೇಳಿದ ಪುರಾಣದ ಕಥೆಗಳಲ್ಲಿ ದಕ್ಷರಾಜನ ಬಗ್ಗೆ ಕೇಳಿದ್ದೇನೆ. ಸ್ಕಂದ ಪುರಾಣದ ಯಾವುದಾದರೊಂದು ಪುಸ್ತಕ ಓದಿದರೆ ತಿಳಿದುಕೊಳ್ಳಬಹುದು. ಕಾಶಿ ವಿಶ್ವನಾಥನ ದೇವಾಲಯ ಕಟ್ಟಿ ಎಷ್ಟು ವರ್ಷಗಳಾಯಿತೆಂಬುದು ಹೇಳುವುದು ಕಷ್ಟ. ಆದರೆ ಅದನ್ನು ಮೊದಲು ನಾಶ ಮಾಡುವ ಪ್ರಯತ್ನ ನಡೆದದ್ದು ದರೋಡೆಕೋರ ಮೊಹಮ್ಮದ್ ಗೋರಿಯ ಆಳು ಮತ್ತು ನಂತರ ಮಮ್ಲೂಕ ಸುಲ್ತಾನನಾದ ಖುತುಬ್ ಉದಿನ್- ಐಬಾಕ್ ಎಂಬವನಿಂದ. ಸುಮಾರು ಕ್ರಿ. ಶ. ೧೧೯೪ರಲ್ಲಿ. ಚಂದಾವರ ಕದನದಲ್ಲಿ ಕನೌಜ ರಾಜನಾದ ಜೈಚಂದನನ್ನು ಸೋಲಿಸಿದ ನಂತರ ದೇವಾಲಯವನ್ನು ಒಡೆದು ಹಾಕಿದ. ನಮ್ಮ ಇತಿಹಾಸವ ಬರೆದವರ ಬಗ್ಗೆ ನಿನಗೇ ತಿಳಿದೇ ಇದೆ. ಖುತುಬ್-ಉದಿನ್-ಐಬಕ್ ನಷ್ಟೆ ದುಷ್ಟನಾದ ಇಲ್ತುಮಿಷನ ಆಳ್ವಿಕೆಯಲ್ಲಿ ಗುಜರಾತಿಗೆ ಸೇರಿದ ವ್ಯಾಪಾರಿಯೊಬ್ಬನಿಂದ ಈ ದೇವಾಲಯವು ೧೩ನೇ ಶತಮಾನದಲ್ಲಿ ಮತ್ತೆ ಕಟ್ಟಲಾಯಿತೆಂದು ಹೇಳುತ್ತಾರೆ. ನಂಬುವುದು ಕಷ್ಟ. ಆದರೂ ಅದನ್ನು ಸರಿಯಲ್ಲವೆಂದು ಹೇಳಲು ನನ್ನ ಹತ್ತಿರ ಆಧಾರಗಳಿಲ್ಲ. ಇದನ್ನು ಮತ್ತೆ ನಾಶ ಮಾಡಿದವನು ಲೋದಿ ರಾಜ ಮನೆತನದ ಸಿಕಂದರ್ ಲೋದಿ. ಅಕ್ಬರನ ಆಳ್ವಿಕೆಯಲ್ಲಿ ರಜಪೂತ ರಾಜಮಾನ್ ಸಿಂಘನು ಮತ್ತೆ ಈ ದೇವಾಲಯವನ್ನು ಕಟ್ಟಿದನೆಂಬ ಹೇಳಿಕೆಯಿದೆ. ಅಕ್ಬರನ ಬಗ್ಗೆ ನಮ್ಮ ಇತಿಹಾಸದ ಪುಸ್ತಕಗಳು ಬಹಳ ಬರೆದಿದ್ದರೂ, ಅವನು ಹಿಂದೂ ಪರವಾಗಿಯೇನು ಇದ್ದವನಲ್ಲ. ಮೊಘಲರಲ್ಲಿ ಹಾಳೂರಿನಲ್ಲಿ ಉಳಿದವನೆ ಗೌಡನಂತಿದ್ದವನು. ನನ್ನ ಪ್ರಕಾರ ಅಜ್ಜಿ ಹೇಳಿದ ಕ್ರೂರಿಗಳ ಪಟ್ಟಿಯಲ್ಲಿ ಬರುವವರು ಇವರು.

ಮೂಕಜ್ಜಿಯು ಒಬ್ಬ ದುಷ್ಟ ಇದನ್ನು ಸಂಪೂರ್ಣ ನಾಶಗೊಳಿಸಿ

ಮಸೀದಿಯೊಂದನ್ನು ಕಟ್ಟಿದನೆಂದು ಹೇಳಿದರಲ್ಲ. ಅವನೆ ಮೊಘಲರಲ್ಲಿ ಅತಿ ದುಷ್ಟನಾದ ಔರಂಗಜೇಬ ದೇವಾಲಯುಗಳನ್ನು ನಿರ್ಮೂಲ ಗೊಳಿಸುವುದರಲ್ಲಿ ಇವನದ್ದು ಎಲ್ಲರಿಗಿಂತ ಹೆಚ್ಚು ಪಾತ್ರ ಭಾರತ ಇತಿಹಾಸದಲ್ಲಿ. ೧೬೬೯ರಲ್ಲಿ ನಾಶಕ್ಕೊಳಗಾದ ನಂತರ ಇದನ್ನು ಮರಳಿ ಕಟ್ಟುವ ಮೊದಲ ಪ್ರಯತ್ನ ನಡೆದದ್ದು ಹದಿನೆಂಟನೆ ಶತಮಾನದಲ್ಲಿ, ಮರಾಠ ರಾಜನಾದ ಮಲ್ಹರ ರಾವ್ ಹೋಲ್ಕರನಿಂದ. ಆದರೆ ಲಖ್ನೋವಿನ ನವಾಬರ ದುಷ್ಟ ಎದುರಿಕೆಯಿಂದ ಈ ಪ್ರಯತ್ನ ವ್ಯರ್ಥವಾಯಿತು. ಇದಾದ ಒಂದೆರಡು ದಶಕಗಳಲ್ಲಿ ಜೈಪುರ ಮಹಾರಾಜನಿಂದ ಶುರುವಾದ ಪ್ರಯತ್ನವೂ ವ್ಯರ್ಥವಾಯಿತು. ಇದು ಅಜ್ಜಿ ಹೇಳಿದ ಹಲವು ಪ್ರಯತ್ನಗಳು.

ವ್ಯರ್ಥ ಸರಣಿಗಳನಂತರ ೧೭೮೦ ರಲ್ಲಿ ಮಲ್ಹರರಾವ್ ಹೋಲ್ಕರನ ಸೊಸೆ ಅಹಲ್ಯಾಬಾಯಿ ಹೋಲ್ಕರ್ಳಿಂದ ಈ ಮಸೀದಿಯ ಪಕ್ಕದಲ್ಲಿ ಈಗಿರುವ ದೇವಾಲಯವನ್ನು ಕಟ್ಟಲಾಯಿತು. ಮರಾಠರ ಆಳ್ವಿಕೆಯಲ್ಲಿ ಮೊಘಲರ ದಬ್ಬಾಳಿಕೆಗೊಂದು ಮುಕ್ತಿ ದೊರಕಿತ್ತು. ಅಜ್ಜಿ ಹೇಳಿದ ಪುಣ್ಯ ಸ್ತ್ರೀಯರಲ್ಲಿ ಇವರೊಬ್ಬರು. ಇದಾದ ನಂತರ ಬಹಳ ಜನರು ದೇವಾಲಯಕ್ಕೋಸ್ಕರ ದಾನ ಮಾಡಿದ್ದು ದಾಖಲಾಗಿದೆ. ಇದರಲ್ಲಿ ಪ್ರಮುಖರಾದವರು ನಾಗಪುರದ ಭೋಸ್ಲೆ ಮನೆತನದವರು ಮತ್ತು ಸಿಖ್ ರಾಜನಾದ ರಂಜಿತ್ ಸಿಂಘನು. ರಂಜಿತ್ ಸಿಂಘನು ಸಾವಿರ ಕೆಜಿ ಬಂಗಾರದಿಂದ ದೇವಾಲಯದ ಗೋಪುರಕ್ಕೆ ಚಿನ್ನದ ತಗಡನ್ನು ಮಾಡಿಸಿದನು.

ಅವನು ಮೆಲ್ಲಗೆ ಉಸಿರು ಬಿಡುತ್ತಾ, ಆತ್ರೇಯ ಇದನ್ನು ನಂಬಲಾಗುತ್ತಿಲ್ಲ. ಅಜ್ಜಿಯ ಕಲ್ಪನಾ ಶಕ್ತಿ ಅತೀ ನಿಘೂಢ. ಇಂತಹ ಕಲ್ಪನೆಗಳು ಇನ್ನೇನಾದರು ಹೇಳಿದ್ದಾರಾ ಮೂಕಜ್ಜಿ ಎಂದ. ಹೌದಪ್ಪ, ಇನ್ನೂ ಇಂತಹ ಹಲವಾರು ಅಧ್ಯಾಯಗಳಿವೆ ಎಂದೆ. ಇದಾಗುವಷ್ಟರಲ್ಲಿ ಗಂಟೆ ಹನ್ನೆರಡಾಗಿತ್ತು. ಸೀತೆ ಅಲ್ಲಿಗೆ ಬಂದು ಬೇಗ ಮಲಗಿ, ನಾಳೆ ಮುಂಜಾನೆಯ ಬಿಡಬೇಕು ಬೆಂಗಳೂರಿಗೆ ಎಂದಳು. ಪ್ರದೀಪನು ನಾನು ಒಬ್ಬರ ಮುಖವನ್ನೊಬ್ಬರು ನೋಡಿಕೊಂಡು, ಮಲಗಲು ಹೊರಟೆವು. ಅವನು ಚಾಪೆ ಹಾಸಿಕೊಂಡು ಜಗುಲಿಯ ಮೇಲೆ ಮಲಗಿದ. ನನಗೆ ಪ್ರದೀಪನ

ಮಾತುಗಳು ಬಹಳ ಹಿತವೆನಿಸಿದವು. ಅಜ್ಜಿಯ ಮಾತುಗಳ ಮೇಲೆ ನನಗಿದ್ದ ನಂಬಿಕೆಗೆ ಸ್ವಲ್ಪ ಬೆಂಬಲವೂ ದೊರಕಿತು. ಸರಿಯಾಗಿ ಯೋಚಿಸಿದರೆ ನನಗೆ ಯಾರ ನಂಬಿಕೆಯು ಬೇಕಿರಲಿಲ್ಲ. ಆದರೆ ಅವನ ಮಾತುಗಳು ನನ್ನ ನಂಬಿಕೆಯನ್ನು ಇನ್ನಷ್ಟು ಬಲಪಡಿಸಿತು.

ಈ ಬಾರಿಯ ಭಾರತದ ಪ್ರವಾಸ ಬಹಳ ತಿರುವುಗಳನ್ನು ತಂದ ಪ್ರವಾಸ. ಬಂದಿನ್ನೂ ಹತ್ತು ದಿನಗಳಾಗಿರಲಿಲ್ಲ. ಅಷ್ಟರಲ್ಲಿ ಎಷ್ಟೆಲ್ಲಾ ನಡೆದ ಹೋಯಿತು. ಸಾವಿತ್ರಿಯ ಸಾವು, ಗೋಮತಿಪುರದ ಅಜ್ಜಿಯ ಸಾಹಸ ಕಥೆ, ಭಾರ್ಗವಿಯ ಮದುವೆ, ಅಜ್ಜಿಯ ದೀಪಗಳ ಕಲ್ಪನೆ ಮತ್ತದಕ್ಕೆ ಪ್ರದೀಪನ ಐತಿಹಾಸಿಕ ಅನುವಾದ. ಸೀತಳ ತಂದೆಯ ಪ್ರಸಂಗ. ಇವೆಲ್ಲವೂ ಇಲ್ಲೊಂದು ಅಲ್ಲೊಂದರಂತೆ ಮನಸಿನ ಕಣ್ಣಿಗೆ ಕಾಣತೊಡಗಿದವು. ಯಾವಾಗ ನಿದ್ದೆ ಬಂತೊ ತಿಳಿಯಲಿಲ್ಲ. ಮುಂಜಾನೆ ಐದು ಘಂಟೆಗೆ ಸೀತೆ, ರೀ ಏಳಿ ಎಂದಾಗಲೇ ಎಚ್ಚರಿಕೆಯಾದದ್ದು.

ಏಳುವಷ್ಟರಲ್ಲಿ, ಭಾಗೀರಥಮ್ಮನವರು ನಮ್ಮ ಅಡುಗೆ ಮನೆಯಲ್ಲಿ ಮಾಡುತ್ತಿದ್ದ ಹುಳಿಯನ್ನದ ಪರಿಮಳ ಮನೆಯೆಲ್ಲಡೆ ಹರಡಿತ್ತು. ನಾನು ಹೋಗಿ ಪ್ರದೀಪನ ಎಬ್ಬಿಸಿದೆ. ಮೀರಳ ಎಬ್ಬಿಸಲಿಲ್ಲ. ಅವಳಿಗೆ ರೈಲಿನಲ್ಲೆ ಮುಖ ತೊಳೆದು ತಿಂಡಿ ಕೊಡುವುದು ರೂಢಿ. ರೈಲು ಬಿಡುವುದು ಒಂಭತ್ತು ಗಂಟೆಗೆ, ಎಲ್ಲರು ಸರಸರನೆ ಸಿದ್ಧವಾಗಿ ಆರೂವರೆಯಷ್ಟರಲ್ಲಿ ದೋಣಿಯ ಹತ್ತಿರ ಇದ್ದೆವು. ಸೀತಳ ತಾಯಿ ಅರಿಶಿನ ಕುಂಕುಮಕ್ಕೆಂದು ಕೊಟ್ಟಿದ್ದ ರೇಷ್ಮೆ ಸೀರೆಯನ್ನುಟ್ಟಿದ್ದರು. ಸೀತೆಯ ತಂದೆಯವರ ಮುಖದ ಕಳೆ ಇನ್ನೂ ಮರಳಿ ಬಂದಿರಲಿಲ್ಲ. ಪ್ರದೀಪನಿದ್ದ ಕಾರಣ ದೋಣಿಯ ಪ್ರವಾಸದ ಸಮಯದ ಅರಿವಾಗಲಿಲ್ಲ ನನಗೆ. ಸದಾ ಮಾಡುವಂತೆ ಬಾಡಿಗೆ ಕಾರೊಂದನ್ನು ಸರಿಮಾಡಿಕೊಂಡು ರೈಲು ನಿಲ್ದಾಣಕ್ಕೆ ಹೊರಟೆವು. ಸೀತೆ ಮತ್ತವಳ ತಂದೆತಾಯಿಯವರನ್ನು ರೈಲಿಗೆ ಹತ್ತಿಸಿ ನಾನು ಪ್ರದೀಪ ಅಲ್ಲೆ ಹತ್ತಿರವಿದ್ದ ಹೋಟೆಲಿನಲ್ಲಿ ಕಾಫಿ ಸೇವಿಸಿದ ನಂತರ ಅವನ ಬೀಳ್ಕೊಡುಗೆಯೂ ಆಯಿತು. ಜಾರು ಬಂಡೆಗೆ ಸುತಾರಾಂ ದುಡ್ಡು ತೆಗೆದುಕೊಳ್ಳಲು ನಿರಾಕರಿಸಿದ ಅವನಿಗೆ ಬಲವಂತ ಪಡಿಸಿ ಜೇಬಿನಲ್ಲಿ ದುಡ್ಡು ಇಡಬೇಕಾಯಿತು. ಅವನ ಬೀಳ್ಕೊಟ್ಟು ನಾನು ಟ್ಯಾಕ್ಸಿ ನಿಲ್ದಾಣದ ಕಡೆಗೆ

ಹೊರಟೆ.

ಹೀಗೆ ನಡೆಯುತ್ತಿದ್ದ ನನಗೆ ಹೇಗೊ ಶಿವಮೊಗ್ಗೆಗೆ ಬಂದಿದ್ದಾಗಿದೆ. ಸುಶೀಲಮ್ಮನವರ ಮನೆಗೇಕೆ ಹೋಗಿಬರಬಾರದೆಂದನಿಸಿತು. ಸರಿ ಅಂತ ಹೊರಟೆ. ಸರಸ್ವತಿಪುರಕ್ಕೆ ಹೋಗುವ ದಾರಿ ಬಹಳ ಸೊಗಸಾದದ್ದು. ಸುಮಾರು ೫-೬ ಮೈಲಿಗಳಷ್ಟು ದಾರಿಯಲ್ಲಿ ಕಾಣಸಿಗುತ್ತಿದ್ದುದ್ದು ಬರಿ ತೆಂಗು ಮತ್ತು ಅಡಿಕೆ ಮರಗಳು. ಅತಿಫಲವತ್ತಾದ ಭೂಮಿ. ಸುತ್ತ ಮುತ್ತ ಹರಿಯುತ್ತಿದ್ದ ತುಂಗಾ ನದಿಯು ಒಳ್ಳೆ ಮಳೆಯ ಪ್ರಭಾವದಿಂದ ಉಕ್ಕಿ ಹರಿಯುತ್ತಿತ್ತು. ಎಂತಾ ಸೌಂದರ್ಯ. ಇವನ್ನೆಲ್ಲ ಬಿಟ್ಟು ನಾನೇಕೆ ವಿದೇಶದಲ್ಲಿ ನೆಲೆಸಿದ್ದೀನೊ ಎಂದನಿಸಿತು. ಹೀಗೆ ಪ್ರಕೃತಿ ಮಾತೆಯ ಸೊಬಗಲ್ಲಿ ಮಿಂದು ತೇಲುತ್ತಿದ್ದ ನನ್ನ ಕಣ್ಣಿಗೆ ಬೆಲ್ಲವ ತಯಾರಿಸುವ ಆಲೆಮನೆಯೊಂದು ಬಿತ್ತು. ಮದುವೆ ಹೆಣ್ಣಿಗಿಂತ ಹೆಚ್ಚಾಗಿ ಅಲಂಕೃತಗೊಂಡ ಜೋಡಿ ಎತ್ತುಗಳು ಸುತ್ತಿ ಸುತ್ತಿ ಕಬ್ಬಿನ ರಸವನ್ನು ತೆಗೆಯುತ್ತಿದ್ದವು. ನಾನು ಅಲ್ಲಿಗೆ ಹೋದ ತಕ್ಷಣ ಸುಶೀಲಮ್ಮನವರ ಮೈದುನ ಸಿಕ್ಕರು. ಅವರ ಸ್ನೇಹಿತರದ್ದೆ ಆಲೆಮನೆಯಂತೆ. ಒಳಗೆ ಕರೆದುಕೊಂಡು ಹೋಗಿ ವೀಳೆದೆಲೆಯ ಮೇಲೆ ಆಗ ತಾನೆ ತಯಾರಾದ ಬೆಲ್ಲವನ್ನಿಟ್ಟು ನನಗೆ ಕೊಟ್ಟರು. ಅದನ್ನು ನಾಲಿಗೆಯ ಮೇಲಿಟ್ಟೊಡನೆಯೆ ಕರಗಿ ಗಂಟಲಿಗಿಳಿಯಿತು. ಅದರ ಸ್ವಾದ ಬಣ್ಣಿಸಲಸಾಧ್ಯವಾದುದ್ದು. ಇಲ್ಲಿಂದ ಸರಸ್ವತಿಪುರಕ್ಕೆ ಅರ್ಧ ಮೈಲಿ. ಸುಶೀಲಮ್ಮ ನವರ ಮೈದುನರನ್ನು ನನ್ನ ಜೊತೆ ಕಾರಿನಲ್ಲಿ ಕೂರಿಸಿಕೊಂಡು ಅವರ ಮನೆಗೆ ಹೊರಟೆ. ಅವರು ನನ್ನನ್ನು ಒಳಗೆ ಕರೆದುಕೊಂಡು ಹೊಗಿ ನೀರು ಮಜ್ಜಿಗೆಯ ಕೊಟ್ಟು ಕೂರಿಸಿದರು. ಮೇಜಿನ ಮೇಲೆ ಇಂಡಿಯಾ ಟುಡೆ, ಔಟ್ಲುಕ್ ಮಾಸಪತ್ರಿಕೆಗಳು ಕಾಣಸಿಕ್ಕವು. ಅಮ್ಮ ಸುಶೀಲಮ್ಮನವರ ಆಂಗ್ಲ ಪತ್ರಿಕೆಯ ಬಗ್ಗೆ ಹೇಳಿದ್ದ ಕಥೆ ಜ್ಞಾಪಕಕ್ಕೆ ಬಂತು. ಅತ್ತಿಗೆ ಗುಡಿಗೆ ಹೋಗಿದ್ದಾರೆ. ಇನ್ನರ್ಧ ಗಂಟೆಯೊಳಗೆ ಬಂದುಬಿಡುತ್ತಾರೆ ಎಂದು ತೋಟದ ಕಡೆ ಹೊರಟರು. ಗೋಡೆಯ ಮೇಲೆ ಅವರ ಮಗ ಮತ್ತು ಸೊಸೆಯ ಭಾವಚಿತ್ರಗಳು ಕಂಡುಬಂದವು. ಗೋಡೆಯ ಇನ್ನೊಂದೆಡೆ ಅವರ ಮೊಮ್ಮಕ್ಕಳ ಚಿತ್ರಗಳು. ನೋಡಿ ಬಹಳ ಬೇಸರವಾಯಿತು. ಇಂಡಿಯಾ ಟುಡೆ ಪತ್ರಿಕೆಯನ್ನು

ಕೈಗೆತ್ತುಕೊಂಡು ಸುಶೀಲಮ್ಮನವರ ಬರುವಿಕೆಯನ್ನು ಕಾದು ಕುಳಿತೆ.

****

ಅಧ್ಯಾಯ- ೯

ನಮ್ಮ ಕಡೆ ಚಿಕ್ಕಮ್ಮ ಎಂದು ಕರೆಯೊ ಅಭ್ಯಾಸ ಇರಲಿಲ್ಲ. ಅಕ್ಕ ಅಂತ ಕರೆಯುವುದೆ ವಾಡಿಕೆ. ಸುಶೀಲಮ್ಮನವರು ದೇವಾಲಯದಿಂದ ಬಂದರು. ನಾನಿರುವುದು ಅವರಿಗೆ ತಿಳಿದಿರಲಿಲ್ಲ. ಬಂದವರೆ ವಿಶ್ರಾಂತಿ ತೆಗೆದುಕೊಳ್ಳಲಿಕ್ಕೋಗುವಂತಿದ್ದರು. ಅವರ ಓರಗಿತ್ತಿ ಅವರನ್ನು ಕರೆದು ಅಕ್ಕ ಜಮುನಾಪರುದಿಂದ ಆತ್ರೇಯ ಬಂದಿದ್ದಾರೆ ಅಂತ ಕರೆದರು. ನನ್ನ ನೋಡಿದೊಡನೆಯೆ ಅವರಿಗೆ ದುಃಖ ತಡೆದುಕೊಳ್ಳಲಾಗಲಿಲ್ಲ. ಕಣ್ಣೀರ ತಡೆದು ನನ್ನತ್ತ ಬಂದು, ಮರಿ ಎಲ್ಲ ಕ್ಷೇಮ ಅಲ್ವೇ ಎಂದರು ? ಚೆನ್ನಾಗಿದ್ದೀನಿ ಅಕ್ಕ. ಮಕ್ಕಳು ಬರಲಿಲ್ಲವೆ ಅನ್ನೋ ಅವರ ಪ್ರಶ್ನೆಗೆ, ಇಲ್ಲ ಅಕ್ಕ ಸೀತ ಅವಳ ತವರಿಗೆ ಇಂದೇ ಹೊರಟಳು. ಅವಳನ್ನು ಮತ್ತು ಅವಳ ತಂದೆತಾಯಿಯರನ್ನು ರೈಲಿಗೆ ಹತ್ತಿಸಿ ಬಂದೆ. ದಾರಿಯಲ್ಲಿ ನಿಮ್ಮ ಮೈದುನ ಸಿಕ್ಕರು ಎಂದೆ. ನನ್ನ ಮಣ್ಣಿನ ಲೋಟವ ನೋಡಿ ನಾನು ಮಜ್ಜಿಗೆ ಕುಡಿದೆನೆಂಬ ಅರಿವಾಯಿತವರಿಗೆ. ಸುಮ್ಮನೆ ಮಾತಿಗೆ ವಿಚಾರಿಸಿಕೊಳ್ಳುವವರಲ್ಲ ಸುಶೀಲಮ್ಮನವರು, ಇಷ್ಟರಲ್ಲಿ ಅವರ ಓರಗಿತ್ತಿ ಅಡುಗೆಗೆ ತಯಾರಿ ಮಾಡಿಕೊಳ್ಳುತ್ತಿದ್ದರು. ಇಷ್ಟೆಲ್ಲ ದುಃಖದಲ್ಲಿ ಒಂದು ನೆಮ್ಮದಿಯೆಂದರೆ, ಸುಶೀಲಮ್ಮನವರು ಎಲ್ಲ ಮರೆತು ಧೈರ್ಯದಿಂದಿದ್ದರು. ನಾನು ಅವರ ಮನೆಯ ದುರಂತದ ವಿಷಯವ ತೆಗೆಯ ಹೋಗಲಿಲ್ಲ. ಸ್ವಲ್ಪ ಮಾತಿನ ನಂತರ, ಅಡುಗೆಯೂ ಮುಗಿದಿತ್ತು. ಇಷ್ಟು ಅಲ್ಪ ಸಮಯದಲ್ಲಿ ಒಬ್ಬಟ್ಟು, ಅಂಬೊಡೆ, ಕಾಳು ಹುಳಿ, ರಸ, ಒಗ್ಗರಣೆ ಮೊಸರು ಇಷ್ಟೆಲ್ಲ ತಯಾರಿಸಿಬಿಟ್ಟಿದ್ದರು. ನನಗೂ ಹೊಟ್ಟೆ ಚೆನ್ನಾಗಿಯೇ ಹಸಿದಿತ್ತು. ಕಂಠಪೂರ್ತಿ ತಿಂದೆ.

ಸುಶೀಲಮ್ಮನವರ ಮನೆಯ ನೋಡಿದರೆ ಎಂತವರಿಗೂ ಕಿಂಚಿತ್ತು ಅಸೂಯೆ ತಪ್ಪಿದ್ದಲ್ಲ. ಅಷ್ಟು ಅನ್ಯೋನ್ಯವಾದ ಸಂಸಾರ ಅವರದ್ದು. ಅವರ ಗಂಡನೊಡನುಟ್ಟಿದವರು ಐದು ಗಂಡು, ಎರಡು ಹೆಣ್ಣು ಮಕ್ಕಳು. ಸುಶೀಲಮ್ಮನವರ ಗಂಡ ಎಲ್ಲರಿಗಿಂತ ದೊಡ್ಡವರು. ಐದು ಗಂಡು ಮಕ್ಕಳು

ಒಟ್ಟಿಗೆ ಒಂದೆ ಮನೆಯಲ್ಲಿ ಇದ್ದರು. ಎರಡು ವರ್ಷಗಳ ಮುಂಚೆ ಅವರ ಎರಡನೆ ಓರಗಿತ್ತಿಯವರಿಗೆ ಕ್ಯಾನ್ಸರ್ ಖಾಯಿಲೆಯಾಗಿತ್ತು. ಬೆಂಗಳೂರಿನ ಕಿದ್ವಾಯಿ ಆಸ್ಪತ್ರೆಯಲ್ಲಿ ಅವರು ಚಿಕಿತ್ಸೆ ಪಡೆಯುತ್ತಿದ್ದರು. ಆ ಸಮಯದಲ್ಲಿ ಸುಶೀಲಮ್ಮನವರು ಮತ್ತವರ ಮೊದಲನೆ ಓರಗಿತ್ತಿಯುವರು ಬೆಂಗಳೂರಿನಲ್ಲೊಂದು ಬಾಡಿಗೆ ಮನೆಯೊಂದನ್ನು ಮಾಡಿಕೊಂಡು ಆರು ತಿಂಗಳುಗಳ ಕಾಲ ಅಲ್ಲೆ ಇದ್ದುಬಿಟ್ಟರು. ಅವರ ಮೈದುನರ ಮಕ್ಕಳು ಬೆಂಗಳೂರಿನಲ್ಲಿ ಕೆಲಸ ಮಾಡಿಕೊಂಡಿದ್ದರು. ಅವರು ಕೂಡ ತಮ್ಮ ಮನೆಗಳನ್ನು ಬಿಟ್ಟು ಆ ಬಾಡಿಗೆ ಮನೆಯಲ್ಲಿ ಇದ್ದರು. ಸಣ್ಣ ಪಣ್ಣ ಜಗಳಗಳು ಇದ್ದೆ ಇದ್ದವು. ಆದರೆ ಕಷ್ಟಕಾಲದಲ್ಲಿ ಅವರು ವರ್ತಿಸಿದ ರೀತಿ ಈ ಕಾಲಕ್ಕೊಂದು ಮಾದರಿಯಾಗಿತ್ತು. ನನಗೆ ಅವರ ಮನೆಯ ಸಮಾರಂಭಗಳಿಗೆ ಹೋಗುವುದೆಂದರೆ ಬಹಳ ಇಷ್ಟ. ಮನೆಯ ತುಂಬಾ ಜನರು. ಎಲ್ಲೆಲ್ಲೂ ಗಡಿಬಿಡಿ. ನಮ್ಮ ಮನೆಗೆ ಅಷ್ಟು ಜನ ಎಂದಿಗೂ ಬಂದವರಲ್ಲ. ಈ ಕಾಲದಲ್ಲಿ ಸಣ್ಣ ಸಣ್ಣ ತೊಂದರೆಗಳಿಗೆ ಎಣಗಲಾರದೆ ಅವರಪಾಡಿಗವರಿರುವುದು ಹೆಚ್ಚು. ಸುಶೀಲಮ್ಮನವರನ್ನು ಮತ್ತವರ ಮನೆಯವರನ್ನು ನೋಡಿದರೆ ಸ್ವಲ್ಪ ಆಶಾವಾದವಾದ ಭಾವನೆ ಬರುವುದು ಬಹು ಸಹಜ.

ನನಗೆ ನಿನ್ನೆ ಪ್ರದೀಪನ ಜೊತೆ ಮಾತನಾಡಿಕೊಂಡಿದ್ದು ಬಹಳ ತಡವಾಗಿ ಮಲಗಿದ ಕಾರಣ ಸ್ವಲ್ಪ ನಿದ್ದೆಯೂ ಬಂದಿತ್ತು. ಅವರದು ನೂರು ವರ್ಷಗಳ ಹಿಂದೆ ಕಟ್ಟಿದ ಮನೆ. ಬಹಳ ದೊಡ್ಡ ಮನೆ. ಮನೆಯ ಮುಂದೆ ಬಹಳ ಕಾಲದಿಂದ ಸೂರ್ಯನ ತಾಪಕ್ಕೆದರೆದ, ತನ್ನ ನೆರೆವ ಕೋರಿ ಬಂದವರಿಗೆ ತಂಗಾಳಿಯ ಬಳುವಳಿ ನೀಡುವ ಹೊಂಗೆ ಮರವೊಂದಿತ್ತು. ಅದರ ಕೆಳಗೆ ಹಸಿ ಹುಲ್ಲಿನ ಮೆದುವಾದ ಹಾಸಿಗೆ. ಅವರು ಬೇಡವೆಂದರೂ ನಾನು ಅಲ್ಲೆ ಮಲಗಿಬಿಟ್ಟೆ. ಸುಮಾರು ಮೂರು ತಾಸುಗಳು ಮಲಗಿಬಿಟ್ಟೆ ಅನಿಸುತ್ತೆ. ಏಳುವಷ್ಟರಲ್ಲಿ ಹಂಡೆಯಲ್ಲಿ ಬಿಸಿ ನೀರು ಕಾಯುತ್ತಿತ್ತು. ಅದರಲ್ಲಿ ಕೈಕಾಲು ಮುಖ ತೊಳೆದು ಕೊಂಡು ಮನೆಯ ಒಳಗೆ ಬಂದೆ. ಸುಶೀಲಮ್ಮನವರ ಗಂಡನವರು ವ್ಯವಸಾಯದ ಕೆಲಸ ಮಾಡಿ ಬಂದಿದ್ದರು. ಯಾವಾಗ ಬಂದಿರಿ ಅಂತ ಯೋಗಕ್ಷೇಮ ವಿಚಾರಿಸಿಕೊಂಡರು. ಅಷ್ಟರಲ್ಲಿ

ಸುಶೀಲಮ್ಮನವರು ಬಾದಾಮಿ ಹಾಲು ತಂದು ಕೊಟ್ಟರು. ಎಮ್ಮೆಯ ಹಾಲನಿಸುತ್ತೆ. ಬಹಳ ರುಚಿಯಾಗಿತ್ತು. ನಾನಿರುವ ದೇಶದಲ್ಲಿ ಕೊಳ್ಳುತ್ತಿದ್ದ ಹಾಲು ೨೦ ದಿನಗಳಾದರು ಕೆಡುತ್ತಿರಲಿಲ್ಲ. ಅದ್ಹೇಗೆ ಎಂದು ನನಗೆ ಇಂದಿಗೂ ಅರ್ಥವಾಗಿರಲಿಲ್ಲ. ಇನ್ನು ಜಮುನಾಪುರಕ್ಕೆ ಹೋಗುವುದು ಕಷ್ಟವೆಂದು ತಿಳಿದು ಅಜ್ಜಿಗೊಂದು ಕರೆಯ ಮಾಡಿ ರಾತ್ರಿ ಸರಸ್ವತೀಪುರದಲ್ಲೆ ಇರುವೆಯೆಂದು ಹೇಳಿದೆ.

ರಾತ್ರಿಯ ಊಟ ಮಧ್ಯಾಹ್ನ ದ ಊಟಕ್ಕಿಂತ ಎರಡರಷ್ಟಿತ್ತು. ಪುಳಿಯೊಗರೆ, ಸಬ್ಬಕ್ಕಿ ಪಾಯಸ, ಒತ್ತು ಶಾವಿಗೆ ಮತ್ತು ಗಸಗಸೆ ಪಾಯಸ, ಉದ್ದಿನಬೇಳೆಯ ವಡೆ, ಮಂಗಳೂರು ಸೌತೇಕಾಯಿಯ ಮಜ್ಜಿಗೆ ಹುಳಿ, ಕೆಂಡದ ಮೇಲೆ ಸುಟ್ಟ ಬದನೆಕಾಯಿಯ ಗೊಜ್ಜು, ಕೋಸಂಬರಿ, ಹುರಳೀಕಾಯಿ ಪಲ್ಯ ಇತ್ಯಾದಿಗಳು ನನ್ನ ಎಲೆಯ ಮೇಲೆ ಒಂದೊಂದಾಗಿ ಬಂದು ಆಹ್ವಾನ ನೀಡಿದವು. ಸೀತೆಯೂ ಕೆಲಸ ಮಾಡುತಿದ್ದರಿಂದ ಅವಳಿಗೆ ಅಡುಗೆಗೆ ಬಹಳ ಕಡಿಮೆ ಸಮಯ ದೊರಕುತ್ತಿತ್ತು. ಅದರ ಮೇಲೆ ಮೀರಳ ನೋಡಿಕೊಳ್ಳಬೇಕಿತ್ತು. ನನಗೆ ಇಷ್ಟೊಂದು ಪದಾರ್ಥಗಳನ್ನು ನೋಡಿದೊಡನೆಯೆ ಮನಸ್ಸಿನ ಹಸಿವಿನ ಮೋಹ ಹೆಚ್ಚಾಯಿತು. ಗಢತ್ತಾಗಿ ಊಟ ಮಾಡಿದೆ. ಊಟದ ನಂತರ ವೀಳೆದೆಲೆ ಮತ್ತು ಏಲಕ್ಕಿ ಬಾಳೆ ಹಣ್ಣುಗಳನ್ನು ತಟ್ಟೆಯಲ್ಲಿ ತಂದಿಟ್ಟರು. ಎಲೆಯನ್ನು ಬಿಟ್ಟು ಒಂದೆರಡು ಬಾಳೆ ಹಣ್ಣು ತಿಂದೆ. ಎಷ್ಟು ಊಟ ಮಾಡಿದರು ಒಂದೆರಡು ಬಾಳೇಹಣ್ಣಿಗೆ ತೊಂದರೆಯಿರುತ್ತಿರಲಿಲ್ಲ. ಕಷ್ಟಪಟ್ಟು ಕೆಲಸ ಮಾಡುತ್ತಿದ್ದರಿಂದ ಎಲ್ಲರು ಬೇಗ ಮಲಗಿಬಿಟ್ಟರು. ಸುಶೀಲಮಮ್ಮವರು ಹಸುಗಳಿಗೆ ನೀರನ್ನಿಟ್ಟು ನನ್ನ ಹತ್ತಿರ ಮಾತನಾಡಲು ಬಂದರು. ಆತ್ರೇಯ, ನಿನಗೆ ಎಲ್ಲವು ತಿಳಿದಂತೆ ತೋರುತ್ತದೆ. ಆದ ವಿಷಯದ ಬಗ್ಗೆ ಮಾತನಾಡಿ ಪ್ರಯೋಜನವಿಲ್ಲ. ಆ ನೋವನ್ನು ನಾನು ಭಾಗಭಾಗವಾಗಿ ಪ್ರತಿದಿನ ಅನುಭವಿಸುವುದು ನಿಜವಾದರು, ಬೇರೆಯವರ ಹತ್ತಿರ ಆ ಕಷ್ಟಗಳ ಹೇಳಿಕೊಳ್ಳಲಾರೆ. ಆದರೆ ಎರಡು ತಿಂಗಳುಗಳ ಹಿಂದೆ ಮೂಕಜ್ಜಿ ಇಲ್ಲಿಗೆ ಬಂದು ಎರಡು ದಿನ ಇದ್ದರು. ಅವರು ಕೊಟ್ಟ ಉಪಾಯ ನಮ್ಮ ದುಃಖವನ್ನು ಬಹಳಷ್ಟು ನೀಗಿಸಿತು. ಪುಣ್ಯಕ್ಕೆ ಶ್ರೀರಂಗನು ಮೂಲತಃ ಭಾರತದವರನ್ನೆ ಮಕ್ಕಳ ನ್ಯಾಯಬದ್ಧ

ಹಿತೈಷಿಗಳನ್ನಾಗಿ ನೇಮಕ ಮಾಡಿದ್ದನು. ಅವರು ಸತ್ತಾಗ ಆ ಸಂಸಾರವು ಎರಡು ತಿಂಗಳು ಭಾರತಕ್ಕೆ ಬಂದಿದ್ದರು. ನಮಗ್ಯಾರಿಗು ತಿಳಿಯದ ಈ ವಿಷಯ ಅಜ್ಜಿಗೆ ಹೇಗೊ ತಿಳಿದಿತ್ತು. ಇಲ್ಲಿಗೆ ಅದೇ ವಿಷಯವಾಗಿ ಬಂದ ಅವರು ಈ ವಿಷಯವನ್ನು ನನಗೆ ತಿಳಿಸಿದರು. ನಾವು ಬೆಂಗಳೂರಿಗೆ ಹೋಗಿ ಅವರನ್ನು ಕಂಡು ಬಂದೆವು. ತುಂಬ ಒಳ್ಳೆಯ ಜನರು ಮರಿ. ಪ್ರತಿ ವರ್ಷ ಭಾರತಕ್ಕೆ ಮೂರು ತಿಂಗಳು ಬರುವ ವಾಡಿಕೆಯಂತೆ ಅವರದು. ಬಂದಾಗ ನಮ್ಮ ಮೊಮ್ಮಕ್ಕಳನ್ನು ಭಾರತಕ್ಕೆ ಕರೆತರುತ್ತೇವೆಂದು ಹೇಳಿದರು. ನಮಗೂ ವಿದೇಶದಲ್ಲಿ ಅವರ ಮನೆಗೆ ಯಾವಾಗ ಬೇಕಾದರು ಬಂದಿರಿ ಅಂತ ಹೇಳಿದರು. ನಮ್ಮ ಆನಂದಕ್ಕೆ ಪಾರವೆ ಇರಲಿಲ್ಲ ಅಂದು. ಹಿಂದಿನ ವಾರವಷ್ಟೆ ನಮ್ಮ ಐದು ಸಂಸಾರಗಳು ವೀಸಾ ಮಾಡಿಸಿಕೊಂಡೆವು. ನಾನು ಮುಂದಿನ ತಿಂಗಳೇ ಪ್ರಯಾಣ ಹೊರಟಿದ್ದೇನೆ ಎಂದರು. ನನಗೂ ಬಹಳ ಆನಂದವಾಯಿತು. ಶ್ರೀರಂಗನವರು ಬಹಳ ಒಳ್ಳೆಯ ವ್ಯಕ್ತಿ. ಅವರಿಗೆ ಇಂತಹ ಕಷ್ಟ ಬಂತಲ್ಲ ಅನ್ನೊ ಕೊರಗಿತ್ತು. ಈಗ ಅದು ಸ್ವಲ್ಪ ಕಡಿಮೆಯಾಯಿತು. ಏನೊ ಆತ್ರೇಯ, ನೀನು ಮೀರಳನ್ನು ಇಲ್ಲೇ ಹುಟ್ಟುವಂತೆ ಮಾಡಿದ್ದು ಎಷ್ಟು ಒಳ್ಳೆಯ ಕೆಲಸವೆಂದು ಅರ್ಥವಾಯಿತು. ನಮಗೇನೊ ಅದೃಷ್ಟ ಇದ್ದರಿಂದ ಪರವಾಗಿಲ್ಲ. ಇಲ್ಲದಿದ್ದರೆ ಅವರಲ್ಲಿ ನಾವಿಲ್ಲಿ. ನೆನೆಸಿಕೊಂಡರೆ ಭಯವಾಗುತ್ತದೆ. ಅದಲ್ಲದೆ ನಮ್ಮ ನೆಂಟರಿಷ್ಟರ ಮನೆಯ ಹುಡುಗಿಗೆ ಅಲ್ಲಿನ ಗಂಡನ್ನೆ ಹುಡುಕಿ ಮದುವೆ ಮಾಡಿದರು. ಅವರ ಎರಡು ಮಕ್ಕಳಿಗೆ ಅಲ್ಲಿನ ರಾಷ್ಟ್ರೀಯತೆಯನ್ನೆ ತೆಗೆದುಕೊಂಡರು. ಗಂಡ ಹೆಂಡತಿಯ ಮಧ್ಯೆ ಏನೊ ಜಗಳಗಳಾಗಿ ವಿಚ್ಛೇದನವಾಯಿತು. ಈಗ ಅವಳು ಅಲ್ಲಿಗೆ ಹೋಗುವಂತಿಲ್ಲ. ಅಲ್ಲಿನ ಸರ್ಕಾರವು ಮಕ್ಕಳನ್ನು ಇಲ್ಲಿಗೆ ಕಳುಹಿಸುವುದಿಲ್ಲ. ಹುಡುಗಿ ಹತ್ತನೆ ತರಗತಿ ಓದಿಕೊಂಡಿದ್ದಾಳೆ. ಅಲ್ಲಿ ಇವಳಿಗೆ ಕೆಲಸ ಮತ್ತು ವೀಸಾಗಳನ್ನು ಯಾರು ಕೊಟ್ಟಾರು? ಅವಳ ದುಃಖ ನೋಡಲಾಗದು. ಆದರೆ ಏನು ಮಾಡುವಂತಿಲ್ಲ. ಅವಳ ಗಂಡನು ಇನ್ನೊಂದು ಮದುವೆಯ ಮಾಡಿಕೊಳ್ಳುವ ಯೋಚನೆಯಲ್ಲಿದಾನಂತೆ. ಏನು ಕರ್ಮವೊ ಎಂದರು ? ನನಗೆ ಎರಡು ವಿಷಯಗಳು ಒಟ್ಟಾಗಿ ಕಣ್ಣ ಮುಂದೆ ಬಂದವು. ಒಂದು ನಮ್ಮ ಅಜ್ಜಿಗೆ ಈ ವಿಷಯ ಹೇಗೆ ತಿಳಿದತ್ತು

ಎಂದು. ಮತ್ತೊಂದು ಸುಶೀಲಮ್ಮನವರ ನೆಂಟರ ಹೆಣ್ಣಿನ ಕಥೆ. ಇಷ್ಟು ವರ್ಷಗಳ ಕಾಲ ಅಲ್ಲಿದ್ದ ನನಗೆ ಎಂದು ಈ ವಿಚಾರ ಗೋಚರವಾಗಿರಲಿಲ್ಲ. ನಮ್ಮ ದೇಶದಲ್ಲಿ ವಿದೇಶದ ಗಂಡೆಂದರೆ ಅತಿ ಉತ್ಸಾಹದಿಂದ ಮದುವೆ ಮಾಡಿಕೊಡುತ್ತೇವೆ. ಅಲ್ಲಿನ ರೀತಿ, ರಿವಾಜು, ಸಂವಿಧಾನ ಒಂದನ್ನೂ ಯೋಚಿಸುವುದಿಲ್ಲ. ಹೇಗೊ ಅಜ್ಜಿಯ ಸಮಯ ಪ್ರಜ್ಞೆಯಿಂದ ಇನ್ನೊಂದು ಒಳ್ಳೆಯ ಕೆಲಸವಾಯಿತೆಂದು ಸಂತಸವಾಯಿತು. ಬರುವಾಗ ಸುಶೀಲಮ್ಮನವರಿಗೆ ಹೇಗೆ ಸಮಾಧಾನ ಹೇಳುವುದು ಅಂದುಕೊಂಡಿದ್ದೆ. ಅದರ ಅವಶ್ಯಕತೆಯಾಗಲಿಲ್ಲ. ಮಲಗಲು ಹೊರಟೆ. ಆದರೆ ಸುಶೀಲಮ್ಮನವರ ನೆಂಟರ ಹೆಣ್ಣಿನ ಕಥೆ ನನ್ನನ್ನು ಕಾಡತೊಡಗಿತು. ಸೀತ ಮೀರಳನ್ನು ಬಿಟ್ಟು ಒಂದು ದಿನ ಇರಲಾರಳು. ತಾಯಿಯರ ಸಹಜ ಗುಣವದು. ಪಾಪ, ಆ ಹೆಂಗಸು ಹೆತ್ತ ಎರಡು ಮಕ್ಕಳನ್ನು ಬಿಟ್ಟು ಹೇಗಿದ್ದಾರೊ ಅಂತ ಯೋಚಿಸಿ ಮಲಗಿಬಿಟ್ಟೆ.

****

ಅಧ್ಯಾಯ – ೧೦

ಗಾಢವಾದ ನಿದಿರೆಯಿಂದ ಎಚ್ಚರವಾದದ್ದು ಏಳು ಗಂಟೆಗೇನೆ. ಎದ್ದು ಸ್ನಾನ ಮಾಡುವಷ್ಟರಲ್ಲಿ ಬಿಸಿ ಬಿಸಿ ಪಡ್ಡು ತಯಾರಾಗಿತ್ತು. ಅವನ್ನು ತಿಂದು ಒಂದು ಕಾಫಿ ಕುಡಿದು ಅಲ್ಲಿಂದ ಜಮುನಾಪುರಕ್ಕೆ ಹೊರಡಲು ಸಿದ್ದವಾದೆ. ಅವರೆಲ್ಲರ ಮುಖಗಳಲ್ಲಿ ಚಿಗುರು ಸಂತಸ ಮೂಡಿತ್ತು. ನನ್ನ ಹೆಗಲಿನ ಮೇಲಿನ ಭಾರವೂ ಹಗುರಾಗಿತ್ತು. ಅಲ್ಲಿಂದ ಶಿವಮೊಗ್ಗೆಗೆ ಬಂದು ಅಲ್ಲಿಂದ ಒಬ್ಬನೆ ಇದ್ದ ಕಾರಣ ಬಾಡಿಗೆ ಆಟೋವಿನಲ್ಲಿ ನದಿಯ ತೀರಕ್ಕೆ ಬಂದು ದೋಣಿಯಲ್ಲಿ ಜಮುನಾಪುರಕ್ಕೆ ಬಂದು ಸೇರಿದೆ.

ಮನೆಗೆ ಬಂದೊಡನೆಯೆ ಅಜ್ಜಿ ಸಿಕ್ಕರು. ಏನು ಮರಿ, ಎಲ್ಲ ಕ್ಷೇಮವೆ ಎಂದರು. ಹೌದಜ್ಜಿ, ಎಲ್ಲರು ಬಹಳ ಸಂತಸದಿಂದಿದ್ದರು. ನೀವು ನನಗೆ ಅರ್ಧ ವಿಷಯ ತಿಳಿಸಿದಿರಿ. ನಿಮ್ಮ ಪಾತ್ರದ ಬಗ್ಗೆ ಹೇಳಲೇ ಇಲ್ಲ ಅಂದೆ. ಅಜ್ಜಿ ಸ್ವಲ್ಪ ನಕ್ಕು, ಅದೇ ಅದರಲ್ಲೇನಿದೆ ಮರಿ. ಶ್ರೀರಂಗನು ಇಲ್ಲಿಗೆ ಬಂದಾಗ ಯಾವುದೊ ಮಾತಿಗೆ ಬಂದು ಆ ವಿಷಯ ತಿಳಿಸಿದ್ದ. ಅವನು ಸುಶೀಲಮ್ಮನವರಿಗೇಕೆ ಈ ವಿಷಯ ತಿಳಿಸಿರಲಿಲ್ಲ, ಎಂದು ನನಗೆ

ತಿಳಿಯದು. ಆ ವಿಷಯವನ್ನು ಅವರಿಗೆ ತಿಳಿಸಿದೆ ಅಷ್ಟೆ ಅಂದರು. ನಾನು ಸುಶೀಲಮ್ಮನವರು ವೀಸಾ ಮಾಡಿಸಿಕೊಂಡ ಮಾತು ಮತ್ತು ಅವರ ಮೊಮ್ಮೊಕ್ಕಳು ವರ್ಷಕ್ಕೆ ಮೂರು ತಿಂಗಳುಗಳು ಇಲ್ಲಿಗೆ ಬರುವುದರ ಬಗ್ಗೆ ತಿಳಿಸಿದೆ. ಅಜ್ಜಿಗೆ ಬಹಳ ಸಂತೋಷವಾಯಿತು. ಆದರೆ ಭಾವನೆಗಳು ವ್ಯಕ್ತಪಡಿಸುವುದಲ್ಲಿ ಅಜ್ಜಿಯದ್ದು ಎಂದಿಗೂ ಜಿಪುಣತನವೆ. ಮರಿ ರಾತ್ರಿ ಊರಿನಲ್ಲಿ ಅಹಲ್ಯೆಯ ಶಾಪವಿಮೋಚನೆಯ ನಾಟಕವಿದೆ. ಮಧ್ಯಾನ್ಹ ಒಂದೆರಡು ಗಂಟೆ ಮಲಗಿಬಿಡು. ರಾತ್ರಿಯೆಲ್ಲ ಆರಾಮಾಗಿ ನಾಟಕ ನೋಡಬಹುದು.

ನಾನು ಕಾಲೇಜಿನಲ್ಲಿದ್ದಾಗ ಹಳಗನ್ನಡದಲ್ಲಿ ಅಹಲ್ಯೆಯ ಪಾಠವಿತ್ತು. ನನಗೆ ಇನ್ನು ಅರ್ಥವಾಗದ್ದೇನೆಂದರೆ ಅಹಲ್ಯೆಗೆ ಅಷ್ಟು ಮಹತ್ವ ಏಕೆಂಬುದು ಊಟ ಸಿದ್ಧವಾಗಿತ್ತು. ಊಟ ಮಾಡಿ ಗುಡಿಯ ಹತ್ತಿರ ಹೊರಟೆ. ಅಜ್ಜಿ ಒಪ್ಪತ್ತಾದ್ದರಿಂದ ರಾತ್ರಿ ಊಟವಷ್ಟೆ ಮಾಡುತ್ತಿದ್ದರು. ಗುಡಿಯ ಮುಂದೆ ಕುಳಿತು, ಅಜ್ಜಿ ನಿಮಗೆ ಅಹಲ್ಯೆಯ ಬಗ್ಗೆ ಇರುವ ಅನಿಸಿಕೆಯನ್ನು ತಿಳಿಸುವಿರಾ ಎಂದೆ. ಅಜ್ಜಿ, ಈ ಮುದುಕಿಯ ಅನಿಸಿಕೆ ತಿಳಿದು ಏನು ಮಾಡುವೆ ಮರಿ. ಆಸೆ ಪಡುತ್ತಿದ್ದೀಯೆ. ಹೇಳುತ್ತೇನೆ ಕೇಳು. ಅಹಲ್ಯೆಯನ್ನು ನೆನೆದಾಗ ನನಗನಿಸುವುದು ಇಷ್ಟೆ. ನಾಲ್ಕು ಗಂಡಸರ ತಪ್ಪುಗಳಿಂದ ನರಳಿದ ಹೆಣ್ಣೊಂದು ಎಂದು. ಬ್ರಹ್ಮನ ತಲೆಯಲ್ಲೇನಿತ್ತೊ ಏನೊ. ಜಗತ್ತು ಕಾಣದ ಸೌಂದರ್ಯವನ್ನು ನೀಡಿ ಅಹಲ್ಯೆಗೆ ಜನ್ಮ ನೀಡಿದ. ಜನ್ಮ ನೀಡಿದವನು ಅದಕ್ಕೆ ಸರಿ ಸಮಾನನಾಗಿ ಇನ್ನೊಂದು ಗಂಡನ್ನು ಹುಟ್ಟಿಸುವುದಲ್ಲವೆ. ಮಾಡಲಿಲ್ಲ ಅವನು. ಸರಿ, ತಕ್ಕ ಮಟ್ಟಿಗಾದ ಗಂಡೊಂದನ್ನು ಗಂಡನಾಗಿ ಅವಳ ಹಣೆಯಲ್ಲಿ ಬರೆಯುವುದಲ್ಲವೆ. ಅದೂ ಇರಲಿ. ವಯಸ್ಸಾದ ಗೌತಮ ಋಷಿಯಂತವನಿಗೆ ಅವಳ ಮದುವೆಯಾಗುವಂತೆ ಮಾಡಿದ. ಸಪ್ತರ್ಷಿಯಾದ ಗೌತಮನಿಗೆ ಮದುವೆಯಲ್ಲೇನು ಆಸಕ್ತಿಯೆಂಬುದು ನನಗೆ ಇಂದಿಗೂ ತಿಳಿಯದ ಮಾತು. ಸದಾ ಧ್ಯಾನದಲ್ಲಿರುವ ಅವನು ಹೆಂಡತಿಗೇನು ಸಮಯ ಕೊಟ್ಟನು. ಇನ್ನು ಇಂದ್ರನೊ, ಅವನ ಚಪಲ ವಿಶ್ವದಲ್ಲೆಲ್ಲ ತಿಳಿದ ವಿಷಯ. ಅವನು ಗೌತಮನ ವೇಷದಲ್ಲಿ ಬಂದರೆ ಅವಳೇನು ಮಾಡಿಯಾಳು. ಇಂದ್ರನು ತಬ್ಬಿದಾಗ ಅವಳ ಬ್ರಹ್ಮ ಸಂಕಟವ

ಕುರಿತು ಯೋಚಿಸು. ಗಂಡನು ಮನಸ್ಸು ಬದಲಿಸಿ ಅವಳನೊಲಿಸಿಕೊಳ್ಳಲು ಬಂದನೆಂದು ಅಂದುಕೊಂಡ ಅವಳಿಗೆ ತಟ್ಟನೆ ಅದು ಇಂದ್ರನೆಂದು ತಿಳಿದಾಗ, ಏನು ಮಾಡಲು ತೋಚದಾದಾಗ ಇನ್ನು ಆಸೆಯ ಬಲೆಗೆ ಬಿದ್ದಳು. ಇಷ್ಟರ ಮೇಲೆ ಗೌತಮನ ಶಾಪ. ನೂರಾರು ವರ್ಷಗಳು ಕಳೆದ ಮೇಲೆ ಅವಳ ಶಾಪ ವಿಮೋಚನೆ. ರಾಮನನ್ನು ಪುರಷೋತ್ತಮನೆಂದು ರುಜು ಮಾಡಲು ಅವಳು ಅಷ್ಟು ವರ್ಷಗಳ ಕಾಲ ಕಾಯಬೇಕಾಯಿತು. ಇನ್ನು ರಾಮನೊ, ಅಹಲ್ಯೆಯ ಶಾಪ ವಿಮೋಚನೆ ಮಾಡಿ ಅವನು ಮಾಡಿದ್ದೇನು. ಹೆಂಡತಿಯನ್ನು ಕಾಡಿಗಟ್ಟಿದ. ಈ ನಾಲ್ಕರ ಮದ್ಯೆ ಸೋತವಳು ಅಹಲ್ಯೆ ಎಂದು ಅವರ ಅನಿಸಿಕೆಯನ್ನು ನನ್ನ ಮುಂದಿಟ್ಟರು. ನನಗೆ ಅಹಲ್ಯೆಯ ಪರ ಈ ರೀತಿಯಾದ ವಿಚಾರ ಯಾರದ್ದು ಇರಲಾರದೆಂದು ಅನಿಸಿತು. ಬ್ರಹ್ಮ, ಗೌತಮ, ಇಂದ್ರ, ರಾಮ ಈ ನಾಲ್ವರನ್ನು ಒಂದು ಗೂಡಿಸಿ ಈ ಪ್ರಕಾರಾಗಿ ಅಹಲ್ಯೆಯ ಬಗ್ಗೆ ಯೋಚಿಸುವುದು ಸಾಧ್ಯವಾಗುವುದು ಬಹಳ ಅಪರೂಪ ಚಿಕ್ಕಂದಿನಲ್ಲೆ ಗಂಡನ ಕಳೆದುಕೊಂಡು ಹಲವಾರು ಸುಖಗಳನ್ನು ಕಾಣದ ಅಜ್ಜಿಗೆ ಅಹಲ್ಯೆಯ ನೋವು ಅರಿವಾಗಿರಬಹುದು ಅಂತಂದುಕೊಂಡು ಸುಮ್ಮನಾದೆ, ಮರಿ, ನೀನು ಪ್ರಯಾಣದಿಂದ ದಣಿದಿದ್ದೀಯ. ರಾತ್ರಿ ನಾಟಕವು ಇದೆ. ಸ್ವಲ್ಪ ಮಲಗು ನಡೆ ಎಂದರು. ನಾನು ಮಲಗಿಬಿಟ್ಟೆ.

ಎದ್ದಾಗ ಸಂಜೆಯಾಗಿತ್ತು. ಕಾಫಿ ಸೇವಿಸಿ ಹಾಗೆ ಊರು ಸುತ್ತಿ ಬಂದೆ. ಬಂದು ಹಾಲು ಕರೆದು ಅದನ್ನು ಊರ ಡೈರಿಗೆ ಸೇರಿಸಿ ಬಂದೆ. ಊಟ ಮುಗಿಸಿ, ಮಲಗುವ ಹಾಸಿಗೆ, ದಿಂಬು ಹಾಗು ಹೊದಿಕೆಗಳನ್ನು ಸರಿಮಾಡಿಕೊಂಡು ನಾನು, ಅಜ್ಜಿ, ಭಾಗೀರಥಮ್ಮನವರು ಮತ್ತವರ ಮಕ್ಕಳು ನಾಟಕ ನೋಡಲು ಹೊರಟೆವು. ಶರಾವತಿಯ ತೀರದಲ್ಲಿ ರಂಗ ಮಂಚವು ಸಿದ್ಧವಾಗಿತ್ತು. ನಾನು ಚಿಕ್ಕವನಿದ್ದಾಗ ಹೆಂಗಸರ ಪಾತ್ರಗಳನ್ನು ಗಂಡಸರೆ ಹಾಕುತ್ತಿದ್ದರು. ಆದರೆ ಈ ಭಾರಿ ಹಾಗಿರಲಿಲ್ಲ. ಗೌತಮ ಋಷಿಯ ಪಾತ್ರ ಮೇಷ್ಟ್ರದ್ದು. ಅಹಲ್ಯೆಯ ಪಾತ್ರ ಮಾಡಲು ಶಿವಮೊಗ್ಗೆಯಿಂದ ನಾಟಕ ಕಂಪನಿಯುವರನ್ನು ಕರೆಸಿದ್ದರು. ಅವರಿಗೆ ೨೫-೨೬ ವರ್ಷ ವಯಸ್ಸಿರಬಹುದು ಬಹಳ ಸುಂದರವಾದ ಹೆಣ್ಣು. ಅಹಲ್ಯೆ ಭೂಮಿಗೆ

ಬಂದಳೆನಿಸದಿದ್ದರೂ, ಅಹಲ್ಯೆಯ ಪಾತ್ರಕ್ಕೆ ಅನುಗುಣವಾದ ಮುಖ ಲಕ್ಷಣಗಳಿದ್ದಂತ ಹೆಣ್ಣು. ಗಣೇಶನ ವಂದಿಸಿ ಹಾಡೊಂದನ್ನು ಹಾಡಿದ ನಂತರ ನಾಟಕವು ಮೊದಲಾಯಿತು. ಬ್ರಹ್ಮನ ಪಾತ್ರವೇನು ಇರಲಿಲ್ಲ. ನಾಟಕ ಮೊದಲಾದದ್ದು ಗೌತಮ ಋಷಿಯ ಆಶ್ರಮದಲ್ಲಿ. ಸಪ್ತ ಋಷಿಗಳಲ್ಲೊಬ್ಬರಾದ ಗೌತಮ ಋಷಿ ಧ್ಯಾನಮಗ್ನರಾಗಿದ್ದಾರೆ. ಅಹಲ್ಯೆಯು ಏನನ್ನೊ ನೋಡುತ್ತಿದ್ದಾಳೆ. ಆದರೆ ಧ್ಯಾನವೆಲ್ಲ ಮತ್ತೊಂದೆಡೆ ಇದ್ದ ಹಾಗೆ ತೋರುತ್ತದೆ. ಆಶ್ರಮದ ಜಿಂಕೆ ಮೊಲಗಳು ಅತ್ತ ಇತ್ತ ಓಡಾಡಿಕೊಂಡಿದೆ. ಜಿಂಕೆ ಮೊಲಗಳ ಪಾತ್ರಗಳು ಊರಿನ ಸಣ್ಣ ಮಕ್ಕಳು ವಹಿಸಿಕೊಂಡಿದ್ದಾರೆ. ನಂತರ ಅಹಲ್ಯೆಯು ಹಾಡೊಂದನ್ನು ಹಾಡುತ್ತಾಳೆ. ಬಹಳ ಸೊಗಸಾದ ಕಂಠ ಆಕೆಯದ್ದು. ಹಾರ್ಮೋನಿಯಮ್ ನಾದಕ್ಕನುಗುಣವಾಗಿ ಹಾಡು ಮುಂದುವರೆದಿದೆ. ಹಾಡು ಮುಗಿಯುವಷ್ಟರಲ್ಲಿ ಇಂದ್ರನು ಗೌತಮನ ವೇಷಧರಿಸಿ ಅಲ್ಲಿಗೆ ಬರುತ್ತಾನೆ. ನನಗೆ ಅಲ್ಲಿಂದ ನೋಟ ಮಾತ್ರ ನಾಟಕದ್ದಾಗಿತ್ತು. ಆದರೆ ತಲೆಯಲ್ಲಿ ಅಜ್ಜಿ ಹೇಳಿದ ಮಾತುಗಳ ಪ್ರಕಾರವಾಗಿ ನಾಟಕವು ನನಗೆ ಭಾಸವಾಯಿತು. ವಿಚಿತ್ರ, ಅಜ್ಜಿಯ ಮಾತುಗಳು ಅಷ್ಟು ಪ್ರಭಾವ ಬೀರಿತ್ತು. ಇಂದ್ರನ ವರ್ತನೆ ಛೀ ಎಂದೆನಿಸಿತು. ಇಂದ್ರ ಮತ್ತು ಅಹಲ್ಯೆಯ ನಡುವಿನ ಸನ್ನಿವೇಶವನ್ನು ಬಹಳ ಕಲಾತ್ಮಕವಾಗಿ ಚಿತ್ರಿಸಿದ್ದರು. ಇಂದ್ರನ ಮಾತುಗಳು ಎಂತಹ ಚೆಲುವೆಯನ್ನಾದರು ಒಲಿಸಿಕೊಳ್ಳುವಂತದ್ದು. ಅಹಲ್ಯೆಯ ಕುರಿತು ಹೊಗಳಿ ಅವನಾಡುವ ಮಾತುಗಳು ಪ್ರಶಂಸಾರ್ಹ. ನಾಟಕದಲ್ಲಿ ಸುಮಾರು ಎರಡು ಗಂಟೆಗಳ ಕಾಲ ಇವರಿಬ್ಬರ ನಡುವೆ ನಡೆಯುವ ಸಮಾಗಮದ ಸನ್ನಿವೇಶಗಳೆ, ಇವರ ಸಮಾಗಮ ಮುಗಿಯುವಷ್ಟರಲ್ಲಿ ಗೌತಮ ಋಷಿಗಳು ಬಂದು ಇಂದ್ರನಿಗೂ ಅಹಲ್ಯೆಗು ಶಾಪ ಕೊಡುತ್ತಾರೆ. ಸುಂದರವಾದ ಅಹಲ್ಯೆಯು ಕಲ್ಲಾಗುತ್ತಾಳೆ. ಇಂದ್ರನ ಶಾಪದ ಕುರಿತು ಹೆಚ್ಚಾಗಿ ನಾಟಕವು ತೋರಿಸಲಿಲ್ಲ. ಗೌತಮನು ತಪಸ್ಸಿಗಾಗಿ ಕಾಡಿಗೆ ಹೊರಡುತ್ತಾನೆ.

ನಂತರ ಶುರುವಾಗುವುದು ವಿಶ್ವಾಮಿತ್ರನ ಕತೆ. ದಶರಥನ ಆಸ್ಥಾನದಲ್ಲಿ ನಿಂತು ರಾಮನ ಕಳುಹಿಸಲು ಕೇಳಿದಾಗ ಚಿಂತೆಗೊಳಗಾದ ದಶರಥನ ನೆರವಿಗೆ ಬಂದವನು ರಾಮ. ಹೀಗೆ ರಾಮ ಲಕ್ಷ್ಮಣ ಮತ್ತು

ವಿಶ್ವಾಮಿತ್ರರು ಗೌತಮನ ಆಶ್ರಮದತ್ತ ನಡೆದು ಬರುತ್ತಿದ್ದಾಗ ವಿಶ್ವಾಮಿತ್ರನು ರಾಮನಿಗೆ ಅಹಲ್ಯೆಯ ಶಾಪ ವಿಮೋಚನೆ ಮಾಡುವಂತೆ ಅಜ್ಞಾಪಿಸುತ್ತಾನೆ. ರಾಮನ ಪಾದ ಸೋಕಿದ ಕ್ಷಣ ಅಹಲ್ಯೆ ಕಲ್ಲಿಂದ ಮನುಷ್ಯ ರೂಪ ಧರಿಸುತ್ತಾಳೆ. ನನಗೆ ಮತ್ತೆ ಅಹಲ್ಯೆಯ ಪಾತ್ರ ವಹಿಸಿದಾಕೆ ರಂಗದ ಮೇಲೆ ಬಂದದ್ದು ಬಹಳ ಆನಂದವನ್ನು ನೀಡಿತ್ತು. ನಾಟಕ ನೋಡುತ್ತಿದ್ದವರೆಲ್ಲ ರಾಮನಿಗೆ ಜೈಕಾರಗಳನ್ನು ಹಾಕ ತೊಡಗಿದರು. ನನ್ನದು ಮಾತ್ರ ಅದಕ್ಕೆ ವಿರೋಧವಾದ ಭಾವನೆ. ಆದರೂ ಎಲ್ಲೊ ಒಂದು ಕಡೆ ನಮ್ಮ ಪೂರ್ವೀಕರು ಏನೋ ಒಂದು ಕಾರಣವಿಲ್ಲದೆ ಇಂತಹ ಕತೆಯೊಂದನ್ನು ಹೆಣೆದಿಲಾರರೆಂದುಕೊಂಡೆ. ಆದರೆ ಅಜ್ಜಿಯ ಮಾತುಗಳ ಪ್ರಭಾವ ಇಳಿದಿರಲಿಲ್ಲ. ನಾಟಕ ಮುಗಿಯಿತು. ಮೇಷ್ಟ್ರ ಜೊತೆ ಪೋಟೊವೊಂದನ್ನು ತೆಗೆಸಿಕೊಂಡು ಎಲ್ಲ ಪಾತ್ರಧಾರಿಗಳ ಜೊತೆ ಮಾತನಾಡಿದೆ. ಅಹಲ್ಯೆಯ ಪಾತ್ರದಾರಿಯ ಜೊತೆ ಮಾತನಾಡಬೇಕೆಂದೆನಿಸಿದರು ಊರಿನವರೇನೆಂದು ಕೊಂಡಾರು ಎಂತಂದುಕೊಂಡು ಸುಮ್ಮನಾದೆ. ನಾಟಕ ಮುಗಿಯುವಷ್ಟರಲ್ಲಿ ಗಂಟೆ ಮುಂಜಾನೆ ಮೂರಾಗಿತ್ತು. ನಾನು ಚಿಕ್ಕವನಾಗಿದ್ದಾಗ ಕೋಳಿ ಕೂಗುವವರೆಗು ನಾಟಕಗಳು ನಡೆಯುತ್ತಿದ್ದವು. ಈಗ ಅವುಗಳ ಕಾಲಾವಧಿ ಕಡಿಮೆಯಾದಂತಿತ್ತು. ಶಾಂತಿ ಮಂತ್ರ ಹಾಡಿದ ನಂತರ ಎಲ್ಲರು ಮನೆಯತ್ತ ಹೊರಡಲಾರಂಬಿಸಿದರು. ಬಹಳ ವರ್ಷಗಳ ನಂತರ ನಾಟಕ ನೋಡಿ ನನಗೆ ಆನಂದವಾಯಿತು. ಸೀತೆ ಮತ್ತು ಮೀರಾ ಇಲ್ಲದ್ದು ಇಂದು ಬಹಳ ಅನುಕೂಲವಾಯಿತು. ಸೀತೆ ಪೇಟೆಯಲ್ಲಿ ಹುಟ್ಟಿ ಬೆಳೆದವಳು. ಪೌರಾಣಿಕ ನಾಟಕಗಳಲ್ಲಿ ಅವಳಿಗೆ ಅಷ್ಟು ಅಭಿರುಚಿಯಿರಲಿಲ್ಲ. ಮನೆಗೆ ಬರುವಷ್ಟರಲ್ಲಿ ಮೂರುವರೆಯಾಗಿತ್ತು. ಭಾಗೀರಥಮ್ಮನವರು ಅವರ ಮಕ್ಕಳು ನಮ್ಮ ಮನೆಯಲ್ಲೆ ಮಲಗಿದರು. ನನಗೆ ಅ ಅಹಲ್ಯೆಯ ಪಾತ್ರಧಾರಿಯನ್ನು ಮರೆಯಲಾಗಲಿಲ್ಲ. ಈ ಕಥೆ ನಿಜವಾಗಿಯೇ ನಡೆದಿದ್ದರೆ ಹೇಗೆ ಅಂತಂದುಕೊಂಡು ಮಲಗುವ ಪ್ರಯತ್ನ ಮಾಡಿದೆ. ಆದರೆ ನಿದ್ದೆ ಹತ್ತಿದ್ದು ಸುಮಾರು ಆರು ಗಂಟೆಗೆ.

* * * * * *

ಅಧ್ಯಾಯ -೧೧

ಇನ್ನೇನು ನಿದಿರೆ ಹತ್ತಬೇಕೆನ್ನುವಷ್ಟರಲ್ಲಿ ನನ್ನ ತಲೆಗೆ ಹೊಳೆಯಿತು. ಅಹಲ್ಯೆಯ ಪಾತ್ರ ಮಾಡಿದ ಹೆಂಗಸು ನನ್ನ ಕಾಲೇಜಿನವಳೆಂದು. ಅವಳ ಹೆಸರು ಸಿಂಧು. ಆಶ್ಚರ್ಯವೆಂದರೆ, ಅವಳು ಬಹಳ ನಾಚಿಕೆ ಸ್ವಭಾವದವಳು. ನನ್ನ ಕಾಲೇಜಿನಲ್ಲಿ ನಾಟಕಗಳ ಪ್ರಭಾವ ಹೆಚ್ಚು ಕೂಡ. ಒಂದು ಭಾರಿಯೂ ಅವಳನ್ನು ನಾನು ನಾಟಕಗಳಲ್ಲಿ ಕಂಡವನಲ್ಲ. ಅಂತವಳು ನಾಟಕ ಕಂಪನಿಯಲ್ಲಿ ಕೆಲಸ ಮಾಡುವುದೆಂದರೇನು. ಅದೂ ಅಹಲ್ಯೆಯ ಪಾತ್ರವನ್ನು ಎಷ್ಟು ಚೆನ್ನಾಗಿ ಮಾಡಿದಳು. ಅವಳ ವಿಳಾಸ ಪಡೆದು ಮಾತನಾಡಿ ಬರೋಣವೆಂದೆನಿಸಿದರು ಅದು ಅಷ್ಟು ಸರಿಬರುವುದಿಲ್ಲವೆಂದು ತಿಳಿದು ಸುಮ್ಮನಾದೆ. ಒಮ್ಮೆ ಮಾತನಾಡಿಸಿದರೆ ಚೆನ್ನಾಗಿರುತ್ತೆಂದು ಅನಿಸಿತು. ಇನ್ನು ಕೋಳಿ ಕೂಗುವ ಹೊತ್ತು. ನಿದಿರೆಯೂ ಬರುತ್ತಿಲ್ಲ. ಎದ್ದು ಹಸುಗಳ ಗಮನಿಸೋಣ ಅಂತ ಹೊರಟೆ. ಆಗ ನನಗೊಂದು ಆಲೋಚನೆ ಬಂತು. ಏಕೆ ಪಾರ್ವತಿಪುರದ ಪಾಳು ಬಿದ್ದ ಗುಡಿಗೆ ಹೋಗಿ ಬರಬಾರದೆಂದು. ಒಮ್ಮೆ ಹೋಗಿ ನೋಡಿ ಬಂದು ಅಜ್ಜಿಯನ್ನು ನಂತರ ಕರೆದುಕೊಂಡು ಹೋಗೋಣವೆಂದು ಕೊಂಡೆ.

ನಾನು ಎದ್ದದ್ದನ್ನು ಕಂಡು, ಭಾಗೀರಥಮ್ಮನವರು ಅರ್ಧ ನಿದಿರೆಯಲ್ಲೆ ಎದ್ದು ಬಂದು, ಆತ್ರೇಯ ಏಕೆ ನಿದಿರೆ ಬರಲಿಲ್ಲವೆ ಎಂದರು. ಇಲ್ಲ ಭಾಗಕ್ಕ, ಪಾರ್ವತೀಪುರಕ್ಕೆ ಹೋಗಿ ಬರೋಣ ಎಂದು ಎದ್ದೆ. ಅತ್ತಕಡೆ ನಿದಿರೆಯೂ ಬರಲಿಲ್ಲ ಎಂದೆ. ಹೋಗಿ ಸ್ನಾನ ಮಾಡಿ ಬಾ. ತಿಂಡಿ ಮಾಡುತ್ತೇನೆ ಎಂದರು. ಸ್ನಾನ ಮುಗಿಸಿ ಬಂದೆ. ತರಕಾರಿ ಉಪ್ಪಿಟ್ಟು ತಯಾರಾಗಿತ್ತು. ತಿಂದು ಕಾಫಿ ಕುಡಿದು ಹೊಳೆಯತ್ತ ಹೊರಟೆ. ನದಿ ದಾಟಿ ಪಾರ್ವತಿಪುರವ ಸೇರಿದೆ. ಪಾರ್ವತಿಯ ದೇವಾಲಯವಿದ್ದ ಕಾರಣ ಆ ಊರಿಗೆ ಆ ಹೆಸರು ಬಂದಿತ್ತು. ನಾ ಹೋಗುತ್ತಿದ್ದ ಗುಡಿಯೂ ಅದೇ ಊರಿನ ನಡುವೆ ಇದ್ದ ಈ ಗುಡಿಯಲ್ಲಿ ಪೂಜೆ ನಿಂತು ಸುಮಾರು ಇನ್ನೂರು ವರ್ಷ ಗಳಾಗಿತ್ತೆಂದು ಅಲ್ಲಿನವರು ಹೇಳುತ್ತಿದ್ದರು. ಆದರೆ ಯಾವ ಸಾಕ್ಷಿ ಆಧಾರಗಳು ಇಲ್ಲದ ಕಾರಣ ನಂಬಲು ಕಷ್ಟವಾಗಿತ್ತು. ನನ್ನ ಮನಸ್ಸಿನಲ್ಲಿ ಈ ಸಮಸ್ಯೆಗೆ ಪರಿಹಾರ ನೀಡಬಲ್ಲವರು ನಮ್ಮಜ್ಜಿ ಕುತೂಹಲ ತಾಳಲಾರದೆ

ನಾನೇ ಮೊದಲು ಬಂದೆ. ಪುಣ್ಯವೆಂದರೆ ಆ ಗುಡಿಗೆ ಬೀಗ ಬಿದ್ದಿರಲಿಲ್ಲ. ಆದರೆ ಯಾರು ನೋಡಿಕೊಳ್ಳದ ಕಾರಣ ಪಾಳು ಬಿದ್ದು ಹೋಗಿತ್ತು.

ಗುಡಿಯ ಒಳಗೆ ಕಾಲಿಟ್ಟ ಮೇಲೆ ಮೊದಲು ದೊಡ್ಡ ಘಂಟೆಯೊಂದು ಕಂಡು ಬಂತು. ಈ ದೇವಾಲಯವ ಕಟ್ಟಿ ಸುಮಾರು ಆರುನೂರು ವರ್ಷಗಳಿರಬಹುದು. ವಿಸ್ಮಯವೆಂದರೆ ಅದು ತುಕ್ಕು ಹಿಡಿದಿರಲಿಲ್ಲ. ನನಗೆ ಆಗ ಸುಮಾರು ೬-೭ ಸಾವಿರ ಹಿಂದಿನಿಂದ ಭಾರತದಲ್ಲಿ ಉತ್ಪಾದನೆಗೊಳ್ಳುತ್ತಿದ್ದ ಉಕ್ಕಿನ ಜ್ಞಾಪಕವಾಯಿತು. ಉಕ್ಕು ಉತ್ಪಾದನೆಯಲ್ಲಿ ಎತ್ತಿದ ಕೈನಂತಿದ್ದ ನಾವು ಇಂದು ಕಬ್ಬಿಣದ ಅದಿರನ್ನು ಮಾರಿಕೊಳ್ಳುವ ಸ್ಥಿತಿಗೆ ಬಂದಿರುವುದು ಎಂತಹ ಅವಮಾನ. ಬಹಳ ದೊಡ್ಡದ್ದೆ ಈ ದೇವಾಲಯ. ವೃತ್ತಾಕಾರದಲ್ಲಿದ್ದ ಒಳಭಾಗದಲ್ಲಿ ಬಲ ಭಾಗಕ್ಕೆ ಶಿವನ ವಿಗ್ರಹವೊಂದಿತ್ತು. ಜೇಡರ ಬಲೆಗಳ ಪಕ್ಕಕ್ಕೆ ಜರುಗಿಸಿ ನೋಡಿದರೆ ಧ್ಯಾನಕ್ಕೆ ಕುಳಿತಿರುವ ಶಿವನು ಕಾಣುತ್ತಾನೆ. ಉಗ್ರನಾದ ಶಿವನು ಕೂಡ ಧ್ಯಾನಕ್ಕೆ ಕುಳಿತರೆ ಎಂತಹ ಶಾಂತಮೂರ್ತಿಯ ಹಾಗೆ ಕಾಣುತ್ತನೆ. ಕೆತ್ತನೆಯು ಮಾತ್ರ ಅದ್ಬುತವಾಗಿತ್ತು. ಪ್ರತಿಯೊಂದು ಭಾಗವನ್ನು ಸೂಕ್ಷ್ಮವಾಗಿ ಕೆತ್ತಲಾಗಿತ್ತು. ನನಗೆ ವಿಗ್ರಹಗಳನ್ನು ಕಂಡಾಗ ಮೂಗನ್ನು ಗಮನಿಸುವುದು ವಾಡಿಕೆ. ಒಬ್ಬ ಶಿಲ್ಪಿಯ ಅಳೆಯಬೇಕಾದರೆ ಚಿಕ್ಕ ಭಾಗಗಳಾದ ಕಣ್ಣು, ಮೂಗು ಬಾಯಿಗಳ ಕೆತ್ತನೆ ನೋಡಿದರೆ ಸಾಕು. ಸಣ್ಣ ವ್ಯತ್ಯಾಸಗಳಾದರೂ ವಿಗ್ರಹ ಕೆಲಸಕ್ಕೆ ಬಾರದ್ದಾಗುತ್ತದೆ. ಈ ವಿಗ್ರಹದಲ್ಲಿ ಬೆರಳು ಮಾಡಿ ತೋರಿಸುವಂತದ್ದು. ಏನು ಇರಲಿಲ್ಲ. ಕೇಶಾಲಂಕಾರವಂತು ಅದ್ಭುತ. ಒಂದೊಂದು ಕೂದಲನ್ನು ಪ್ರತ್ಯೇಕಿಸಿ ಕೆತ್ತಂತಿತ್ತು. ಅಂತಹ ಶಾಂತ ಸ್ವಭಾವದಲ್ಲೂ ಮುಚ್ಚಿದ ಮೂರನೆ ಕಣ್ಣು ಭಯವನ್ನು ಮೂಡಿಸುವಂತಿತ್ತು. ಎಡಗಡೆಯಿದ್ದ ಕೊಠಡಿಯು ಬರಿದಾಗಿತ್ತು. ವಿಚಿತ್ರವೆಂದರೆ ಹಸುವೊಂದು ಆ ಕೊಠಡಿಯನ್ನು ಕಾಯುತ್ತಿತ್ತು. ನಾನು ಕೊಠಡಿಯ ಒಳಗೆ ಇನ್ನೇನು ಹೋಗಬೇಕೆನ್ನುವಷ್ಟರಲ್ಲಿ ಆ ಹಸುವು ಎದ್ದು ನಿಂತು ನನ್ನ ನೂಕಲು ಪ್ರಯತ್ನ ಮಾಡಿತು. ತಟ್ಟನೆ ಎರಡು ಹೆಜ್ಜೆ ಹಿಂದಕ್ಕೆ ಹಾಕಿದ ತಕ್ಷಣ ಅದರ ಜಾಗಕ್ಕೆ ಹೋಗಿ ಕುಳಿತು ಕಾಯತೊಡಗಿತು. ಇನ್ನೊಮ್ಮೆ ಪ್ರಯತ್ನಿಸಿದೆ. ಮತ್ತೆ ಅದೇ ಫಲಿತಾಂಶ. ಮೂರಕ್ಕೆ ಮುಕ್ತಾಯವೆಂದು ನೋಡಿದರೆ ಆ

ಹಸುವು ಇನ್ನು ಹೆಚ್ಚು ಕೋಪದಿಂದ ನನ್ನನ್ನು ಕೊಡವಿಯೆ ಬಿಟ್ಟಿತು. ಪುಣ್ಯಕ್ಕೆ ಜೋರಾಗಿ ತಗುಲಲಿಲ್ಲ. ಇನ್ನು ನನ್ನ ಉತ್ತರ ನನಗೆ ಸಿಕ್ಕಿತ್ತು. ಮತ್ತೆ ಪ್ರಯತ್ನ ಮಾಡಲಿಲ್ಲ. ಸರಿಯೆಂದು ಗರ್ಭಗುಡಿಯತ್ತ ಹೊರಟೆ.

ಸುಮಾರು ಹನ್ನೆರಡಡಿ ಎತ್ತರದ ವಿಗ್ರಹ. ಶಾಂತನಾಗಿ ಕುಳಿತಿದ್ದ ಶಿವನಿಗೆ ತದ್ವಿರುದ್ಧವಾದ ವಿಗ್ರಹ. ಸಿಂಹದ ಮೇಲೆ ಕುಳಿತು ಮಹಿಷಾಸುರನ ರುಂಡವ ಕೈಯಲ್ಲಿ ಹಿಡಿದ ದುರ್ಗಾದೇವಿಯ ವಿಗ್ರಹ. ಇದ್ದ ಹತ್ತು ಕೈಗಳಲ್ಲಿ ಕತ್ತಿ, ಗದೆಯಂತಹ ವಿಧವಿಧವಾದ ಆಯುಧಗಳು. ನೋಡಿದರೆ ಎಂತವರಿಗು ಭಯವನ್ನುಂಟು ಮಾಡದೆ ಇರಲಾರದು. ಶಿವನ ವಿಗ್ರಹದ ಕೆತ್ತನೆ ಈ ಮಹಾತಾಯಿಯ ವಿಗ್ರಹದ ಮುಂದೆ ಏನೂ ಇರಲಿಲ್ಲ. ಕಾಲಿನ ಗೆಜ್ಜೆ, ಕಿರೀಟದ ಒಂದೊಂದು ಸಣ್ಣ ಒಡವೆಯ ವಿವರಣೆ. ಕಿವಿಯ ಜುಮುಕಿ, ಹತ್ತು ಕೈಗಳಲ್ಲೂ ಬಳೆಗಳು, ಉಂಗುರಗಳು, ಮೂಗಿನ ಅತ್ತಿ ತೆಡೆ ಮೂಗುತ್ತಿಗಳು, ಕಂಠೀಹಾರ, ಸೀರೆಯ ಕಚ್ಚೆ ನೆರಿಗೆ ಜರಿ, ಸರಿಯಾದ ಕತೆಗಾರನಿಗೆ ಈ ವಿಗ್ರಹವ ತೋರಿಸಿದರೆ ಒಂದು ಪುಸ್ತಕವನ್ನೆ ಬರೆದಾನು. ಇದರ ಮೇಲೆ ಆ ಸಿಂಹ. ಅದರ ಆಕ್ರೋಷ ಅಬ್ಬಾ, ಅದ್ಭುತ. ಸುಮಾರು ಎರಡು ತಾಸುಗಳು ವಿಗ್ರಹವ ಗಮನಿಸಿ ಕುಳಿತೇ ಬಿಟ್ಟೆ. ಕಲ್ಕತ್ತಾ ನಗರದಲ್ಲಿ ಈ ರೀತಿಯ ವಿಗ್ರಹಗಳು ಬಹಳ ಇರುವುದಾಗಿ ಕೇಳಿಪಟ್ಟಿದ್ದೆ. ದಕ್ಷಿಣ ಭಾಗದಲ್ಲಿ ನಾ ಕಂಡ ದೇವಾಲಯಗಳಲ್ಲಿ ಇದೇ ಮೊದಲು. ಸರಿಯಾಗಿ ಸುತ್ತಿ ನೋಡಿದರೆ ಇನ್ನೂ ಹಲವು ಇಂತಹ ವಿಗ್ರಹಗಳು ಸಿಗುವುದರಲ್ಲಿ ಅನುಮಾನವಿಲ್ಲ. ಆದರೆ, ನಮ್ಮ ದೇಶದಲ್ಲಿರುವ ದೇವಾಲಯಗಳೆಲ್ಲವ ಸುತ್ತಿ ನೋಡಬೇಕೆಂದರೆ ಒಂದು ಜನ್ಮ ಸಾಲದು. ಕೊನೆಯದಾಗಿ ಒಮ್ಮೆ ಆ ಬರಿದಾದ ಕೊಠಡಿಯ ಒಳಗೆ ಹೋಗುವ ಪ್ರಯತ್ನ ಮಾಡೋಣವೆಂದು ಇಚ್ಛಿಸಿದೆ. ಆದರೆ ಈ ಬಾರಿ ಆ ಹಸುವು ಬಾಗಿಲಿಗೆ ಅಡ್ಡವಾಗಿ ನಿಂತುಬಿಟ್ಟಿತು. ಬಂದ ದಾರಿ ಸುಂಕವಿಲ್ಲವೆಂದು ಹೊರಗೆ ಬಂದೆ.

ಒಂದೆರಡು ಫರ್ಲಾಂಗು ನಡೆದ ಮೇಲೆ ಪಂಚಾಯಿತಿ ಕಾರ್ಯಾಲಯವು ಕಂಡು ಬಂತು. ಮುಜುರಾಯಿ ಇಲಾಖೆಯ ಶಾಖೆಯೊಂದು ಇತ್ತು ಕೂಡ. ಒಳಗೆ ಹೋಗಿ ಅಲ್ಲಿದ್ದವರನ್ನು ವಿಚಾರಿಸಿದೆ. ಅವರು ಮೊದಲು ನನ್ನ ಊರು, ನಾ ಬಂದ ಕಾರಣವೆಲ್ಲವನ್ನು

ತಿಳಿದುಕೊಂಡರು. ನನ್ನ ಮೊದಲ ಪ್ರಶ್ನೆ ಪೂಜೆಯಿಲ್ಲದ ದೇವಾಲಯಕ್ಕೆ ಬೀಗ ಏಕೆ ಹಾಕಿಲ್ಲವೆಂದು, ಅವರದಕ್ಕೆ, ಆ ಹಸುವನ್ನು ಕಂಡಿರಾ ? ನಮ್ಮ ಮುತ್ತಾತ ಅವರ ಮುತ್ತಾತನ ಕಾಲದಿಂದಲೂ ಒಂದಲ್ಲ ಒಂದು ಹಸು, ಈ ದೇವಾಲಯವನ್ನು ಕಾಯುತ್ತಲೆ ಇದೆ. ಸರಿಯಾಗಿ ಗಮನಿಸಿದರೆ ಹಸುವಿನ ಮೈಯ ಮೇಲೆ ತ್ರಿಶೂಲದ ಮಚ್ಚೆಯೊಂದು ಕಾಣುತ್ತದೆ. ಈ ಹಸು ತನಗಿಷ್ಟವಿರದವರನ್ನು ಒಳಗೇ ಬಿಡುವುದಿಲ್ಲ. ಬೀಗವ ಕಂಡರೆ, ಮದಗಜದಂತೆ ಆಡುತ್ತದೆ. ಅದರ ಮುಂದೆ ನಿಲ್ಲುವ ಧೈರ್ಯ ಯಾರಿಗೂ ಇಲ್ಲ. ಒಮ್ಮೆ ಇಂತಹ ಹಸುವನ್ನು ಹೇಗೋ ಮಾಡಿ ಊರ ಹೊರಗಡೆ ಬಿಟ್ಟು ಬಂದರಂತೆ. ಆಶ್ಚರ್ಯ ವೆಂದರೆ ಮರುದಿನ ಇನ್ನೊಂದು ಹಸು ದೇವಾಲಯದ ಮುಂದಿತ್ತಂತೆ. ಈ ಹಸುಗಳು ಎಲ್ಲಿಂದ ಬರುತ್ತವೆ ಎಂದು ಯಾರಿಗು ತಿಳಿಯಲಾಗಿಲ್ಲ. ಅಲ್ಲೆ ದೇವಾಲಯದ ಸುತ್ತಮುತ್ತಲ ಹುಲ್ಲನ್ನು ತಿಂದು, ಹೊಳೆಯ ನೀರು ಕುಡಿದು ಬದುಕು ಸಾಗಿಸುತ್ತವೆ. ಇನ್ನೊಂದು ವಿಸ್ಮಯವೇನಂದರೆ ದೇವಾಲಯವ ತೆರೆಯಲೂ ಈ ಹಸುಗಳು ಬಿಡುವುದಿಲ್ಲ. ಊರಿನವರಿಗೆ ಈ ದೇವಾಲಯವ ಮುಚ್ಚಿಡಲು ಸುತಾರಾಂ ಇಷ್ಟವಿಲ್ಲ. ಆದರೆ ಏನು ಮಾಡಲು ಯತ್ನವಿಲ್ಲ. ಆದಾದ ನಂತರ ಊರಿನಲ್ಲಿ ಒಂದು ಬೆಳೆಯೂ ಉಳಿಯಲಿಲ್ಲವಂತೆ. ಹುಳುಗಳ ಕಾಟ, ಆನೆಗಳು ದಂಡೆತ್ತಿ ಬಂದು, ಹೀಗೆ ಯಾವುದೊ ಒಂದು ರೀತಿ ಬೆಳದ ಬೆಳೆ ನಾಶವಾಗಿತ್ತಂತೆ. ಆದ್ದರಿಂದ ಯಾರು ಈ ದೇವಾಲಯದ ತಂಟೆಗೆ ಹೋಗುವುದಿಲ್ಲ. ನಾನು ಕೇಳದೆಯೆ ನನ್ನೆಲ್ಲ ಪ್ರಶ್ನೆಗಳ ಉತ್ತರ ದೊರಕಿದ್ದವು.

ಅಷ್ಟೊತ್ತಿಗೆ ಒಬ್ಬ ಹೆಂಗಸು ನೀರು ಮಜ್ಜಿಗೆಯ ತಂದು ಕೊಟ್ಟರು. ನನಗೂ ದೇವಾಲಯವ ಗಮನಿಸುವ ಮತ್ತಿನಲ್ಲಿ ದಾಹವೂ ಮರೆತು ಹೋಗಿತ್ತು. ದಾಹವ ನೀಗಿಸಿಕೊಂಡು ಅಲ್ಲಿಂದ ಹೊಳೆಯ ಬಳಿ ಬಂದೆ. ಒಂದೆರಡು ಹೆಜ್ಜೆ ಹಾಕಿದ್ದ ದೋಣಿಯು ನನ್ನ ಕಂಡು ತಿರುಗಿ ಬಂತು. ದೋಣಿಯ ಹತ್ತಿ ಜಮುನಾಪುರವ ಸೇರಿದೆ. ಮನೆಗೆ ಬಂದು ಕೈಕಾಲು ಮುಖ ತೊಳೆದುಕೊಂಡು ಅಜ್ಜಿ ಗುಡಿಯ ಬಳಿ ಇದ್ದ ಕಾರಣ, ಅವರ ನೋಡಲು ಹೋದೆ. ಏನು ಮರಿ ಹೇಳದೆ ಕೇಳದೆ ಹೊರಟುಬಿಟ್ಟಿದ್ದೇಯೆ. ಭಾಗೀರಥಿ ತಿಳಿಸಿದಳು. ಇದ್ದಕ್ಕಿದ್ದ ಹಾಗೆ ಪಾರ್ವತಿಪುರದ ಕಡೆ ಎಂದರು.

ನಾನು, ಆ ಪಾಳು ಬಿದ್ದ ಗುಡಿಯ ನೋಡಿ ಬಂದೆ. ಎಂತಹ ಕೆತ್ತನೆ ಅಜ್ಜಿ, ನಾ ಎಂದು ಕಂಡಿಲ್ಲ ಅಂತಹ ವಿಗ್ರಹಗಳನ್ನ ಎಂದೆ. ಅಜ್ಜಿ, ಹೂಂ, ಅಪ್ಪ ಆಗಾಗ ಅಲ್ಲಿಗೆ ಹೋಗಿ ಬರುತ್ತಿದ್ದರು. ಪೂಜೆಯಿಲ್ಲದ ಕಾರಣ ಇಲ್ಲಿಂದ ಯಾರು ಅಲ್ಲಿಗೆ ಹೋಗುತ್ತಿರಲಿಲ್ಲ. ಒಮ್ಮೆ ನೀವು ಬಂದರೆ ಅಲ್ಲಿನ ಕೆಲವು ರಹಸ್ಯಗಳ ಬಗ್ಗೆ ಕೇಳುವ ಆಸೆ ನನಗೆ ಎಂದೆ. ಬಂದರಾಯಿತು ಬಿಡು. ನೀ ಮರಳುವ ಮುನ್ನ ಹೋಗಿ ಬರೋಣ ಎಂದರು ಅಜ್ಜಿ. ಹಾಗೆಯೆ ಇನ್ನಷ್ಟು ಮಾತನಾಡುತ್ತ ಹೊತ್ತು ಕಳೆದದ್ದೆ ಗೊತ್ತಾಗಲಿಲ್ಲ. ಭಾಗೀರಥಮ್ಮನವರು, ಮಧ್ಯಾಹವೇನ ತಿಂದಂತಿಲ್ಲ ಎಂದು ಸ್ವಲ್ಪ ಒಗ್ಗರಣೆ ಅವಲಕ್ಕಿ ತಂದು ಕೊಟ್ಟರು. ನಿನ್ನೆ ನಿದ್ದೆ ಮಾಡದ ಕಾರಣ ನಿದ್ದೆಯೂ ಹತ್ತಿತ್ತು. ಮಲಗಿಬಿಟ್ಟೆ.

****

ಅಧ್ಯಾಯ ೧೨

ಗಾಢವಾಗಿ ಮಲಗಿದ್ದ ನನ್ನ ಊಟಕ್ಕೆ ಯಾರು ಎಬ್ಬಿಸಲಿಲ್ಲ. ನಿನ್ನೆ ನಿದಿರೆ ಮಾಡದ ಕಾರಣ ಅಜ್ಜಿಯೆ ಭಾಗೀರಥಮ್ಮನವರಿಗೆ ಹೇಳಿರಬೇಕು. ಪುಣ್ಯಕ್ಕೆ ನಾಲ್ಕೂವರೆಗೆ ಎಚ್ಚರಿಕೆ ಆಯ್ತು. ಅಜ್ಜಿ ಧ್ಯಾನಕ್ಕೆ ಕುಳಿತಿದ್ದರು. ಅಜ್ಜಿ ಗಂಟೆಗಟ್ಟಲೆ ಧ್ಯಾನಕ್ಕೆ ಕುಳಿತುಬಿಡುತ್ತಿದ್ದರು. ಸುಮಾರು ಬೆಳಗ್ಗೆ ಮೂರು ಮೂರುವರೆ ಗಂಟೆಗೆ ಕುಳಿತರೆ ಕೋಳಿ ಕೂಗಿದ ಮೇಲೆಯೇ ಏಳುತ್ತಿದ್ದರು. ಈ ಧ್ಯಾನವೆ ಅವರ ಕಲ್ಪನಾಶಕ್ತಿಗೆ ಕಾರಣವೆಂದು ನನಗೆ ಆಗಾಗ ಅನಿಸುತ್ತಿತ್ತು. ಭಟ್ಟರು ಹರಿದ್ವಾರದಿಂದ ರುದ್ರಾಕ್ಷಿಗಳನ್ನು ತಂದು ಕೊಟ್ಟಿದ್ದರು. ಅದು ಯಾವಗಲೂ ಅಜ್ಜಿಯ ಬೆರಳುಗಳ ಮಧ್ಯೆ ಇರುತ್ತಿತ್ತು. ಎಂಬತ್ತಾದರು ಅಜ್ಜಿಗೆ ಬೆನ್ನು ಗೂನಿರಲಿಲ್ಲ. ಒಪ್ಪತ್ತಿನ ಕಾರಣ ಸ್ವಲ್ಪ ಸಣ್ಣವಾಗಿದ್ದರು. ಮುಖದ ಕಳೆ ಮಾತ್ರ ಒಂದಿಷ್ಟು ಇಳಿದಿರಲಿಲ್ಲ. ಅಜ್ಜಿ ಪಾರ್ವತೀಪುರದ ದೇವಾಲಯದ ಬಗ್ಗೆ ಏನು ಹೇಳುವರೆಂಬ ಕಾತುರ ಮಾತ್ರ ಇರದಿದ್ದರೆ ತಪ್ಪಾದೀತೆಂದು ಕೊಂಡು ನಾಳೆ ಅಜ್ಜಿಯ ಕರೆದುಕೊಂಡು ಹೋಗೋಣವೆಂತಂದುಕೊಂಡು ಸುಮ್ಮನಾದೆ. ಹೀಗೆ ಯೋಚಿಸಿಕೊಂಡಿರುವಷ್ಟರಲ್ಲಿ ಬೆಳಕಾಯಿತು. ಭಾಗೀರಥಮ್ಮವರು ಕಾಫಿ ತಂದು ಕೊಟ್ಟರು. ಅಜ್ಜಿ ಶಾಲೆಯ ಬಳಿ ಹೋಗಿ ಬರೋಣ ಎಂದೆ. ಅಜ್ಜಿ ಅದಕ್ಕೆ ನಾನ್ಯಾಕೆ ಮರಿ, ನೀ ಹೋಗಿ ಬಾ ಎಂದರು. ಬಿಂಕವೆಂಬುದು ಅಜ್ಜಿಯ ಗುಣವಲ್ಲ. ನಾನು ಬಲವಂತ ಮಾಡುವ

ಪ್ರಮೇಯವಿರಲಿಲ್ಲ. ಹಾಗೆ ಅದು ಇದು ಮಾತಾಡಿಕೊಂಡು ಕುಳಿತೆವು. ನಂತರ ಸ್ನಾನ ಮುಗಿಸಿ ತಿಂಡಿ ತಿಂದು ಶಾಲೆಯ ಕಡೆ ಹೆಜ್ಜೆ ಹಾಕತೊಡಗಿದೆ.

ಮುಂಜಾನೆ ಚಿಗುರು ಬಿಸಿಲಿನಲ್ಲಿ ಊರಲ್ಲಿ ತಿರುಗಾಡುವದರಲ್ಲಿ ಸಿಗುತ್ತಿದ್ದ ಆನಂದ ಬಹಳ ಕಡಿಮೆ ವಿಷಯಗಳಲ್ಲಿ ಸಿಗುತ್ತೆಂದರೆ ತಪ್ಪಾಗಲಾರದು. ಈ ಗಾಳಿಯೆ ಒಂದು ವೈಶಿಷ್ಟ್ಯತೆ. ಶ್ವಾಸಕ್ಕೆ ಸ್ವಾದದ ಗುಣವನ್ನು ನೀಡುವಂತ ಗಾಳಿಯದು. ಪ್ರಕೃತಿಯೆ ಗಾಳಿಯ ಒಂದು ಭಾಗವಾಗಿ ಉಸಿರಿನ ಮೂಲಕ ನಮ್ಮೊಳಗೆ ಸೇರುವ ಪರಿ. ನನಗೆ ಉಸಿರಾಡುವುದು ಕೇವಲ ಬದುಕುವ ಒಂದು ಅವಶ್ಯಕತೆಯೆಂದು ಎಂದೂ ಅನಿಸಿರಲಿಲ್ಲ. ಅದು ಪ್ರಕೃತಿಯ ಜೊತೆಗಿನ, ಸಹಜ ಮನುಷ್ಯಗುಣಕ್ಕರಿವಾಗದ ಸೃಷ್ಟಿಯ ಜೊತೆಗಿನ ಒಂದು ಮಾತು ಕಥೆ. ಅರಿಯ ಹೋದರೆ ಅದು ನಮಗೆ ಬಹಳ ವಿಷಯಗಳ ತಿಳಿಸೀತು. ಪ್ರತಿನಿತ್ಯದ ಜಂಜಾಟದಲ್ಲಿ ನಾವದನ್ನು ಮರೆಯುವುದು ಸಹಜವೆನಿಸಿದರು. ಎಲ್ಲವನ್ನು ಪಕ್ಕಕ್ಕಿಟ್ಟು ಒಮ್ಮೆ ನೋಡಿದರೆ ಎಲ್ಲ ತೊಂದರೆಗಳ ಒಂದು ಕ್ಷಣದಲ್ಲಿ ಮಾಯವಾಗಿಸೀತು. ಹೀಗೆ ಹತ್ತು ನಿಮಿಷಗಳ ನಂತರ ಶಾಲೆಗೆ ಬಂದು ಸೇರಿದೆ.

ಶಾಲೆಗೆ ರಜೆಯಿತ್ತಾದರು, ಮಕ್ಕಳು ಪಾಠಕ್ಕೆ ಬಂದಿದ್ದ ಕಾರಣ ಏಕೆಂದು ತಿಳಿಯಲಿಲ್ಲ. ಅಪ್ಪಣ್ಣ ಇಟ್ಟಿಗೆಗಿಟ್ಟಿಗೆಯ ಜೋಡಿಸಿ ಎಲ್ಲೆಡೆ ಗೋಡೆಗಳನ್ನಬ್ಬಿಸಿ ಬಿಟ್ಟಿದ್ದರು. ಶ್ರಮಜೀವಿಗಳು ಅಪ್ಪಣ್ಣ. ಅವರ ಜೊತೆಗಿನ ಕೆಲಸದವರು ಅಷ್ಟೆ. ಊಟ, ಚಹಾ ವಿರಾಮವ ಬಿಟ್ಟರೆ ಮತ್ತೇನಕ್ಕು ಸಮಯ ವ್ಯರ್ಥ ಮಾಡುತ್ತಿರಲಿಲ್ಲ. ಸೀತಳ ತಂದೆಯವರು ಬೆಂಗಳೂರಿನಲ್ಲಿ ಅವರ ಮನೆ ಕಟ್ಟುವಾಗ ಅಲ್ಲಿನ ಕೆಲಸದವರಿಂದ ಬಹಳ ತೊಂದರೆಗೀಡಾಗಿದ್ದರು. ಅಪ್ಪಣ್ಣನಂತವರನ್ನು ಬಿಟ್ಟರೆ ಸರಸರನೆ ಮುಗಿಸಿಕೊಟ್ಟಾರು. ಇನ್ನು ಎರಡು ತಿಂಗಳಲ್ಲಿ ಕೆಲಸ ಮುಗಿಯುವುದಾಗಿ ತಿಳಿಸಿದರು. ಪಾಠಕ್ಕೆ ಬಂದ ಮಕ್ಕಳು ಜಾರುಬಂಡೆಯ ಆಡುತ್ತಿದ್ದ ನೋಡಿ ಬಹಳ ಖುಷಿಯಾಯಿತು. ನಾ ಬಂದ ವಿಷಯ ತಿಳಿದ ಮೇಷ್ಟ್ರು ನನ್ನತ್ತ ಬಂದರು.

ಏನು ಆತ್ರೇಯ, ನಿನ್ನೆ ಪಾರ್ವತೀಪುರಕ್ಕೋಗಿದ್ದೆಯಂತೆ ಎಂದರು. ಹೌದು ಮೇಷ್ಟ್ರೆ. ಬಹಳ ಕಾಲದಿಂದ ಹೋಗಬೇಕೆಂದಿದ್ದ. ನಿನ್ನೆ ಹೋಗಿಬಂದೆ

ಎಂದೆ. ಏನು ಮೇಷ್ಟ್ರೆ ರಜೆಯಲ್ಲಿ ಮಕ್ಕಳು ಶಾಲೆಯಲ್ಲಿ ಅಂತ ಕೇಳಿದೆ. ಮೇಷ್ಟ್ರು ಆತ್ರೇಯ ಏಳರಿಂದ ಎಂಟನೇ ತರಗತಿಗೆ ಹೋಗೊ ಮಕ್ಕಳಲ್ಲಿ ಬಹಳ ಮಕ್ಕಳು ಓದು ಬರಹ ವಿಷಯದಲ್ಲಿ ಹಿಂದುಳಿಯುತ್ತಾರೆ. ಒಂಭತ್ತನೆ ತರಗತಿಯವರೆಗೆ ಪಾಸು ಫ್ಯೆಲು ಅನ್ನೊ ಗೋಜಿಲ್ಲ. ಹತ್ತನೆ ತರಗತಿಗೆ ಬಂದ ತಕ್ಷಣವೆ ಪರೀಕ್ಷೆ ಬರೆಯುವುದು ಅವಶ್ಯಕವಾಗುತ್ತದೆ. ನಿನಗೆ ಗೊತ್ತಿದೆಯಲ್ಲ. ಪಕ್ಕದೂರಿನ ಹಿರಿಯ ಪ್ರಾಥಮಿಕ ಶಾಲೆಯ ಮಕ್ಕಳು ಕೂಡ ನಮ್ಮ ಪ್ರೌಢಶಾಲೆಗೆ ಬರುತ್ತಾರೆಂದು. ಮೊದಲು ಅಲ್ಲಿಯು ಪಾಠಗಳು ಚೆನ್ನಾಗಿಯೆ ನಡೆಯುತ್ತಿದ್ದವು. ನಾಲ್ಕು ವರ್ಷಗಳ ಹಿಂದೆ ವರ್ಗಾವಣೆಗಳ ಸಮಯ ಎಲ್ಲ ಅದಲು ಬದಲಾಯಿತು. ನಮ್ಮ ಅಧಿಕಾರಿಗಳಿಗೆ ಇಲ್ಲಿನ ಪರಿಸ್ಥಿತಿಗಳು ತಿಳಿಯದು. ಹೊಸ ಅಧ್ಯಾಪಕರು ಶಿವಮೊಗ್ಗೆಯಿಂದ ಇಲ್ಲಿಗೆ ಬರಬೇಕು. ಅವರಿಗೆ ಬಂದು ಹೋಗುವುದೆ ಒಂದು ದೊಡ್ಡ ವಿಷಯ. ಇನ್ನು ಮಕ್ಕಳ ಹೇಗೆ ಗಮನಿಸಿಕೊಂಡಾರು ? ಮಕ್ಕಳ ಪರಿಸ್ಥಿತಿ ನನ್ನಿಂದ ನೋಡಲಾಗಲಿಲ್ಲ. ಬೇಸಿಗೆ ರಜದ ಎರಡನೆ ಭಾಗದಲ್ಲಿ ಅವರನ್ನು ಕರೆದು ಸ್ವಲ್ಪ ಓದಿಸುವುದು ಎರಡು ವರ್ಷಗಳಿಂದ ಅಭ್ಯಾಸವಾಗಿದೆ. ಮಧ್ಯಾಹ್ನದ ಭೋಜನಕ್ಕೆ ಗೌಡರು ಸಹಾಯ ಮಾಡುತ್ತಿದ್ದಾರೆ. ಅದೃಷ್ಟವೆಂದರೆ, ಗೌಡರ ಶಿಫಾರಸ್ಸಿನಿಂದ ನಾನು ಇಲ್ಲಿಯೆ ಉಳಿದೆ. ಕಟುವಾಗಿ ಮಾತನಾಡಿದರೂ ಗೌಡರಿಗೆ ಊರ ಬಗ್ಗೆ ಬಹಳ ಕಾಳಜಿಯಿದೆ. ಬ್ರಿಟಿಷರ ಕಾಲದಿಂದ ಅವರ ಮನೆಯವರು ಜಮೀನ್ದಾರರಲ್ಲವೆ. ಅವರ ನಡವಳಿಕೆಯಲ್ಲಿ ದರ್ಪವು ಬೆರೆತುಹೋಗಿದೆ.

ಅಲ್ಲ ಮೇಷ್ಟ್ರೆ. ನಾವು ಓದುವಾಗ ಹಳ್ಳಿಯವರ ಅನುಮತಿಯಿಲ್ಲದೆ ಯಾವ ವರ್ಗಾವಣೆಯು ಆಗುತ್ತಿರಲಿಲ್ಲ. ಊರ ಪುರೋಹಿತರು ಮತ್ತು ಶಿಕ್ಷಕರ ನೇಮಕದಲ್ಲಿ ಊರಿನ ಅಧಿಕಾರ ಹೆಚ್ಚಿರಬೇಕು. ಮೇಷ್ಟ್ರು. ಆ ಕಾಲ ಈಗಿನಹಾಗಲ್ಲ ಆತ್ರೇಯ. ಪಂಚಾಯಿತಿಯ ಗತ್ತಾಗಿ ನಡೆಯುತ್ತಿದ್ದ ಕಾಲವದು. ಪಂಚಾಯಿತಿ ಚುನಾವಣೆಗೆ ಜಮುನಾಪುರದಲ್ಲಿ ಮನೆಗೆ ಐನೂರು ರೂಪಾಯಿ ಲಂಚ ಕೊಡುತ್ತಿದ್ದಾರೆಂಬುದು ಗೊತ್ತೆ ನಿನಗೆ ? ಮೊನ್ನೆ ಪಂಚಾಯಿತಿ ಚುನಾವಣೆಯಲ್ಲಿ ಗೆದ್ದ ಶಂಕರಪ್ಪ ಹದಿನಾರು ಲಕ್ಷ ಖರ್ಚು ಮಾಡಿದನಂತೆ. ಅವನು ಎಮ್. ಎಲ್. ಎ. ಕೈಗೊಂಬೆ. ಊರಿನ

ಬಗ್ಗೆ ಒಂದಿಷ್ಟು ಕಾಳಜಿಯಿಲ್ಲ. ನನ್ನ ಕಷ್ಟಕ್ಕೆ ಗೌಡರು ನೆರವಾದರು. ಅಕ್ಕ-ಪಕ್ಕ ದೂರುಗಳಲ್ಲಿ ಯಾರು ಇಲ್ಲದ ಕಾರಣ ಅವರೆಲ್ಲ ದಿಕ್ಕಿಲ್ಲದ ಹಾಗೆ ವರ್ಗಾವಣೆಗೊಂಡರು. ರಾಮಾಶಾಸ್ತ್ರಿಗಳಂತು ಅತ್ತು ಬಿಟ್ಟರು. ಅವರ ಶಾಲೆಯ ಮಕ್ಕಳು ಊರಿನ ಜನರು ಕೂಡ. ಅಲ್ಲ, ಆತ್ರೇಯ, ನಾವು ಮಕ್ಕಳ ಭವಿಷ್ಯದ ಕುರಿತು ಎಷ್ಟು ಕಷ್ಟ ಪಡುತ್ತೇವೆ. ಎಲ್ಲೊ ಕುಳಿತ ಅಧಿಕಾರಿಯೊಬ್ಬನ ಕೈಲಿ ನಮ್ಮ ಜುಟ್ಟನ್ನು ಕೊಡುವುದು ಎಷ್ಟು ಸರಿ ಅಂತ ಕೇಳುತ್ತೇನೆ. ಇವಕ್ಕೆಲ್ಲ ಕಾರಣ ಆಗಿಂದ ನಡೆದುಬಂದ ಕೇಂದ್ರ ಸರಕಾರ. ಅವರಿಗೆ ಭಾರತ ಇತಿಹಾಸದ ಅರಿವಿಲ್ಲ. ಬ್ರಿಟೀಷರ ಆಳುಗಳು, ಅವರು ಬಿಟ್ಟು ಹೋದರು ಇವರು ಅವರ ಜಾಗವ ತುಂಬುತ್ತಿದ್ದಾರೆ. ಸರಿಯಾಗಿ ಇತಿಹಾಸವನ್ನಾದರೂ ಹೇಳಿಕೊಡೋಣವೆಂದರೆ, ಅದರಲ್ಲೂ ಕೆಲಬೆರಿಕೆ, ಮೊಘಲರ ಬಗ್ಗೆ ಮುವ್ವತ್ತು ಪೇಜುಗಳಿದ್ದರೆ, ಕೃಷ್ಣದೇವರಾಯ, ಶಿವಾಜಿಗಳ ಬಗ್ಗೆ ಒಂದು ಹಾಳೆಗಿಂತ ಹೆಚ್ಚು ಪಾಠವಿಲ್ಲ. ಭಾರತವನ್ನು ಮುಂದುವರಿಸಿದವರು ಅಂದು ಬಂದ ಕಾಲ್ಪನಿಕ ಆರ್ಯರು ಅಥವಾ ಹನ್ನೆರಡನೆ ಶತಮಾನದಿಂದ ನಮ್ಮನ್ನು ದೋಚಿಕೊಂಡ ಅರಬ್ಬರು ಮತ್ತು ಇತರ ಮುಸಲ್ಮಾನ ರಾಜರು. ಮೌರ್ಯರು, ಗುಪ್ತರು, ಪಲ್ಲವರು, ಚೋಳರು ಇವರ ಗುಣಗಾನಕ್ಕೆ ನಮ್ಮಲ್ಲಿ ಆಸಕ್ತಿಯಿಲ್ಲ. ಸಿಂಧು ಕಣಿವೆಯ ನಾಗರೀಕತೆಯ ನಂತರ ನೇರವಾಗಿ ಅಲೆಗ್ಸಾಂಡರನತ್ತ ಲಂಗಿಸುತ್ತಿದೆ ನಮ್ಮ ಇತಿಹಾಸದ ಪಠ್ಯಪುಸ್ತಕಗಳು "ಗ್ರೇಟ್" ಎಂಬ ಪದವಿಯನ್ನು ಅಲೆಗ್ಸಾಂಡರನಿಗೆ ಮತ್ತು ಅಕ್ಬರನಿಗಷ್ಟೆ ಕೊಟ್ಟಿದ್ದಾರೆ. ಏಕೆ ಇನ್ಯಾರು ಇರಲಿಲ್ಲವೆ. ಭಾರತಕ್ಕೆ ಇವರಿಬ್ಬರ ಕೊಡುಗೆಯೇನು ? ನನಗಂತು ಅರ್ಥವಾಗದ್ದು. ಈ ಪಾಠವನ್ನು ಮಕ್ಕಳಿಗೆ ಹೇಳುವಾಗ ಎಷ್ಟು ಕಷವೆನಿಸುತ್ತದೆ ಗೊತ್ತೆ ? ನಮ್ಮ ಮಕ್ಕಳು ನಮ್ಮ ದೇಶದ ಬಗ್ಗೆ ತಿಳಿದುಕೊಳ್ಳುತ್ತಾರೊ ಎಂದು ಬೇಜಾರು ಮಾಡಿಕೊಂಡರು. ಮೇಷ್ಟ್ರಿಗೆ ಇಷ್ಟರಲ್ಲಿ ನಾಲಿಗೆ ಒಣಗಿತ್ತು. ಅಪ್ಪಣ್ಣನವರು ಪಕ್ಕದಲ್ಲೆ ಇದ್ದು ಕೇಳಿಸಿಕೊಳ್ಳುತ್ತಿದ್ದರು. ಶಾಲೆಯ ಆವರಣದಲ್ಲಿದ್ದ ತೆಂಗಿನ ಮರದಿಂದ ಎಳನೀರೆರೆಡನ್ನಿಳಿಸಿ ನಮಗೆ ಕುಡಿಯಲು ಕೊಟ್ಟರು. ಮೇಷ್ಟ್ರಿಗೆ ಸ್ವಲ್ಪ ಆರಾಮವೆನಿಸಿರಬೇಕು.

ಮೇಷ್ಟ್ರು ಗಣಿತದ ಪಂಡಿತರು. ಇತಿಹಾಸದ ಕಥೆ ತಿಳಿದದ್ದೆ. ಆದರೆ ಗಣಿತದಲ್ಲು ಈ ತೊಂದರೆ ಇದೆಯೆ ಮೇಷ್ಟ್ರೆ? ಎಂದು ಪ್ರಶ್ನೆ ಕೇಳಿದೆ. ಅವರು, ಆತ್ರೇಯ, ನೀನು ವಿದೇಶದಲ್ಲಿ ಅಲ್ಗೋರಿತಮ್ಸ್ ಗಳ ಬಗ್ಗೆ ಓದಿರುತ್ತೀಯೆ. ಅರಬನಾದ ಅಲ್-ಕ್ವಾರಿಜ್ಮಿ ಎಂಬ ಅರಬ್ಬನು ಸುಮಾರು ಎಂಟನೆ ಶತಮಾನದಲ್ಲಿ ಭಾರತಕ್ಕೆ ಬಂದು ಇಲ್ಲಿನ ಶಾಸ್ತ್ರಗಳನ್ನು ಕಲಿತು ಹಿಸಾಬ್- ಅಲ್ - ಹಿಂದ್ ಎಂಬ ಪುಸ್ತಕವನ್ನು ಬರೆದನು. ಅದನ್ನು ಪಾಶ್ಚ್ಯಾತ್ಯ ದೇಶದವರು ತೆಗೆದುಕೊಂಡು ಅಲ್ಗೋರಿತಮ್ಸ್ ಎಂದು ಕರೆದರು. ನಮ್ಮವರು ಕಂಡು ಹಿಡಿದ ಬರೆದ ಶಾಸ್ತ್ರಗಳನ್ನು ನಾವು ಇನ್ನೊಬ್ಬರಿಂದ ಅವರ ಶಾಸ್ತ್ರಗಳೆಂದು ಕಲಿತುಕೊಳ್ಳುತ್ತಿದ್ದೇವೆ. ಇದಕ್ಕಿಂತ ದುರಂತ ಬೇಕೆ ಆತ್ರೇಯ? ನಾವು ಸೊನ್ನೆಯನ್ನು ಕಂಡು ಹಿಡಿಯದಿದ್ದರೆ ದೊಡ್ಡ ಸಂಖ್ಯೆಗಳನ್ನು ಪ್ರತಿನಿಧಿಸಲು ಹೇಗೆ ಸಾಧ್ಯವಾಗುತ್ತಿತ್ತು ? ನೀವು ಇನ್‌ಫೆನಿಟಿ ಎಂದು ಕರೆಯುತ್ತೀರಲ್ಲ ಅದು ಅನಂತ ರೂಪದಲ್ಲಿ ನಾವು ಎಂದೋ ಅರಿತಿದ್ದೆವು. ವೇದಗಳಲ್ಲಿ ಸುಲಭಸೂತ್ರದ ಅಪಸ್ತಂಭ ಸೂತ್ರಗಳಲ್ಲಿ ಪೈಥಾಗೋರಸ್ ಪ್ರಮೇಯವನ್ನು ಬರೆದಾಗಿತ್ತು. ಇದು ಸುಮಾರು ೫-೬ ಸಾವಿರ ವರ್ಷಗಳ ಕಥೆ. ಆದರೆ ಅದರ ಶ್ರೇಯ ಮಾತ್ರ ಇನ್ನೊಬ್ಬರಿಗೆ ಸೇರುತ್ತದೆ. ಮಾಧವ, ಆರ್ಯಭಟ್ಟ, ಬ್ರಹ್ಮಗುಪ್ತ, ಭಾಸ್ಕರ, ಪಿಂಗಳ ಹೀಗೆ ಹೇಳುತ್ತಾ ಹೋದರೆ ಒಂದು ದಿನವೆ ಕಳೆದೀತು. ಮೇಷ್ಟ್ರ ಮಾತಿನಲ್ಲಿ ಇಷ್ಟು ಉದ್ವೇಗವ ಎಂದೂ ಕಂಡಿರಲಿಲ್ಲ. ನನಗೆ ಪಾಠ ಹೇಳಿಕೊಡುವಾಗ ಅವರ ವಯಸ್ಸು ಮುವ್ವತ್ತು. ಇಂದು ಐವತ್ತೈದು ದಾಟಿದ ಮೇಷ್ಟ್ರಿಗೆ ನಿವೃತ್ತಿಯ ಹಿಂದಿದ್ದ ಸಮಯ ಐದು ವರ್ಷಗಳು. ಐದು ವರ್ಷಗಳಲ್ಲಿ ಈ ವಿಷಯಗಳ ಬಗ್ಗೆ ಏನೂ ಮಾಡಲಾಗದೆಯೆ ನಿವೃತ್ತರಾಗಬೇಕೆಂಬ ದುಃಖ ಅವರನ್ನು ಕಾಡುತ್ತಿದ್ದಂತೆ ಅನಿಸಿತು. ಈ ಬಗ್ಗೆ ಒಮ್ಮೆ ವಿವರವಾಗಿ ಮಾತನಾಡಬೇಕೆಂದು ಅಂದುಕೊಂಡು ಹಾಗೆಯೆ ಇನ್ನಷ್ಟು ಮಾತನಾಡಿ ಅಪ್ಪಣ್ಣನವರ ಬಳಿ ಶಾಲೆಯ ಕಟ್ಟಡದ ವಿಚಾರವಾಗಿ ಮಾತನಾಡಲು ಹೊರಟೆವು.

****

ಅಧ್ಯಾಯ ೧೩

ಅಪ್ಪಣ್ಣ ಇದುವರೆಗೂ ಮುಗಿದಿದ್ದ ಕೆಲಸದ ವಿವರ ನೀಡಿದರು. ಶರವೇಗದಲ್ಲಿ ನಡೆದಿತ್ತು. ಶಾಲೆಯ ಕಟ್ಟಡದ ಕೆಲಸ. ಸಗಣಿಯಿಂದ ಸಾರಿಸುತ್ತಿದ್ದ ನೆಲಕ್ಕೀಗ ರೆಡಾಕ್ಸೈಡ್ ಆಹ್ವಾನ ನೀಡಿತ್ತು. ಶಾಲೆಯ ಮುಂದೆ ಕಳ್ಳಿ ಗಿಡಗಳಿಗೆ ಮನೆಯಾಗಿದ್ದ ಜಾಗವು ಸಂಪೂರ್ಣ ಹದವಾಗಿತ್ತು. ಸರಸ್ವತೀಪುರದಲ್ಲಿ ಹೂವಿನ ಸಸಿಗಳ ನರ್ಸರಿಯೊಂದಿತ್ತು. ಅಲ್ಲಿಂದ ಸಸಿಗಳ ತರಿಸುವ ಯೋಜನೆಯ ಮಾಡಿಯಾಗಿತ್ತು. ನಾನು ಸ್ವಲ್ಪ ಧೈರ್ಯ ಮಾಡಿ, ಅಪ್ಪಣ್ಣ ಕೂಲಿ ಹೇಗೆ ಎಂದೆ. ಅದಕ್ಕವರು, ಯಾಕೆ ಆತ್ರೇಯಪ್ಪ, ನಮಗೂ ಊರಿನ ಋಣ ತೀರಿಸಿಕೊಳ್ಳುವ ಅವಕಾಶ ಕೊಡಿ ಎಂದರು. ನಿಮಗೆ ಹಾಗೇನಾದರು ಮಾಡಬೇಕೆನಿಸಿದರೆ ಶಾಲೆಯ ಹೆಸರಲ್ಲಿ ಎರಡು ಹಸುಗಳನ್ನು ಕೊಡಿಸಿ. ಮಕ್ಕಳಿಗೆ ಹಾಲಿನ ಕೊರತೆ ಇರದು. ಮೇಷ್ಟ್ರು, ಅಲ್ಲ ಅಪ್ಪಣ್ಣ ಆತ್ರೇಯ ಆಗಲೆ ಬಹಳ ಖರ್ಚು ಮಾಡಿದ್ದಾನೆ ಅನ್ನುವಷ್ಟರಲ್ಲಿ ನಾನು ಇಲ್ಲ ಮೇಷ್ಟ್ರೆ. ಬಹಳ ಒಳ್ಳೆಯ ವಿಚಾರ, ಜರ್ಸಿ, ಹಾಲ್ಸ್ಟೀನ್ ಬೇಡ. ಎಲ್ಲಾದರು ನಾಟಿ ಹಸುಗಳು ದೊರೆತರೆ ಒಂದು ನಾಲ್ಕು ಹಸುಗಳ ಕೊಂಡುಕೊಳ್ಳೋಣ. ನನ್ನ ಮಾತಿನ ದಾಟಿಯ ಕಂಡ ಮೇಷ್ಟ್ರು ಸುಮ್ಮನೆ ಒಪ್ಪಿಕೊಂಡರು. ನನಗೆ ಆಗ ಒಂದು ಆಲೋಚನೆ ಶುರುವಾಯಿತು. ವಿಶ್ವಾಸ ಒಂದಿದ್ದರೆ ಎಲ್ಲ ಕೆಲಸ ಸುಲಭ ಎಂದು. ಪರಸ್ಪರ ನಮಗಿದ್ದ ವಿಶ್ವಾಸದಿಂದ ನಾನಾಡಿದ ಮಾತುಗಳಾಗಲಿ ಅಪ್ಪಣ್ಣನವರಾಡಿದ ಮಾತುಗಳಾಗಲಿ ನಮಗೆ ತಪ್ಪೆನಿಸಲಿಲ್ಲ. ನಾನಿರುವ ದೇಶದಲ್ಲಿ ಜನರು ಒಬ್ಬರಿಗೊಬ್ಬರು ಬಹಳ ಮರ್ಯಾದೆ ಕೊಟ್ಟು ಮಾತನಾಡುತ್ತಾರೆ. ಆದರೆ ವಿಶ್ವಾಸದ ಕೊರತೆ ಬಹಳ. ನನ್ನ ಎಷ್ಟೋ ಜನ ಸಹೋದ್ಯೋಗಿಗಳ ಮನೆಗೆ ಹೋಗುವುದಾಗಲಿ, ಅವರ ಪರಿವಾರದ ತಿಳುವಳಿಕೆಯಾಗಲಿ ನನಗೆ ಇರಲಿಲ್ಲ. ಕೆಲಸ ಮತ್ತು ಜೀವನದ ಮಧ್ಯೆ ದಪ್ಪದಾದ ಗೆರೆಯೊಂದಿರುತ್ತಿತ್ತು. ತಮ್ಮ ವ್ಯಯಕ್ತಿಕ ಜೀವನವ ಬಹಳ ಗೌಪ್ಯವಾಗಿಡುವುದು ಅಲ್ಲಿನ ವಾಡಿಕೆ. ನನ್ನ ಸಹೋದ್ಯೋಗಿಯೊಬ್ಬರು ಎರಡು ವರ್ಷಗಳ ಹಿಂದೆ ಆತ್ಮಹತ್ಯೆಗೀಡಾಗಿದ್ದರು. ಬಹಳ ಹಸನ್ಮುಖರಾಗಿದ್ದ ಅವರ ಜೀವನದಲ್ಲಿ ಅಂತಹ ಬಾದೆಯಿತ್ತೆಂದು ಅನಿಸುತ್ತಿರಲಿಲ್ಲ. ಖಿನ್ನತೆಯ ವಶವಾಗಿದ್ದರು. ಯಾರ ಹತ್ತಿರವು ಹೇಳಿಕೊಂಡಂತಿರಲಿಲ್ಲ.

ನನಗೊಂದೆರಡು ಬಾರಿ ಅನಿಸಿದ್ದರು ಕೇಳುವ ಧೈರ್ಯ ಮಾಡಲಿಲ್ಲ. ನಮ್ಮ ಊರಿನಲ್ಲಿ ಹಾಗೇನಾದರು ಅನಿಸಿದರೆ ಯೋಚಿಸದೆ ಕೇಳಿಬಿಡುತ್ತಿದ್ದರು. ಹೀಗೆ ಅಪ್ಪಣ್ಣನವರ ಜೊತೆಗಿನ ಮಾತುಕತೆ ಮುಗಿಯಿತು. ಮೇಷ್ಟ್ರಿಗೆ ಹೋಗಿಬರುತ್ತೇನೆಂದು ಹೇಳಿ ಮನೆಯ ಕಡೆ ಹೊರಟೆ.

ಮನೆಯಲ್ಲಿ ಅಜ್ಜಿ ಉಪ್ಪಿನಕಾಯಿ ಹಾಕುವ ಸಿದ್ಧತೆಯಲ್ಲಿದ್ದರು. ಹೆರಳೀಕಾಯಿ ಉಪ್ಪಿನಕಾಯಿ ಹಾಕುವುದರಲ್ಲಿ ಅಜ್ಜಿ ನಿಸ್ಸೀಮರು. ಹೆರಳೀಕಾಯಿಯ ಕಹಿಗೆ ಸರಿಯಾದ ಖಾರ ಬೀಳದಿದ್ದರೆ ರುಚಿ ಸಿಗುವುದಿಲ್ಲ. ಖಾರ ಅತಿಯಾದರು ರುಚಿ ಸಿಗುವುದಿಲ್ಲ. ಅಜ್ಜಿಯ ಉಪ್ಪಿನ ಕಾಯಿಯ ರುಚಿ ಬೇರೆಲ್ಲು ಸವಿದಿರಲಿಲ್ಲ ನಾನು. ಅಜ್ಜಿ ಹಾಕಿದ ಉಪ್ಪಿನಕಾಯಿಯ ಜಾಡಿಗಳ ತೆಗೆದಿಡುತ್ತಿದ್ದರು ಭಾಗೀರಥಮ್ಮನವರು. ಅಜ್ಜಿ ನಾಳೆ ಪಾರ್ವತೀಪುರಕ್ಕೆ ಹೋಗೋಣ ಎಂದೆ. ಹೂಂ ಮರಿ. ಅದಕ್ಕೆ ಈ ಉಪ್ಪಿನ್ಕಾಯಿಯ ಕೆಲಸ ಇಂದೆ ಮುಗಿಸೋಣವೆಂದು ಕುಳಿತೆ. ಬಹಳ ಹಂಬಲವಿತ್ತಾದರು ಪಾರ್ವತೀಪುರದಲ್ಲಿ ನಾನು ತಿಳಿದುಕೊಂಡ ಮಾತುಗಳನ್ನು ಅಜ್ಜಿಗೆ ಹೇಳಹೋಗಲಿಲ್ಲ. ನನ್ನ ಮನಸಿಗೆ ಬೇರೆಯವರ ಜೀವನದ ಬಗ್ಗೆ ತಿಳಿದುಕೊಳ್ಳುವುದೆಂದರೆ ಒಂದು ತರಹದ ಆಸಕ್ತಿ. ಗೌಡರ ಬಗ್ಗೆ ಅಜ್ಜಿಯ ಹತ್ತಿರ ಕೇಳಿ ತಿಳಿಯಬೇಕೆಂದು ಬಹಳ ದಿನಗಳಿಂದ ಅಂದುಕೊಳ್ಳುತ್ತಿದ್ದೆ. ಹಾಗೆಯೆ, ಅಜ್ಜಿ ಗೌಡರ ಬಗ್ಗೆ ನಿಮ್ಮ ಅಭಿಪ್ರಾಯ ತಿಳಿಸುವಿರಾ ಎಂದೆ? ಗೌಡರು ಭಟ್ಟರು ಹತ್ತಿರತ್ತಿರ ಒಂದೆ ವಯಸ್ಸಿನವರು. ನಿಮ್ಮ ತಾತ ಅವರಿಗೆ ಮನೆ ಪಾಠ ಹೇಳಿಕೊಡುತ್ತಿದ್ದರು. ಹಾಗೆಯೇ ವೇದ ಪಾಠಗಳನ್ನು ಕಲಿಸಿಕೊಟ್ಟಿದ್ದರು. ಆ ಸಮಯದಲ್ಲೆ ಗೌಡರು ಮಾಂಸ ತಿನ್ನುವುದನ್ನು ಬಿಟ್ಟಿದ್ದರು. ಈವರೆಗು ಅವರು ಮಾಂಸ ಸೇವಿಸಿಲ್ಲ ಎಂದು ನನ್ನ ನಂಬಿಕೆ. ಶುಕ್ರವಾರದ ಪೂಜೆಗಳಲ್ಲಿ ಅಣ್ಣನಿಗೆ ಬಹಳ ಸಹಾಯ ಮಾಡುತ್ತಿದ್ದರು. ಜನಿವಾರವಿಲ್ಲದ ಕಾರಣ ಗರ್ಭಗುಡಿಯಲ್ಲಿ ಪ್ರವೇಶವಿರಲಿಲ್ಲ. ಆಳವಾದ ಕಂಠ ಅವರದ್ದು. ಯಾವ ಬ್ರಾಹ್ಮಣರ ಮಕ್ಕಳಿಗೂ ಅಂತಹ ಕಂಠವಿರಲಿಲ್ಲ. ಅಪ್ಪನೆಂದರೆ ಗೌಡರಿಗೆ ಬಹಳ ಇಷ್ಟ. ಒಂದು ದಿನವೂ ಇಲ್ಲಿಗೆ ಬರದೆ ಇರುತ್ತಿರಲಿಲ್ಲ. ಹತ್ತನೆಯ ತರಗತಿಯ ನಂತರ ಕಾಲೇಜಿನ ಓದಿಗೆ ಶಿವಮೊಗ್ಗೆಗೆ ಕಳುಹಿಸಿದರು. ಭಟ್ಟರ ಮನೆಯಲ್ಲಿ ಮಡಿ ಮೈಲಿಗೆ ಎಂದು

ಅಲ್ಲಿಗೆ ಕಳುಹಿಸಲಿಲ್ಲ. ಓದಿಸಿದ್ದರೆ ಭಟ್ಟರು ಚೆನ್ನಾಗಿಯೆ ಓದುತ್ತಿದ್ದರೇನೊ ?

ಅಷ್ಟರಲ್ಲಿ ಉಪ್ಪಿನಕಾಯಿಯ ಕೆಲಸ ಮುಗಿದಿತ್ತು. ಭಾಗೀರಥಮ್ಮ ನವರಿಗೆ ನನಗೆ ಕಾಫಿ ಮಾಡಿಕೊಡಲು ಹೇಳಿ ಹಾಗೆಯೆ ಕಥೆ ಮುಂದುವರಿಸಿದರು. ಓದು ಮುಗಿಸಿ ಊರಿಗೆ ವಾಪಸ್ಸೇನೊ ಬಂದರು. ಆದರೆ ಸಹವಾಸ ದೋಷದಿಂದ ಸ್ವಲ್ಪ ಕೆಟ್ಟಭ್ಯಾಸಗಳ ಕಡೆ ವಾಲಿದ್ದರು. ಸಿಗರೇಟು, ಕುಡಿತ, ಜೂಜಿನ ವಶವಾಗಿದ್ದರು. ಅಣ್ಣ ಒಮ್ಮೆ ಬುಧ್ಧಿ ಹೇಳಿಹೋದಾಗ ಅವರಿಬ್ಬರ ಮಧ್ಯೆ ಏನಾಯಿತೊ ನನಗೆ ತಿಳಿಯದು. ಅಂದಿನಿಂದ ಗೌಡರು ಇಲ್ಲಿಗೆ ಬರಲಿಲ್ಲ. ನಿನ್ನ ತಂದೆ ಹುಟ್ಟಿದ ಸಮಯ ಅದು. ಅಣ್ಣನು ಸಂಸಾರ ಕೆಲಸ ಗುಡಿಯ ಪೂಜೆ ಇವೆಲ್ಲದರಲ್ಲಿ ನಿರತನಾಗಿದ್ದ. ಆದರು ಅವನು ಗೌಡರ ಬಗ್ಗೆ ಬೇರೆಯವರಿಂದ ಮಾಹಿತಿ ಪಡೆಯುತ್ತಿದ್ದ. ತನ್ನ ಶಿಷ್ಯನಂತಿದ್ದವನು ಹೀಗಾದನಲ್ಲ ಎಂಬ ಕೊರಗೊಂದಿತ್ತು. ಗೌಡರಿಗಾಗ ಇಪ್ಪತ್ತೆರಡು ವಯಸ್ಸಿರಬಹುದು. ಮದುವೆ ಮಾಡಿಸಿದರು ಅವರ ತಂದೆ. ಆ ಹೆಣ್ಣು ಮಾತ್ರ ಕೈಗಳೆರಡೆತ್ತಿ ಮುಗಿಯುವಂತವಳು. ಬಹಳ ಶ್ರೀಮಂತ ಮನೆತನದವಳಾದರೂ ಜಂಭವೊಂದಿಷ್ಟಿರಲಿಲ್ಲ. ಸಣ್ಣವರು ದೊಡ್ಡವರು ಅಂತ ನೋಡದೆ ಎಲ್ಲರನ್ನು ಬಹಳ ವಿಶ್ವಾಸದಿಂದ ಮಾತನಾಡಿಸುತ್ತಿದ್ದಳು. ಜಾತಿ ಬೇಧಭಾವ ಕೂಡ ಮಾಡದಾಕೆ ಅವಳು. ಓದು ಬರಹ ಇದ್ದಂತೆ ಕಾಣುತ್ತಿರಲಿಲ್ಲ. ಆಗ ಮಂಡಲ ಪಂಚಾಯಿತಿಯ ಚುನಾವಣೆಯ ಸಮಯ. ಗೌಡರ ಜೊತೆ ಊಟ ತಿಂಡಿ ಕುಡಿತದ ವ್ಯವಸ್ಥೆಯ ನೀಗಿಸಿಕೊಳ್ಳಲು ಜೊತೆಯಲ್ಲಿದ್ದ ಸ್ವಲ್ಪ ಜನ ಗೌಡರ ಉಬ್ಬಿಸಿ ಚುನಾವಣೆಗೆ ನಿಲ್ಲಿಸಿದರು. ಹಣಕ್ಕೇನು ಕೊರತೆಯಿರಲಿಲ್ಲ. ಯಾರೊ ಒಬ್ಬರು ಆಗ ಗೌಡರಿಗೆ ಅವರ ಹೆಂಡತಿಯ ಬಗ್ಗೆ ಕೆಲಸಕ್ಕೆ ಬಾರದ ಮಾತುಗಳನ್ನೇಳಿಕೊಟ್ಟರು. ಆಕೆ ಎಲ್ಲರೊಡನೆ ಮಾತನಾಡಿಕೊಂಡಿದ್ದು ಊರಿನ ಕೆಲವು ಗಂಡಸರಿಗೆ ಸರಿ ಕಾಣಲಿಲ್ಲ. ಗೌಡರು ಅಂತವರಲ್ಲ. ಆದರೆ ಊರಿನಲ್ಲಿ ಸಿಗುತ್ತಿದ್ದ ಮರ್ಯಾದೆಗೆ ಧಕ್ಕೆಯುಂಟಾಗುವುದೆಂದು ಆಕೆಯನ್ನು ಮನೆಯೊಳಗೆ ಇರಿಸಿದರು. ಆದಾದ ನಂತರ ಆಕೆಯನ್ನು ನೋಡಿದವರು ಬಹಳ ಕಡಿಮೆ. ಅವರ ಮನೆಯಲ್ಲಿ ಕೆಲಸ ಮಾಡುವರಿಗು ಸಲಿಗೆಯ ಅನುಮತಿಯಿರಲಿಲ್ಲ. ಹೇಗೆ ಸಹಿಸಿಕೊಂಡಳೊ ಆ

ಮಹಾತಾಯಿ. ಪುಣ್ಯವೆಂದರೆ ಹೆರಿಗೆಯ ಸಮಯದಲ್ಲೆ ಸಾವನ್ನು ಬರೆದಿದ್ದ ಆ ಬ್ರಹ್ಮ ಗೌಡರು ಅಷ್ಟೊತ್ತಿಗೆ ಪಂಚಾಯಿತಿಯ ಸದಸ್ಯರಾಗಿದ್ದರು. ಮಕ್ಕಳನ್ನು ಕೂಡ ಅವರ ನಾದಿನಿಯೆ ಸಾಕಿದರು. ಬೆಂಗಳೂರಿನಲ್ಲಿರುವ ಆ ಮಕ್ಕಳು ಊರಿಗೆ ಬಂದರೆ ಚಿಕ್ಕಮ್ಮನ ಹತ್ತಿರ ಇರುತ್ತಾರೆಯೆ ವಿನಃ ಗೌಡರ ಕ್ಷೇಮ ಸಮಾಚಾರ ಕೂಡ ವಿಚಾರಿಸುವುದಿಲ್ಲ. ಅಷ್ಟರಲ್ಲಿ ಬಿಸಿಬಿಸಿ ಕಾಫಿಯೂ ಬಂತು. ಅಜ್ಜಿ ಅವರ ಕಥೆ ಮುಂದುವರೆಸಿದರು.

ಚಿಕ್ಕ ವಯಸ್ಸಿನಲ್ಲಿಯೆ ಹೆಂಡತಿಯ ಕಳೆದುಕೊಂಡ ಗೌಡರಿಗೆ ಹೆಣ್ಣಿನ ಚಟವು ಅಂಟಿಕೊಂಡಿತ್ತು. ದೊಡ್ಡ ಗಾತ್ರದ ಮೋಟಾರು ವಾಹನವೊಂದು ಕೊಂಡುಕೊಂಡು ಊರೂರು ತಿರುಗುವುದು ಅಭ್ಯಾಸವಾಯಿತು. ಬೇಸಾಯದ ವಿಚಾರವನ್ನು ಅವರ ತಮ್ಮಂದಿರು ಚೆನ್ನಾಗಿಯೆ ನಡೆಸಿಕೊಂಡು ಹೋದರು. ನಾನು ಮನೆಯಿಂದ ಹೊರಗೆ ಹೋಗುತ್ತಿದ್ದುದು ಬಹಳ ಕಡಿಮೆ. ಗೌಡರ ನಾದಿನಿ ಚೆನ್ನಮ್ಮಳಿಂದ ನನಗೆ ಎಲ್ಲ ವಿಷಯ ತಿಳಿಯುತ್ತಿತ್ತು. ಅವಳು ಯಾರಿಗು ಹೇಳಿಕೊಳ್ಳಲಾಗದೆ ನನ್ನ ಬಳಿ ಹೇಳಿಕೊಳ್ಳುತ್ತಿದ್ದಳು. ಸುಮಾರು ಹತ್ತು ವರ್ಷಗಳ ಹಿಂದಿರಬಹುದು. ಕಾಶ್ಮೀರದಲ್ಲಿ ಗಡಿ ಕಾಯುತ್ತಿದ್ದ ಬಾಗೀರಥಿಯ ಗಂಡನವರು ಶತ್ರು ಸೈನ್ಯದ ಗುಂಡಿಗೆ ಬಲಿಯಾದರು. ಆಗ ಭಾಗೀರಥಿಗೂ ಚಿಕ್ಕ ವಯಸ್ಸು. ಇಬ್ಬರು ಮಕ್ಕಳ ತಾಯಿ. ಅನಾಥಳಾದ ಅವಳಿಗೆ ಎಲ್ಲೂ ಹೋಗುವ ದಿಕ್ಕಿರಲಿಲ್ಲ. ನಿನ್ನ ಅಪ್ಪನಿಗೆ ತಂಗಿಗಿಂತಲೂ ಪ್ರೀತಿಯಿದ್ದ ಕಾರಣ ಎಲ್ಲರೂ ಮಾತನಾಡಿ ಇಲ್ಲೆ ಇರುವುದಕ್ಕೆ ಅನುಕೂಲ ಮಾಡಿದರು. ಅವಳೂ ಅಷ್ಟೆ. ನಿನ್ನ ಅಮ್ಮನಿಗೆ ನೆರಳಿನ ಹಾಗೆ ನಿಂತಿದ್ದಳು. ಈ ಮನೆಗೆ ಗಂಡು ದಿಕ್ಕಿರುವವರೆಗು ಎಲ್ಲ ಸರಿಯಾಗಿಯೆ ಇತ್ತು. ನಿನ್ನ ತಂದೆ ತಾಯಿ ತೀರಿಕೊಂಡ ಮೇಲೆ ನೀನು ಊರಿನಿಂದ ಹೊರಟು ಬಿಟ್ಟೆ. ಒಂದು ಮುದುಕಿ, ಒಬ್ಬ ವಿಧವೆ ಮತ್ತು ಎರಡು ಹೆಣ್ಣು ಮಕ್ಕಳು ಇರುವ ಮನೆ. ಗೌಡರಿಗು ಭಾಗೀರಥಿಯ ಮೇಲೆ ಕಣ್ಣು ಮುಂಚಿನಿಂದಲೆ ಇತ್ತು. ಒಮ್ಮೆ ನಾನಿರದ ಸಮಯ ನೋಡಿ ಇಲ್ಲಿಗೆ ಬಂದು ಸ್ವಲ್ಪ ತರಲೆ ಮಾಡಿದ್ದುಂಟು. ನನಗೆ ಇನ್ನು ಹೀಗೆಯೆ ಬಿಟ್ಟರೆ ಸರಿಬಾರದೆಂದು, ಅವರ ಮನೆಗೆ ಹೋದೆ. ಗೌಡರ ಮುಂದೆ ನಿಂತು ಮಾತನಾಡುವ ಧೈರ್ಯ ಯಾರಿಗೂ ಇರಲಿಲ್ಲ. ನಾ ಬಂದದ್ದು ಕಂಡು

ಅವರ ಮನೆಯವರೆಲ್ಲ ಬೆಚ್ಚಾದರು. ಎಲ್ಲರನ್ನು ಮಾತನಾಡಿಸಿ, ಗೌಡರು ಒಬ್ಬರೆ ಇರುವ ಸಮಯ ನೋಡಿ ನನ್ನ ಅಸಮಾಧಾನವ ತಿಳಿಸಿದೆ. ನಿಮಗೆ ಅಣ್ಣನ ಮೇಲೆ ಒಂದಿಷ್ಟು ಗೌರವವಿದ್ದರೆ ನೀವಿನ್ನು ಆ ಕಡೆ ಬರಬೇಡಿ ಎಂದೆ. ಗೌಡರು ಒಂದು ಮಾತನ್ನು ಆಡಲಿಲ್ಲ. ಅಣ್ಣನ ಮೇಲೆ ಅವರಿಗೆ ಇನ್ನು ಗೌರವವಿತ್ತೆಂಬುದು ನನಗೆ ತಿಳಿದಿತ್ತು. ಆದರೆ ಇದು ಕೆಲಸ ಮಾಡುತ್ತದೆಯೊ ಇಲ್ಲವೋ ಎಂಬ ಭಯವಿತ್ತು. ಪುಣ್ಯಕ್ಕೆ ನನ್ನ ಉಪಾಯ ಫಲಿಸಿತು. ಇನ್ನು ಇತ್ತ ಗೌಡರು ತಲೆ ಹಾಕಲಿಲ್ಲ. ಮಿಕ್ಕಿದ್ದು ನಿನಗೆ ತಿಳಿದೇ ಇದೆ. ಇಷ್ಟು ಹೇಳಿ ಅಜ್ಜಿ ಗುಡಿಯತ್ತ ಹೊರಟರು.

ಗೌಡರ ಹಿಂದೆ ಇಂತಹ ಆಸಕ್ತಿ ತರೆಸುವ ಕಥೆಯೊಂದಿದೆಯೆಂದು ನನಗೆ ಎಂದು ಅನಿಸಿರಲಿಲ್ಲ. ಗೌಡರು ಒಂದು ಕಾಲದಲ್ಲಿ ವೇದಪಾಠಗಳಲ್ಲಿ ಆಸಕ್ತಿಯುಳ್ಳವರೆಂದು ತಿಳಿಯುವುದಕ್ಕು ಆಗದು. ಸಂಜೆಯಾಯಿತು. ಹಸುಗಳಿಗೆ ನೀರಿಟ್ಟು ಹಾಲು ಕರೆದು ಡೈರಿಗೆ ಹಾಲು ಹಾಕಿ ಬಂದೆ. ರಾತ್ರಿ ಊಟ ಮುಗಿಸಿ ಮಲಗ ಹೊರಟೆ. ಆದರೆ ನಾಳೆ ಪಾರ್ವತಿ ಪುರದಲ್ಲಿ ಅಜ್ಜಿ ಏನು ಹೇಳುವರೋ ಎಂಬ ಕಾತುರ ಮನದಲ್ಲಿದ್ದುದರಿಂದ ನಿದ್ದೆ ಬರಲಿಲ್ಲ. ಸುಮಾರು ಒಂದು ಗಂಟೆ ಹಾಸಿಗೆಯೆ ಅತ್ತ ಇತ್ತ ಒದ್ದಾಡಿ ಮಲಗಿಬಿಟ್ಟೆ.

****

ಅಧ್ಯಾಯ ೧೪

ನಿದಿರೆ ಚೆನ್ನಾಗಿಯೆ ಆಗಿತ್ತು. ಐದೂವರೆಗೆ ಎದ್ದುಬಿಟ್ಟೆ. ಅಜ್ಜಿ ಧ್ಯಾನದಿಂದ ಎಂದು ಬಂದಿದ್ದರು. ನಿದ್ದೆ ಬಂತ ಮರಿ ಎದ್ದು ಸಣ್ಣ ನಗುವಿನ ಮೂಲಕ ಅಜ್ಜಿ ನನ್ನ ಕೇಳಿದರು. ಹೂಂ ಅಜ್ಜಿ, ಪುಣ್ಯಕ್ಕೆ ಚೆನ್ನಾಗಿಯೆ ಬಂತು. ಸರಿ ನೀನು ತಯಾರಾಗು. ಭಟ್ಟರ ಸೂತಕವು ಮುಗಿದಿದೆ. ಅವರನ್ನು ಕರೆದುಕೊಂಡು ಹೋಗೋಣ ಅಂತ ಅಡುಗೆಮನೆಯ ಕಡೆ ಹೊರಟರು. ನಾನು ಹಸುಗಳಿಗೆ ನೀರನ್ನಿಟ್ಟು ಸ್ನಾನಕ್ಕೆ ಹೋದೆ. ಭಾಗೀರಥಮ್ಮನವರು ಹಂಡೆಯ ನೀರಲ್ಲಿ ಬೇವಿನ ಸೊಪ್ಪನ್ನು ಹಾಕಿದ್ದರು. ಹಲವಾರು ಚರ್ಮ ರೋಗಗಳಿಗೆ ಇದು ಮದ್ದೆಂದು ಅಪ್ಪ ಹೇಳುತ್ತಿದ್ದರು. ಅವರ ಮನೆಯ ಅಂಗಳದಲ್ಲೆ ದೊಡ್ಡ ಬೇವಿನ ಮರವೊಂದಿತ್ತು. ಅವರ ಮನೆಯಲ್ಲಿ ಬ್ರಷ್, ಪೇಸ್ಟು ಇವ್ಯಾವನ್ನು ಉಪಯೋಗಿಸುತ್ತಿರಲಿಲ್ಲ. ಬೇವಿನ ಕಡ್ಡಿಯೊಂದನ್ನು

ಕಿತ್ತು ಅದರಲ್ಲೆ ಶುಭ್ರಗೊಳಿಸಿಕೊಳ್ಳುತ್ತಿದ್ದರು. ಸ್ನಾನ ಮುಗಿದ ಮೇಲೆ ನಾನು ಸ್ವಲ್ಪ ಧ್ಯಾನ ಮಾಡುವ ಪ್ರಯತ್ನ ಮಾಡಿದೆ. ಆದರೆ ಪಾರ್ವತೀಪುರದ ದೇವಾಲಯದ ಮೇಲಿದ್ದ ನನ್ನ ಕುತೂಹಲ ಅದಕ್ಕೆ ಬಿಡಲಿಲ್ಲ. ಸುಮ್ಮನೆ ಸಮಯ ವ್ಯರ್ಥ ಏಕೆ ಎಂದು ತಿಂಡಿ ತಿನ್ನ ಹೊರಟೆ. ಭಾಗೀರಥಮ್ಮನವರು ಇಂದು ಒತ್ತು ಶಾವಿಗೆಯ ಮಾಡಿದ್ದರು. ಅದಕ್ಕೆ ಗಸಗಸೆ ಪಾಯಸ ಸೇರಿಸಿ ಗಡತ್ತಾಗಿ ತಿಂದೆ. ಮಧ್ಯಾಹ್ನ ಭೋಜನಕ್ಕೆ ರಾಗಿ ರೊಟ್ಟಿ ಮತ್ತು ಉಚ್ಚೆಳ್ಳಿನ ಚಟ್ನಿಯ ಡಬ್ಬಿಯೊಳಗೆ ಹಾಕಿಟ್ಟಿದ್ದರು. ಸ್ವಲ್ಪ ಹೊತ್ತಲ್ಲಿ ಭಟ್ಟರೂ ಬಂದರು. ಸೂತಕವಿದ್ದ ಕಾರಣ ನಮ್ಮ ಮನೆ ಬಾಗಿಲಿಗೆ ಅವರ ದರ್ಶನವಾಗಿರಲಿಲ್ಲ. ಅಜ್ಜಿ, ಮರಿ ನಾವೇ ಬರಹೊರಟಿದ್ದೆವು. ನೀನೆ ಬಂದೆ, ಒಳ್ಳೆಯದು. ಬಾ, ಸ್ವಲ್ಪ ಉಪಹಾರ ತೆಗೆದುಕೊ ಅಂದರು. ಭಟ್ಟರದ್ದು ಇನ್ನೂ ತಿಂಡಿ ಆಗಿರುವಂತಿರಲಿಲ್ಲ. ಕೈ ತೊಳೆದುಕೊಂಡು ಬಂದು ಕುಳಿತರು. ನನಗೆ ಯಾವಾಗಲು ಒಂದು ಆಶ್ಚರ್ಯವೆಂದರೆ, ಊರಿನಲ್ಲಿ ಎಲ್ಲಿಯೆ ಆಗಲಿ, ಮನೆಗೊಂದಿಬ್ಬರು ಹೆಚ್ಚಾಗಿ ಬಂದರೆ ತಿನ್ನಲು ಕೊರತೆ ಇರುತ್ತಿರಲಿಲ್ಲ. ಆದರೆ ಆಹಾರ ವ್ಯರ್ಥವಾಗುತ್ತಿರಲಿಲ್ಲ. ಅದೊಂದು ಮಾಯೆ. ನಾನಿರುವ ದೇಶದಲ್ಲಿ, ಮನೆಗೆ ಯಾರಾದರು ಬಂದುಬಿಟ್ಟರೆ ಗಾಬರಿ. ಯಾರೂ ಅಲ್ಲಿ ಕರೆ ಮಾಡದೆ ಮನೆಗೆ ಬರುತ್ತಿರಲಿಲ್ಲ. ಅಪ್ಪಿ ತಪ್ಪಿ ಮನೆಗೆ ಐದಾರು ಜನ ಬಂದರೆ ಹೋಟೇಲಿನಲ್ಲಿ ಊಟ, ಬಹಳ ಅಪರೂಪ ಹತ್ತಾರು ಜನರ ಕರೆದು ಮನೆಯಲ್ಲಿ ಅಡುಗೆ ಮಾಡಿ ಹಾಕುವುದು. ಭಟ್ಟರು ತಿಂಡಿ ಮುಗಿಸಿದರು. ಕಾಫಿಯೂ ಬಂತು. ಕಾಫಿ ಮುಗಿಸಿ, ನಾನು ಭಟ್ಟರು ಅವರ ಮನೆಗೆ ಹೋಗಿ ಪಾರ್ವತೀಪುರಕ್ಕೆ ಹೋಗುತ್ತಿರುವುದಾಗಿ ತಿಳಿಸಿ ನಮ್ಮ ಮನೆಗೆ ಬಂದು, ಅಜ್ಜಿಯ ಕರೆದುಕೊಂಡು ದೋಣಿಯ ತೀರಕ್ಕೆ ಬಂದೆವು. ಹತ್ತು ನಿಮಿಷದ ನಂತರ ದೋಣಿಯೂ ಬಂತು. ಪ್ರಯಾಣ ಮುಗಿಸಿ ಪಾರ್ವತೀಪುರವ ಸೇರಿದೆವು.

ಮುಜರಾಯಿ ಇಲಾಖೆಗೆ ಹೋಗಿ, ಅನುಮತಿ ಪಡೆದು ದೇವಸ್ಥಾನಕ್ಕೆ ಬಂದೆವು. ಮೊದಲು ಅಜ್ಜಿಯೇ ಒಳಕ್ಕೆ ಹೋದರು. ಬಲಕ್ಕೆ ಹೋಗುತ್ತಿದ್ದ ಅವರು ಹಸುವ ಕಂಡು ಎಡಗಡೆ ತಿರುಗಿದರು. ಹಸುವು ಎದ್ದು ನಿಂತಿತು. ನನಗೆ ಎದೆಯಲ್ಲಿ ಢವಢವ ಎನ್ನಲು ಶುರುವಾಯಿತು. ಅಜ್ಜಿಯ ನೆರವಿಗೆ

ಹೋಗಲು ಮುಂದಾದೆ ಅಜ್ಜಿ, ಮರಿ, ನೀನು ಅಲ್ಲೆ ಇರು. ಆ ಮುಗ್ಧ ಪಶು ನನ್ನನ್ನೇನು ಮಾಡದು. ಅಜ್ಜಿ ಹಾಗೆ ಹೆಜ್ಜೆಗೊಂದು ಹೆಜ್ಜೆ ಜೋಡಿಸಿ ಕೊಠಡಿಯ ಕಡೆ ನಡೆಯತೊಡಗಿದರು. ಹಸುವು ಕೂಡ ಕೊಠಡಿಯ ಮಧ್ಯಕ್ಕೆ ಬಂದು ನಿಂತಿತ್ತು. ನನಗೆ ಇನ್ನೂ ಕಳವಳ ಹೆಚ್ಚಾಯಿತು. ಕೊಠಡಿಯ ಬಾಗಿಲ ಮುಂದೆ ನಿಂತು ಅಜ್ಜಿ ಆ ಹಸುವಿನ ಮೈ ಸವರಿದರು. ಆಶ್ಚರ್ಯವೆಂದರೆ ಆ ಹಸು ಕೋಪಗೊಳ್ಳಲಿಲ್ಲ. ಎದುರು ದಿಕ್ಕಿಗೆ ತಿರುಗಿ ಅಜ್ಜಿಯ ಜೊತೆ ಕೊಠಡಿಯ ಒಳಗೆ ಚಲಿಸಲಾರಂಭಿಸಿತು. ನನಗೆ ಕನಸೋ ನನಸೊ ಎನ್ನುವಷ್ಟು ಭ್ರಮೆ. ಭಟ್ಟರು ಇಲ್ಲಿಗೆ ಎಂದು ಬಂದಂತೆ ಕಾಣಲಿಲ್ಲ. ಅವರಿಗೆ ಇದು ಆಶ್ಚರ್ಯಕರವಾಗಿ ತೋರಿದಂತನಿಸಲಿಲ್ಲ. ಒಳಗೆ ಹೋದ ಅಜ್ಜಿ ಕೈಸನ್ನೆ ಮಾಡಿ ನನ್ನನ್ನು ಭಟ್ಟರನ್ನು ಒಳಗೆ ಬರಹೇಳಿದರು.

ನಾನು ಸ್ವಲ್ಪ ಭಯದಿಂದಲೇ ಒಳಗೆ ಹೊರಟೆ. ಆದರೆ ಹಸುವು ನಮ್ಮನ್ನು ಏನು ಮಾಡಲಿಲ್ಲ. ಒಮ್ಮೆ ಕೊಡವಿಸಿಕೊಂಡು ನನಗೆ ಇನ್ನು ಭಯವಿತ್ತು. ಆದರೆ ಅಜ್ಜಿಯ ಮೇಲಿನ ನಂಬಿಕೆ ಅದನ್ನು ಸ್ವಲ್ಪ ಪಕ್ಕಕ್ಕಿಟ್ಟಿತ್ತು. ನಾನು ಭಟ್ಟರು ಜೇಡರ ಬಲೆಗಳ ಕೊಡವಿ ಶುಭ್ರ ಮಾಡಿದೆವು. ನಾನು ಅಜ್ಜಿಗೆ ಐದು ನಿಮಿಷ ಬರುವನೆಂದು ಹೇಳಿ ಮುಜರಾಯಿ ಇಲಾಖೆಗೆ ಹೋಗಿ ಅಲ್ಲಿ ಕೆಲಸ ಮಾಡುತ್ತಿದ್ದ ರಂಗನಾಥ ಜೋಯಿಸರನ್ನು ಮತ್ತವರ ಪತ್ನಿಯನ್ನು ಕರೆದುಕೊಂಡು ದೇವಸ್ಥಾನಕ್ಕೆ ಬಂದೆ. ಹಾಗೆಯೆ ಶುಭ್ರ ಮಾಡಲು ಒಂದಷ್ಟು ಸಾಮಾನುಗಳ ಕೇಳಿ ಅದನ್ನು ಜೊತೆಗೆ ತೆಗೆದುಕೊಂಡು ದೇವಸ್ಥಾನಕ್ಕೆ ಬಂದೆವು. ರಂಗನಾಥರಿಗೆ ಮತ್ತವರ ಪತ್ನಿಯವರಿಗೆ ಸಾಮಾನುಗಳ ಪಟ್ಟಿ ಕೇಳಿ ಸ್ವಲ್ಪ ಗೊಂದಲವೆನಿಸಿದರು. ನನಗೆ ಇಲ್ಲವೆಂದು ಹೇಳಲಾರದೆ ತಂದು ಕೊಟ್ಟರು.

ಮೂವರೂ ದೇವಾಲಯಕ್ಕೆ ಬಂದೆವು. ಅಲ್ಲಿ ನಡೆಯುತ್ತಿದ್ದನ್ನು ಕಂಡು ಪತಿಪತ್ನಿಯರಿಬ್ಬರಿಗು ಪರಮಾಶ್ಚರ್ಯ. ಅವರ ಜೀವನದಲ್ಲಿ ಎಂದೂ ಕಂಡಿರದ ದೃಶ್ಯವನ್ನು ಕಂಡು ದಿಗ್ಭ್ರಾಂತಿಗೊಳಗಾಗಿದ್ದರು. ಅಜ್ಜಿ ಬನ್ನಿ ಜೋಯಿಸರೆ, ಸ್ವಲ್ಪ ಅಚ್ಚುಕಟ್ಟು ಮಾಡೋಣ ಎಂದರು. ನನ್ನ ಹಾಗೆ ಅವರು ಕೂಡ ಭಯದಲ್ಲೆ ಹೆಜ್ಜೆ ಹಾಕಿದರು. ನನಗೀಗ ಸ್ವಲ್ಪ ಆರಾಮವೆನಿಸಿತ್ತು. ಕೊಠಡಿಯ ಶುಭ್ರಗೊಳಿಸುತ್ತಿದ್ದ ಅವರ ಒಂದು ಕಣ್ಣು

ಹಸುವಿನ ಮೇಲೆ ಇತ್ತು. ಆದರೆ ಅವರ ಮುಖಗಳಲ್ಲಿ ಒಂದು ತರಹದ ತೃಪ್ತಿ ಕಂಡು ಬಂತು. ಸಿಕ್ಕಿದ ಅವಕಾಶವನ್ನು ಉಪಯೋಗಿಸಿಕೊಳ್ಳಬೇಕೆಂಬ ರಂಗನಾಥ ಜೋಯಿಸರು ಪಕ್ಕದಲ್ಲೆ ಗದ್ದೆಯಲ್ಲಿ ಕಳೆ ಕೀಳುತ್ತಿದ್ದ ಹಲವರನ್ನು ಕರೆದುಕೊಂಡು ಬಂದರು. ದೇವಾಲಯದ ಸುತ್ತ ಮುತ್ತ ಎಲ್ಲೆಡೆ ಶುಭ್ರ ಮಾಡುವ ಕಾರ್ಯಕ್ರಮ ಶುರುವಾಯಿತು. ನಮಗೆ ಸಮಯದ ಅರಿವೇ ಆಗಲಿಲ್ಲ. ಸಂಜೆಯಷ್ಟರಲ್ಲಿ ಅರ್ಧ ಊರೇ ದೇವಾಲಯದಲ್ಲಿತ್ತು. ನೋಡಿದೆಲ್ಲೆಡೆ ಏನೋ ಒಂದು ಕಾರ್ಯಕ್ರಮ ಮಕ್ಕಳು ಮುದುಕರು ಯುವಕರು ಇಂತವರಿಲ್ಲವೆನ್ನುವಂತಿರಲಿಲ್ಲ. ಅಲ್ಲಿದ್ದ ಯಾರು ದೇವಾಲಯದ ಒಳಗೆ ಇಷ್ಟು ಹೊತ್ತು ಕಳೆದಿರಲಿಲ್ಲ. ಅಜ್ಜಿ ಅಲ್ಲೆ ಇದ್ದ ಒಬ್ಬರಿಗೆ ಸ್ವಲ್ಪ ಹಸಿ ಹುಲ್ಲು ತರಲು ಹೇಳಿ, ಅದು ಬರುವಷ್ಟರಲ್ಲಿ ಹಸುವಿಗೆ ಸ್ನಾನ ಮಾಡಿಸಿ ಆರೈಕೆ ಮಾಡಲು ಶುರು ಮಾಡಿದರು. ಇನ್ನು ನೀವು ಜಮುನಾಪುರಕ್ಕೆ ಹೋಗುವುದು ಉತ್ತಮವಲ್ಲ. ನಮ್ಮ ಮನೆಯಲ್ಲೆ ಉಳಿಯುವಿರಂತೆ ಎಂದು ಹೇಳಿದರು. ನನಗೆ ಬೇಕಾದದ್ದು ಅದೆ. ಅಲ್ಲಿಂದ ಎಲ್ಲಿಗೂ ಹೋಗುವ ಆಸೆ ನನಗಿರಲಿಲ್ಲ. ಭಾಗೀರಥಮ್ಮನವರಿಗೆ ಕರೆ ಮಾಡಿ ನಾಳೆ ಬರುತ್ತೆವೆಂದು ಹೇಳಿ, ದೇವಾಲಯದ ಕೆಲಸದಲ್ಲಿ ಮಗ್ನರಾದೆವು. ಅಷ್ಟರಲ್ಲಿ ಊರಿನ ಗೌಡರು ಅಲ್ಲಿಗೆ ಅವರ ಮೊಮ್ಮೊಕ್ಕಳ ಜೊತೆಗೆ ಬಂದರು. ಅಂಥ ವಯಸ್ಸೇನು ಆದಂತೆ ತೋರಲಿಲ್ಲ. ಐವತ್ತಿರಬಹುದು. ಅಜ್ಜಿಯ ಬಗ್ಗೆ ಆಗಲೆ ಊರಲ್ಲೆಲ್ಲ ಸುದ್ದಿ ಹರಡಿತ್ತು. ಬಂದವರೆ ಅಜ್ಜಿಯ ಕಾಲಿಗೆ ಸಾಷ್ಟಾಂಗ ಬಿದ್ದುಬಿಟ್ಟರು. ಅದನ್ನು ನೋಡಿ ಊರಿನವರೆಲ್ಲ ಒಬ್ಬೊಬ್ಬರಾಗಿ ಬಂದು ಅಜ್ಜಿಯ ಆಶೀರ್ವಾದ ಪಡೆಯಲು ಶುರುವಾದರು.

ಎಲ್ಲರ ಸರದಿ ಮುಗಿಯುವಷ್ಟರಲ್ಲಿ ಊಟದ ಸಮಯವಾಯಿತು. ರಂಗನಾಥ ಜೋಯಿಸರ ಪತ್ನಿ ಮುಂಚೆಯೆ ಹೋಗಿ ಅಡುಗೆಯ ವ್ಯವಸ್ಥೆ ಮಾಡಿದ್ದರು. ನಾವು ತಂದಿದ್ದ ರೊಟ್ಟಿಯು ಒಣಗಿ ಗಟ್ಟಿಯಾಗಿ ಹೋಗಿತ್ತು. ಜೋಯಿಸರ ಮನೆಯ ನಾಯಿಗಳಿಗೆ ಅವನ್ನು ತಿನ್ನಲು ಇಟ್ಟು ನಾವು ಬಿಸಿಬಿಸಿ ಅಡುಗೆಯ ತಿನ್ನಲಾರಂಭಿಸಿದೆವು. ಅಜ್ಜಿಯಾದರೆ ಒಪ್ಪತ್ತು. ಅವರಿಗೆ ಏನು ಅನಿಸಲಿಲ್ಲವೇನೊ ? ನನಗೆ ಭಟ್ಟರಿಗೆ ಮಾತ್ರ ಬಹಳ ಹಸಿವಾಗಿ ಬಿಟ್ಟಿತ್ತು. ಆದರೆ ಇಂದಿನ ಅಚ್ಚರಿಯ ಮುಂದೆ ಹಸಿವು ಸೋತು ರಾತ್ರಿಗೆ ತನ್ನ

ಆರ್ಭಟವ ತೋರುತ್ತಿತ್ತು. ದಂಟಿನ ಸೊಪ್ಪಿನ ಸಾರಿಗೆ ಬಿಸಿ ಬಿಸಿ ರಾಗಿ ಮುದ್ದೆ. ಅವರ ಮನೆಯದ್ದೆ ತುಪ್ಪ. ಗಟ್ಟಿ ಮೊಸರಿನ ಅನ್ನದ ಜೊತೆಗೆ ನಮ್ಮ ಭೋಜನದ ಕಾರ್ಯಕ್ರಮ ಮುಗಿದಿತ್ತು. ವೀಳೆದೆಲೆ ಮತ್ತು ಏಲಕ್ಕಿ ಬಾಳೆಹಣ್ಣು ತಂದು ಕೊಟ್ಟರು. ಎಂದಿನಂತೆ ನಾನು ಬಾಳೆ ಹಣ್ಣ ತಿಂದು ಸುಮ್ಮನಾದೆ. ಇಂದು ನಡೆದ ಘಟನೆಗಳ ಪರಿ, ಮನಸ್ಸು ಯೋಚಿಸುವ ಶಕ್ತಿಯ ಕಳೆದುಕೊಂಡಿತ್ತು. ನೂರಾರು ವರ್ಷಗಳು ದೇವಾಲಯದ ಒಳಗೆ ಯಾರನ್ನು ಬಿಡದ ಹಸುಗಳು ಅಜ್ಜಿಯನ್ನು ಹೇಗೆ ಬಿಟ್ಟೀತು ? ಅದಾದರು ಸರಿ. ಊರಿನವರೆಲ್ಲ ಒಳಗೆ ಬಂದರು ಏನು ಮಾಡಲಿಲ್ಲವಲ್ಲ ? ಹೇಗೆ ಸಾಧ್ಯ ? ಯಾವ ಪ್ರಶ್ನೆಗು ನನ್ನ ಹತ್ತಿರ ಉತ್ತರವಿರಲಿಲ್ಲ. ನನಗೆ ಭಟ್ಟರಿಗೆ ಪಂಚೆಗಳನ್ನು ಕೊಟ್ಟಿದ್ದರು. ಅದನ್ನುಟ್ಟುಕೊಂಡೆ ಊಟಕ್ಕೆ ಕುಳಿತಿದ್ದೆವು. ಜೋಯೀಸರು ಮತ್ತವರ ಪತ್ನಿ ನಮ್ಮೆಲ್ಲರಿಗು ಶುಭರಾತ್ರಿಯ ಹೇಳಿ ಮಲಗಲು ಹೊರಟರು. ಬಹಳ ಜನ ಇದ್ದುದರಿಂದ ನನಗೆ ಅಜ್ಜಿಯ ಮಾತನಾಡಿಸುವ ಸಮಯ ದೊರತಿರಲಿಲ್ಲ. ಅಜ್ಜಿ, ಆ ಹಸುವು ನಿಮ್ಮನ್ನು ಏನು ಮಾಡಲಿಲ್ಲ ಏಕೆ ? ನನಗಂತು ನಂಬಲು ಆಗುತ್ತಿಲ್ಲ. ನೀವು ಮಾತ್ರ ಏನು ಆಗದಂತೆ ಆರಾಮಾಗಿದ್ದೀರಿ. ನಿಮಗೆ ದೇವಾಲಯದ ಬಗ್ಗೆ ಏನಾದರು ತಿಳಿಯಿತೆ? ತಿಳಿದಿದ್ದರೆ ದಯಮಾಡಿ ಹೇಳುವಿರಾ ಎಂದೆ. ಅಜ್ಜಿ ಎಂದಿನಂತೆ ಕಣ್ಣು ಮುಚ್ಚಿ ಅವರ ಅಭಿಪ್ರಾಯ ಹೇಳಲು ಶುರು ಮಾಡಿದರು. ಗಾಢವಾಗಿ ಬಂದಿದ್ದ ನಿದ್ದೆ ಮಂಗಮಾಯವಾಗಿ ನನ್ನ ಮನಸ್ಸು ಅಜ್ಜಿಯ ಮಾತುಗಳ ಕೇಳಲು ಕಾತುರನಾಗಿ ಕುಳಿತಿತ್ತು.

****

ಅಧ್ಯಾಯ ೧೫

ಅಜ್ಜಿಯ ಮಾತುಗಳು ಹೊರಬರಲಾರಂಬಿಸಿದವು. ಮರಿ ಸುಮಾರು ಐನೂರು ವರ್ಷಗಳಾಗಿರಬಹುದು. ಇಲ್ಲಿನ ರಾಜ್ಯವನ್ನು ಒಬ್ಬ ಪಾಳೇಗಾರನು ಆಳುತ್ತಿದ್ದ. ರಾಜನ ಪರವಾಗಿ ಈ ರಾಜ್ಯದ ಸಣ್ಣ ಭಾಗವೊಂದು ಪಾಳೇಗಾರನ ಪಾಲಾಗಿತ್ತು. ರಾಜ್ಯಭಾರವು ಚೆನ್ನಾಗಿಯೆ ನಡೆಯುತ್ತಿತ್ತು. ಫಲವತ್ತಾದ ಭೂಮಿ ಮತ್ತು ಒಳ್ಳೆ ಮಳೆಯಾಗುತ್ತಿದ್ದರಿಂದ ಸಮೃದ್ಧವಾಗಿತ್ತು. ಈ ನಾಡು ಅವಶ್ಯಕತೆಗಿಂತ ಹೆಚ್ಚಾಗಿ ಬೆಳೆ

ಬೆಳೆಯುತ್ತಿದ್ದರಿಂದ ಪಾಶ್ಚಾತ್ಯ ದೇಶದವರಿಗೆ ಧಾನ್ಯಗಳ ಮಾರಿ ಅವರಿಂದ ಕುದುರೆ, ತುಪಾಕಿಗಳನ್ನು ಕೊಂಡುಕೊಳ್ಳುತ್ತಿದ್ದರು. ಸುಮಾರು ಇನ್ನೂರು ಮುನ್ನೂರು ವರ್ಷಗಳ ಕಾಲ ರಾಜ್ಯಭಾರ ಮಾಡಿತ್ತು ಈ ಸಾಮ್ರಾಜ್ಯ. ಹಲವಾರು ಭಾಷೆಗಳು, ಹಲವಾರು ದೇವರು, ಹಲವಾರು ನಂಬಿಕೆಗಳ ಮಧ್ಯೆ ಸರ್ವರೂ ಸಮನ್ವಯದಿಂದಿದ್ದರು. ಶಿಲ್ಪಕಲೆಗೆ ಅತಿ ಪ್ರಸಿದ್ಧಿ ಈ ನಾಡು. ಭಾರತದ ಹಲವಾರು ಕಡೆಗಳಿಂದ ಬಂದ ಶಿಲ್ಪಗಳಿಂದ ರೂಪಗೊಂಡ ವಿಗ್ರಹ ದುರ್ಗಾದೇವಿಯದ್ದು. ಅದನ್ನು ಕೆತ್ತಲು ಸುಮಾರು ಏಳು ವರ್ಷಗಳಾಗಿತ್ತು. ವಿಗ್ರಹಕ್ಕೆ ಬೇಕಾದ ಪೆಡಸುಕಲ್ಲನ್ನು ಬಹಳ ದೂರದಿಂದ ತರಿಸಿದ್ದರು. ಪೆಡಸುಕಲ್ಲಿನ ಕೆತ್ತನೆ ಅತಿ ಕಷ್ಟಕರವಾದದ್ದು. ಸುಮಾರು ಹತ್ತನ್ನೆರಡು ಪ್ರಯತ್ನಗಳ ನಂತರ ಫಲಿಸಿತ್ತು ಆ ವಿಗ್ರಹ.

ದೇಶದಲ್ಲೆ ಅತಿದೊಡ್ಡ ಗೋಶಾಲೆ ಈ ಊರಿನಲ್ಲಿತ್ತು. ಹತ್ತು ಸಹಸ್ರಕ್ಕಿಂತ ಹೆಚ್ಚು ಗೋವುಗಳು ಇಲ್ಲಿದ್ದವು. ಕೆಲಸಕ್ಕಾಗಿ ಕಡಿಮೆಯೆಂದರೆ ಸಾವಿರ ಜನರ ನೇಮಕ ಮಾಡಿದ್ದರು. ಗೋಹತ್ಯೆ ಅಂದು ಎಲ್ಲ ಹತ್ಯೆಗಳಿಗೂ ಮೀರಿದ್ದಾಗಿತ್ತು. ಆ ಕೃತ್ಯವೆಸಗಿದವರ ಕಣ್ಣುಗಳ ಕಿತ್ತು ಹಾಕುತ್ತಿದ್ದರು. ಕಾಮಧೇನುವೊಮ್ಮೆ ಇಲ್ಲಿಗೆ ಬಂದಿತ್ತೆಂಬ ನಂಬಿಕೆ ಈ ಊರಿನವರದ್ದು. ಕರುಗಳು ಪೂರ್ತಿಯಾಗಿ ಕುಡಿದ ನಂತರವೆ ಬೇರೆಯವರಿಗೆ ಹಾಲು ಕರೆಯುವ ಅನುಮತಿಯಿರುತ್ತಿತ್ತು. ಅಷ್ಟು ಹಸುಗಳಿದ್ದಾಗ ಊರಿನಲ್ಲಿ ಹಾಲು, ಮೊಸರು, ಬೆಣ್ಣೆ, ತುಪ್ಪಗಳಿಗೆ ಕೊರತೆಯಿರಲಿಲ್ಲ. ತಿನ್ನುವಷ್ಟು ಹುಲ್ಲು, ಒಳ್ಳೆಯ ವಾತಾವರಣ, ಶುಭ್ರವಾದ ಕೊಠಡಿಗಳು, ತಮ್ಮ ಮಕ್ಕಳಂತೆ ನೋಡಿಕೊಳ್ಳುವ ಕೆಲಸದವರು. ಹಸುಗಳಿಗೆ ಇನ್ನೇನು ಬೇಕಿರಲಿಲ್ಲ. ಪಕ್ಕದಲ್ಲೆ ಹರಿಯುತ್ತಿದ್ದ ಹೊಳೆಯಲ್ಲೆ ಅವುಗಳಿಗೆ ಸ್ನಾನ. ಹೆರಿಗೆ ಮಾಡುವ ತರಭೇತಿ ಕೇಂದ್ರವೂ ಇತ್ತು. ಪಶುವೈದ್ಯರೆಂದೇನು ಯಾರು ಇರುತ್ತಿರಲಿಲ್ಲ. ಆದರೆ ಹಸುಗಳನ್ನು ಚೆನ್ನಾಗಿ ನೋಡಿಕೊಳ್ಳುವ ಎಲ್ಲ ಅನುಕೂಲಗಳು ಇದ್ದವು. ಪ್ರತಿ ಕೃಷ್ಣಾಷ್ಟಮಿಗೆ ಎಲ್ಲ ಹಸುಗಳಿಗೆ ಅಲಂಕಾರ ಮಾಡುತ್ತಿದ್ದರು. ಅವುಗಳ ಸ್ಪರ್ಧೆ ಕೂಡ ಇರುತ್ತಿತ್ತು. ಎತ್ತುಗಳ ಓಡುವ ಸ್ಪರ್ಧೆಗೂ ಈ ಊರು ಪ್ರಸಿದ್ಧಿ. ವಿಶೇಷವೆಂದರೆ ಹಸುಗಳನ್ನು, ಕರುಗಳನ್ನು ಮತ್ತು ಎತ್ತುಗಳನ್ನು ಒಂದು ಕುಟುಂಬದಂತೆ ಇರಿಸಲಾಗಿತ್ತು. ಪ್ರತಿ ಕುಟುಂಬಕ್ಕೊಂದು

ಕೊಡತಡಿಯಿತ್ತು. ಹತ್ತಾರು ಕಡೆಗಳಿಂದ ಈ ಸಂಭ್ರಮವ ನೋಡಬರುತ್ತಿದ್ದರು. ಎಂದೂ ಈ ಹಸುಗಳ ಮಾರಾಟವಾಗುತ್ತಿರಲಿಲ್ಲ. ಹಸುಗಳೆಂದರೆ ಅಷ್ಟು ಆದ್ಯತೆ ಇಲ್ಲಿ.

ಎಲ್ಲವೂ ಸರಿಯಾಗಿದ್ದ ಸಮಯದಲ್ಲಿ ಪರದೇಶೀಯ ರಾಜನೊಬ್ಬನು ಈ ರಾಜ್ಯದ ಸಮೃದ್ಧಿಯನ್ನು ಕಂಡುಕೊಂಡು ಇಲ್ಲಿಗೆ ದಂಡೆತ್ತಿ ಬಂದನು. ರಣ ಭೂಮಿಯಲ್ಲಿ ಧರ್ಮಯುದ್ಧವನ್ನಷ್ಟೆ ತಿಳಿದಿದ್ದ ಇಲ್ಲಿನ ಸೈನಿಕರು, ರಾತ್ರೋರಾತ್ರಿ ಬೆನ್ನ ಹಿಂದೆ ಚೂರಿ ಹಾಕುವಂತಹ ಮೋಸವನ್ನು ತಿಳಿಯದವರು. ಸುಮಾರು ನಲವತ್ತು ದಿನಗಳು ನಡೆದ ಯುದ್ಧದಲ್ಲಿ ಬಹಳ ಜೀವಗಳು ನಾಶವಾದವು. ಅವಕಾಶವ ಕಾದಿದ್ದ ಪಕ್ಕದ ರಾಜ್ಯದ ರಾಜನು ಆ ಪರದೇಶೀಯರಿಗೆ ನೆರವಾದನು. ರಣಭೂಮಿಯಲ್ಲಿ ಕ್ಷತ್ರಿಯ ಧರ್ಮಯುದ್ಧವನ್ನಷ್ಟೆ ಅರಿತಿದ್ದ ಸೈನಿಕರಿಗೆ ಆ ದುಷ್ಟರ ಆಲೋಚನೆಗಳ ತಿಳಿದುಕೊಳ್ಳಲಾಗಲಿಲ್ಲ. ಸೂರ್ಯಾಸ್ತದ ನಂತರ ನಮ್ಮ ಸೈನಿಕರು ಆಯುಧವ ಉಪಯೋಗಿಸುತ್ತಿರಲಿಲ್ಲ. ಆದರೆ ಶತ್ರುಗಳು ಎಚ್ಚೆತ್ತುಕೊಳ್ಳುತ್ತಿದ್ದುದ್ದೆ ರಾತ್ರಿ ವೇಳೆ. ಬೆಳೆಗಳಿಗೆ ಬೆಂಕಿ ಹಚ್ಚುವುದು. ದೇವಸ್ಥಾನಗಳ ಧ್ವಂಸ ಮಾಡುವುದು ಇದು ಅವರ ವಿಧಾನಗಳಾಗಿದ್ದವು.

ಇದನ್ನು ಅರಿಯುವಷ್ಟರಲ್ಲಿ ಬಹಳ ಸಮಯಮೀರಿ ಹೋಗಿತ್ತು. ನಮ್ಮ ಸೈನಿಕರು ವೀರರಂತೆ ಯುದ್ಧ ಮಾಡಿದರು. ಆದರೆ ಶತ್ರುಗಳ ಅಧಾರ್ಮಿಕ ಯುದ್ಧ ತಂತ್ರಗಳ ಮುಂದೆ ನಿಲ್ಲಲಾಗಲಿಲ್ಲ. ಕೊನೆಗೆ ಯುದ್ಧದಲ್ಲಿ ಸೋಲನ್ನಪ್ಪಿದರು. ಶತ್ರುಗಳು ರಾಜನನ್ನು ಪ್ರಜೆಗಳ ಮುಂದೆ ಕೊಂದರು. ಎಂತಹ ಕ್ರೂರಿಗಳೆಂದರೆ, ರಾಜನ ಮಗನನ್ನು ಪಕ್ಕದಲ್ಲೆ ನಿಲ್ಲಿಸಿ ಈ ಕೃತ್ಯವನ್ನೆಸಗಿದರು. ತುಂಬಿದ ಸಭೆಯಲ್ಲಿ ಯುದ್ಧದಲ್ಲಿ ಸೋತವರ ಕೊಲ್ಲುವುದು ಆ ದೇಶದವರ ಅಭ್ಯಾಸವಾಗಿತ್ತು.

ರಾಜನು ಸತ್ತ ನಂತರ ರಾಜ್ಯವನ್ನು ಉಳಿಸಿಕೊಳ್ಳುವುದು ರಾಜನು ನೇಮಿಸಿದ್ದ ಪಾಳೇಗಾರರ ಜವಾಬ್ದಾರಿಯಾಗಿತ್ತು. ಪಾಳೇಗಾರರೆಲ್ಲ ಸಭೆ ಸೇರಿ, ಶತ್ರು ಸೈನ್ಯವ ಒಟ್ಟಿಗೆ ಮೆಟ್ಟುವ ನಿರ್ಧಾರ ತೆಗೆದುಕೊಂಡರು. ಅದರೆ ರಾಜ್ಯದಲ್ಲಿದ್ದ ಮದ್ದು ಗುಂಡುಗಳು ಮುಗಿದುಹೋಗಿದ್ದವು. ಕತ್ತಿ ಕುದುರೆಗಳೊಡನೆ ಎಷ್ಟು ದಿನ ಯುದ್ಧ ಮಾಡಿಯಾರು ? ಆದರೆ

ಪಾಳೆಗಾರರು ವೀರರು . ದಟ್ಟವಾದ ಕಾಡಿನಲ್ಲಿ ಶತ್ರು ಸೈನ್ಯಕ್ಕೆ ಸಿಗದೆ ಮೂರು ನಾಲ್ಕು ತಿಂಗಳು ಯುದ್ಧ ಮಾಡಿದರು. ರಾಣಿ ಮತ್ತು ರಾಜಕುಮಾರಿಯನ್ನು ಇಲ್ಲೆ ಇರುವ ಕೋಟೆಯಲ್ಲಿ ಭದ್ರವಾಗಿರಿಸಿದರು. ಆದರೆ ಕೊನೆಗೆ ಶತ್ರು ಸೈನ್ಯದ ಮುಂದೆ ನಿಲ್ಲದಾದರು. ಇದ್ದು ಬಂದ ಬೆಳೆಗಳೆನ್ನೆಲ್ಲ ನಾಶ ಮಾಡಿದ್ದರು. ಯುದ್ಧವೆಂಬುವುದು ಖಾಲಿ ಹೊಟ್ಟೆಯಲ್ಲಿ ಮಾಡಲಾದೀತೆ ? ಹಸಿವಿನಿಂದ ಬಳಲಿ, ರೋಗಗಳ ಪಾಲಾಗಿ ಒಬ್ಬರ ನಂತರ ಒಬ್ಬರು ಮರಣಕ್ಕೆ ಗುರಿಯಾದರು. ಈಗ ರಾಜ್ಯದಲ್ಲಿ ಹೆಂಗಸರ ಸಂಖ್ಯೆ ಬಹಳ ಹೆಚ್ಚಾಗಿತ್ತು. ಗಂಡಸರು ಯುದ್ಧದಲ್ಲಿ ಹೋರಾಡಿ ಮಡಿದಿದ್ದರು. ಇಷ್ಟೆಲ್ಲ ಆದ ಮೇಲೆ ಇನ್ನೂ ಏನಾದರು ಮಾಡಲಾದೀತೆಂದು ಅಂದುಕೊಂಡರೆ, ಇಲ್ಲಿಗೆ ಎಲ್ಲವೂ ಮುಗಿಯಲಿಲ್ಲ.

ಶತ್ರು ರಾಜ್ಯದ ಮುಖ್ಯ ಕೆಲಸ ಮತಾಂತರ ಗೊಳಿಸುವುದು. ಯುದ್ಧದಲ್ಲಿ ಗೆದ್ದೆಲ್ಲೆಡೆ, ಅವರು ಮಾಡುತ್ತಿದ್ದ ಕೆಲಸ, ಅಲ್ಲಿನ ಹೆಂಗಸರು, ಯುವತಿಯರ ಮೇಲೆ ಅತ್ಯಾಚಾರವೆಸಗುವುದು. ಅತ್ಯಾಚಾರದ ಕಾರಣ ಮಕ್ಕಳಾದರೆ ಅವರು ಮತಾಂತರಗೊಂಡಂತೆ ಎನ್ನುವುದು ಅವರ ನಂಬಿಕೆ. ಎಂತಹ ಕ್ರೂರಿಗಳೆಂದು ತಿಳಿದುಕೊ ? ಕೊನೆಗೆ ರಾಣಿ ಮತ್ತು ರಾಜಕುಮಾರಿಯನ್ನು ಬಿಡಲಿಲ್ಲ ಅವರು. ಈ ಅತ್ಯಾಚಾರಿಗಳು ಪ್ರಜೆಗಳ ಮನಸ್ಸಿನ ಮೇಲೆ ಅತೀವ ಭಯವನ್ನು, ಕ್ರೋಧವನ್ನು ಹುಟ್ಟು ಹಾಕಿತ್ತು. ಇವನ್ನೆಲ್ಲ ಕಂಡ ಮೇಲೆ ಯಾವ ತರಹದ ಆಶಾವಾದದ ಭಾವನೆಯೂ ಉಳಿಯಲಾರದು. ಬಲಾತ್ಕಾರವೆಂಬ ಪದವನ್ನರಿಯದವರಿಗೆ, ತಮ್ಮ ತಾಯಿ, ಅಕ್ಕ, ತಂಗಿಯರನ್ನು ನೋಡಿದಾಗಲೆಲ್ಲ ಅದರ ಜ್ಞಾಪಕ ಬರುವಂತಾಗಿತ್ತು. ಇನ್ನು ಇಲ್ಲಿದ್ದರೆ ಕ್ಷೇಮವಲ್ಲವೆಂದು ತಿಳಿದು ರಾತ್ರೋರಾತ್ರಿ ಊರಿಂದ ಹೊರಟುಹೋಗುವ ಯೋಜನೆ ಹೂಡಿದರು. ಆದರೆ ಹಸುಗಳನ್ನು ಬಿಟ್ಟು ಹೋಗಲು ಯಾರಿಗು ಮನಸ್ಸಿರಲಿಲ್ಲ. ಆದರೆ ಸಹಸ್ರಾರು ಹಸುಗಳ ಕರೆದುಕೊಂಡು ಹೋಗುವ ಅನುಕೂಲವೂ ಇರಲಿಲ್ಲ. ಪ್ರಾಣಕ್ಕೆ ಹೆದರಿ, ಎಲ್ಲವನ್ನು ಬಿಟ್ಟು ಅಂದಿನ ರಾತ್ರಿಯೇ ಊರ ಬಿಟ್ಟು ಹೊರಟರು. ದಟ್ಟವಾದ ಕಾಡನ್ನು ಊರಿನ ಹುಡುಗರು ಅರಿತಿದ್ದರು. ಆ ಕಾರಣದಿಂದ ತಪ್ಪಿಸಿಕೊಳ್ಳಲು ಅವಕಾಶವಿತ್ತು.

ಮರುದಿನ ಎದ್ದು ನೋಡಿದಾಗ ಶತ್ರು ಸೈನ್ಯದವರಿಗೆ, ಒಂದು ನರಮಾನವನೂ ಕಾಣಲಿಲ್ಲ. ಬೆಳೆಗಳು ನಾಶವಾಗಿದ್ದವು. ಬೆಳೆಗಳ ನಾಶ ಮಾಡಿದರೆ ತಮಗೂ ಊಟವಿರದು ಎಂದು ಅರಿಯಲಾಗದ ಮೂರ್ಖರು. ಕೊನೆಗೆ ಅವರ ಕಣ್ಣಿಗೆ ಬಿದ್ದದ್ದು ಆ ಸಹಸ್ರಾರು ಹಸುಗಳು. ಅವನ್ನು ಸರದಿಗಳಲ್ಲಿ ಕೊಂದು ತಿನ್ನಲಾರಂಭಿಸಿದರು. ಮರಳುಗಾಡಿನಲ್ಲಿ ಹಸುಗಳನ್ನು ಕಾಣದ ಅವರಿಗೆ ಒಂದು ತರಹ ಔತಣವಾಗಿತ್ತು. ಒಂದೆರಡು ವರ್ಷಗಳಲ್ಲಿ ಎಲ್ಲ ಹಸುಗಳು ಬಲಿಯಾದವು. ಆದರೆ ಈ ಹಸುಗಳಲ್ಲಿ ತ್ರಿಶೂಲದ ಮಚ್ಚೆಯಿರುವ ಒಂದು ಹಸುವಿತ್ತು. ಅದು ತನ್ನ ಪರಿವಾರದೊಡನೆ ಹೇಗೊ ತಪ್ಪಿಸಿಕೊಂಡು ಕಾಡು ಸೇರಿತು. ಉಳಿದಿದ್ದ ಪ್ರಜೆಗಳಿಗೆ ಕೆಳರಾಜ್ಯದ ರಾಜನು ಗುಪ್ತವಾಗಿ ಆಶ್ರಯ ನೀಡಿದನು. ಶತ್ರು ರಾಜ್ಯದ ಮುಂದೆ ನಿಲ್ಲುವ ಸಾಮರ್ಥ್ಯ ಅವನಲ್ಲಿರಲಿಲ್ಲ. ತಪ್ಪಿಸಿಕೊಂಡ ಹಸುಗಳು ಕಾಡಿನಲ್ಲೆ ಕಾಲ ಕಳೆದವು. ಐದಾರು ವರ್ಷಗಳಲ್ಲಿ ಪರಿವಾರವೂ ಬೆಳೆಯಿತು. ಈ ಸಮಯದಲ್ಲಿ ರಾಜ್ಯದಲ್ಲಿ ಅತೀವ ಕ್ಷಾಮ ಉಂಟಾಗಿತ್ತು. ಶತ್ರು ರಾಜ್ಯದವರಿಗೆ ವ್ಯವಸಾಯದ ಅರಿವಿರಲಿಲ್ಲ. ತಿನ್ನಲು ಇಲ್ಲದೆ ಹಸಿವಿನಿಂದ ಬಳಲಲಾರಂಭಿಸಿದರು. ಕೊನೆಗೆ ಇರಲಾಗದೆ, ತಮ್ಮ ದೇಶಕ್ಕೆ ಮರಳಲು ಮುಂದಾದರು. ಅವರು ಅಲ್ಲಿ ಹೋಗಿ ಸೇರಿದರೊ ಇಲ್ಲವೊ ನನಗೆ ತಿಳಿಯದು. ಅವರು ರಾಜ್ಯವನ್ನು ಬಿಟ್ಟು ಹೋಗುವಾಗ ಧ್ವಂಸವಾಗದೆ ಉಳಿದುಕೊಂಡದ್ದು. ಪಾರ್ವತೀಪುರದ ದೇವಾಲಯವೊಂದೆ, ಆ ಬರಿದಾದ ಕೊಠಡಿಯಿತ್ತಲ್ಲ ಅಲ್ಲಿದ್ದುದು ಕಾಮಧೇನುವಿನ ವಿಗ್ರಹ. ಹಸುಗಳ ಮಾಂಸ ತಿನ್ನುವ ಅಭ್ಯಾಸಕ್ಕೆ ವಶವಾಗಿದ್ದರು. ಈಗ ತಿನ್ನಲು ಒಂದು ಹಸುವೂ ಇಲ್ಲದ ಕಾರಣ, ಆ ಕಾಮಧೇನುವಿನ ವಿಗ್ರಹವನ್ನು ಅಲ್ಲಿಂದ ಕಿತ್ತು ಧ್ವಂಸ ಮಾಡ ಹೊರಟರು. ಆದರೆ ಪುಣ್ಯಕ್ಕೆ ಅಂದು ಚಂಡಮಾರುತವೊಂದು ಅವರ ದುಷ್ಟ ಆಲೋಚನೆಗಳ ಬದಿಗಿಟ್ಟಿತು. ಮರುದಿನವೆ ಊರ ಬಿಟ್ಟ ಕಾರಣ, ಇನ್ನೇನು ಮಾಡಲಾಗಲಿಲ್ಲ.

ವಿಷಯವನ್ನರಿತ ಊರ ಜನ ಮಿತ್ರರಾಜ್ಯದ ರಾಜನ ನೆರವಿಗೆ ಕೃತಜ್ಞತೆಯ ಸಲ್ಲಿಸಿ ತಮ್ಮ ಊರಾದ ಪಾರ್ವತೀಪುರಕ್ಕೆ ಮರಳಿ ಬಂದರು. ಅವರು ಊರ ಬಿಟ್ಟು ಮೂರು ವರ್ಷವಾದರೂ ಕಳೆದಿದ್ದೀತು. ಪಾಳುಬಿದ್ದು

ಹೋದ ತಮ್ಮ ಮನೆಗಳ ಸರಿ ಮಾಡಿಕೊಂಡು ವಾಸ ಮಾಡತೊಡಗಿದರು. ಗೋಶಾಲೆಯ ದೃಶ್ಯವಂತು ಘೋರವಾಗಿತ್ತು. ಹಸುಗಳ ಎಲುಬುಗಳು ಎಲ್ಲೆಡೆ ಹರಡಿದ್ದವು. ಮನೆಗಳ ಸರಿ ಮಾಡಿಕೊಂಡ ಮೇಲೆ ವ್ಯವಸಾಯವ ಶುರು ಮಾಡಿದರು. ಗೋಶಾಲೆಯ ಎಲುಬುಗಳನ್ನೆಲ್ಲ ನೆಲವ ಕೆತ್ತು ಹೂತುಹಾಕಿದರು. ಇಷ್ಟೆಲ್ಲರ ನಡುವೆ ದೇವಾಲಯದ ಆಲೋಚನೆ ಯಾರಿಗೂ ಬಂದಿರಲಿಲ್ಲ. ಹೊಟ್ಟೆಯ ತುಂಬಿಸಿ ಕೊಳ್ಳುವುದೆ ಕಷ್ಟವಾದಾಗ, ದೇವರು ಯಾರಿಗೆ ಜ್ಞಾಪಕ ಬಂದಾನು ? ಒಂದು ದಿನ ಎಲ್ಲವ ಶುಭ್ರಗೊಳಿಸಿ ಪೂಜೆ ಶುರು ಮಾಡಲೆಂದು ಹೋದರೆ ಕಾಮಧೇನು ವಿಗ್ರಹವು ಮಾಯವಾಗಿತ್ತು. ಆ ಕೊಠಡಿಯ ಮುಂದೆ ಇಂದಿದ್ದಂತೆ ಒಂದು ತ್ರಿಶೂಲ ಮಚ್ಚೆಯುಳ್ಳ ಹಸುವು ಕಾಯುತ್ತಿತು. ಅದು ಯಾರನ್ನು ಒಳಗೆ ಬಿಡಲಿಲ್ಲ. ಗೋವುಗಳೆಂದರೆ, ಅಷ್ಟು ಪ್ರೀತಿಯಿದ್ದ ಆ ಊರಿನವರಿಗೆ ಆ ಹಸುವನ್ನು ಬಲವಂತವಾಗಿ ಎಬ್ಬಿಸುವುದು ಇಷ್ಟವಿರಲಿಲ್ಲ. ಎಷ್ಟು ದಿನ ಪ್ರಯತ್ನಿಸಿದರು ಅದೇ ಪರಿಣಾಮ ಒಂದು ದಿನ ಆ ಹಸುವು ಮರಣವನ್ನಪ್ಪಿತು. ಅದನ್ನು ಹೂತು ಮರುದಿನ ಪೂಜೆಯ ಮೊದಲುಮಾಡೋಣವೆಂದು ಕೊಂಡರು. ಆದರೆ ಮರುದಿನ ಹೋದಾಗ ಇನ್ನೊಂದು ಹಸು ಬಂದು ಕುಳಿತಿತ್ತು.

ಸದ್ದು ಕೇಳಿಸಿತೋ ಏನೋ ? ರಂಗನಾಥ ಜೋಯೀಸರ ಪತ್ನಿ ನಾವು ಮಲಗದಿದ್ದನ್ನು ಕಂಡು ಏನಾದರು ತೊಂದರೆಯೆ ಎಂದು ಕೇಳಲು ಬಂದರು. ಅಜ್ಜಿಯ ಧ್ಯಾನ ಭಂಗವಾಯಿತು. ಅವರ ಮುಂದೆ ನಮ್ಮ ಮಾತುಕಥೆ ಬೇಡವೆಂದು ಅದನ್ನು ಅಲ್ಲೆ ನಿಲ್ಲಿಸಿ ಮಲಗ ಹೊರಟೆವು.

****

ಅಧ್ಯಾಯ ೧೬

ಅಜ್ಜಿಯ ಕಥೆಗೆ ಭಂಗ ಬಂದಿದ್ದು ನನ್ನ ದುರದೃಷ್ಟ. ಇನ್ನು ಸ್ವಲ್ಪ ಹೊತ್ತಿದ್ದರೆ, ಆ ವಿಗ್ರಹವು ಹೇಗೆ ಮಾಯವಾಯಿತು ಎಂಬುದು ತಿಳಿಯುತ್ತಿತ್ತು. ಇನ್ನೊಮ್ಮೆ ಕೇಳಿದರೆ ತಿಳಿಯುವುದು. ಅದರೆ ಅಲ್ಲಿಯವರೆಗು ಕಾಯುವುದು ಅಷ್ಟು ಸುಲಭವಾಗಿರಲಿಲ್ಲ. ನಮ್ಮ ದೇಶಕ್ಕೆ ಹೊರಗಿನಿಂದ ದಂಡೆತ್ತಿ ಬಂದವರ ಬಗ್ಗೆ ತಿಳಿದೇ ಇದೆ. ಅವರ ಅಮಾನುಷ ಕೃತ್ಯಗಳು ನಮ್ಮ ಇತಿಹಾಸದ ಪುಸ್ತಕದಲ್ಲಿ ಬರೆದಿಲ್ಲವಾದರು,

ಇಂಟರ್ನೆಟ್ನಲ್ಲಿ ಓದಿ ತಿಳಿದುಕೊಂಡಿದ್ದೆ. ಆದರೆ ಅಜ್ಜಿ ಕಥೆಯ ಹೇಳುವಾಗ ನನ್ನ ಮನಸ್ಸು ಬಹಳ ಕ್ರೋಧಕ್ಕೆ ತುತ್ತಾಗಿತ್ತು. ಅಂತಹ ಕೃತ್ಯಗಳನ್ನು ಕಂಡ ನಾವು ಇಷ್ಟು ಐಕಮತ್ಯವಾಗಿರುವುದು ಅಚ್ಚರಿಯ ಸಂಗತಿಯೆ ಸರಿ. ನಮ್ಮ ಆಧ್ಯಾತ್ಮಿಕ ಅಡಿಪಾಯುವನ್ನು ಹಾಕಿದವರಿಗೆ ನಾವು ಬಹಳ ಋಣಿಗಳಾಗಿರಬೇಕು. ಇಂತಹ ಸಹನೆಯ ನಮಗೆ ಬಳುವಳಿಯಾಗಿ ನೀಡಿದ್ದಕ್ಕಾಗಿ, ಯಾಕೊ ಅಜ್ಜಿ ಹೇಳಿದ ಅತ್ಯಾಚಾರಗಳು ನನ್ನ ಕಣ್ಮುಂದೆ ಬರಲಾರಂಭಿಸಿದವು. ಊಹೆಗೆ ಮೀರಿದ ಘಟನೆಗಳವು. ದೇವರು ಇಂತಹ ಕೃತ್ಯಗಳ ಏಕೆ ರಚಿಸುತ್ತಾನೊ ಎಂದೆನಿಸಿತು. ಇದರಿಂದ ಯಾರಿಗಾದರು ಏನು ಲಾಭ. ಲೂಟಿಯ ನಂತರ ಮನುಷ್ಯರನ್ನು ಅವರ ಪಾಡಿಗೊ ಅಥವಾ ಸೇವಕರನ್ನಾಗೊ ಇಟ್ಟುಕೊಂಡಿದ್ದರಾಯಿತು. ಲಕ್ಷಾಂತರ ಮಹಿಳೆಯರ ಮೇಲೆ ಅಷ್ಟು ದುರಾಚಾರವ ನಡೆಸಿ ಸಿಕ್ಕದ್ದಾದರು ಏನು ? ಅವರ ಅಧ್ಯಾತ್ಮಿಕ ಪುಸ್ತಕಗಳಲ್ಲೂ ಹೀಗೆ ಬರೆದಿರಲಾರರು. ಆದರೆ, ಅದನ್ನು ಸರಿಯಾಗಿ ಅರಿತುಕೊಳ್ಳದೆ ಹೀಗೆ ಅರ್ಥ ಮಾಡಿಕೊಂಡರೋ ? ಒಂದೂ ತಿಳಿಯಲಿಲ್ಲ. ಒಮ್ಮೆ ಆ ಪುಸ್ತಕಗಳನ್ನು ಓದಿ ತಿಳಿಯಬೇಕೆಂದು ಅಂದುಕೊಂಡೆ.

ಚಿಕ್ಕಂದಿನಿಂದ ಹಸುಗಳ ಜೊತೆ ಬೆಳೆದ ನನಗೆ, ಆ ಹಸುಗಳ ಕಥೆಯೂ ಕಾಡತೊಡಗಿತು. ನಾನಿರುವ ದೇಶದಲ್ಲಿ ಹಸುವಿನ ಮಾಂಸ ತಿನ್ನುವರೆಚ್ಚು. ಯಾರಾದರು ಅದನ್ನು ತಂದು ನನ್ನ ಜೊತೆ ತಿನ್ನುತ್ತಿದ್ದರೆ ಬಹಳ ಬೇಸರವಾಗುತ್ತಿತ್ತು. ಆದರೆ ಎಲ್ಲಿಯೂ ಹೇಳುಕೊಳ್ಳುವಂತಿರಲಿಲ್ಲ. ತ್ರಿಶೂಲದ ಮಚ್ಚೆಯುಳ್ಳ ಹಸುಗಳ ರಹಸ್ಯ ಬಗೆಹರಿದದ್ದು ಒಂದು ಸಮಾಧಾನ ಆದರೆ ಆ ಹಸುಗಳು ಎಲ್ಲಿಂದ ಬರುತ್ತವೆಂದು ತಿಳಿದುಕೊಳ್ಳಬೇಕೆಂದೆನಿಸಿತು. ಬೆಳಗ್ಗೆ ಬೇಗ ಎದ್ದು. ಅಜ್ಜಿಯ ಕೇಳೋಣ ಅಂದುಕೊಂಡೆ. ಆದರೆ ಹಳ್ಳಿಗಳಲ್ಲಿ ಎಲ್ಲರು ಬೇಗನೆ ಏಳುತ್ತಾರೆ. ಅವರೆಲ್ಲರ ಮುಂದೆ ಏಕಾಂತದಲ್ಲಿ ಮಾತನಾಡುವುದು ಸರಿಬಾರದು. ಸರಿ,ನೋಡೋಣ ಅಂತ ಸುಮ್ಮನಾದೆ. ಇಷ್ಟೆಲ್ಲ ಕೇಳಿದ ನಂತರ ಮನಸ್ಸು ಬಹಳ ಚಿಂತೆಗೊಳಗಾಗಿರುತ್ತದೆ. ಅದಕ್ಕೆ ನಿದಿರೆಯ ಆಶ್ರಯ ಅಗತ್ಯ. ಆದರೆ ನಿದಿರೆ ಬರುವುದಿಲ್ಲ. ನನಗೆ ಆದದ್ದು ಅದೆ. ರಾತ್ರಿಯೆಲ್ಲ ಜಾಗರಣೆಯೇ ಆಯಿತು. ಒಂದು ಯೋಚನೆ ಅಂತ ಅಲ್ಲ. ಕಥೆಯ ಪ್ರತಿಯೊಂದು ಭಾಗಗಳು

ಈಗೊಮ್ಮೆ ಆಗೊಮ್ಮೆ ಮನಸ್ಸಿಗೆ ಬರುತ್ತಿದ್ದವು. ಒಮ್ಮೊಮ್ಮೆ, ಬಹಳ ಆಲೋಚನೆಗಳು ಒಟ್ಟಿಗೆ ಬಂದು, ನಾನು ಏನು ಯೋಚಿಸುತ್ತಿದ್ದೇನೆಯೋ ನನಗೆ ತಿಳಿಯದಾಯಿತು.

ಹೇಗೊ ಸೂರ್ಯ ದೇವನು ಕರುಣಿಸಿದ. ಕೋಳಿ ಕೂಗುವ ಹೊತ್ತಿಗೆ ಎದ್ದು. ಬೇಗನೆ ತಯಾರಾದೆ. ರಂಗನಾಥ ಜೋಯಿಸರು, ಹೊಸ ವಾತಾವರಣ, ನಿದಿರೆ ಬಂತೆ ಎಂದರು. ನಾನು ಪರವಾಗಿಲ್ಲ ಎಂದು ಅವರ ಪತ್ನಿಯವರು ಕೊಟ್ಟಿದ್ದ ಚಹಾ ಸೇವಿಸತೊಡಗಿದೆ. ಸುಮಾರು ಆರೂವರೆಯಿರಬಹುದು. ದೇವಸ್ಥಾನದ ಮುಂದೆ ಆಗಲೆ ಬಹಳ ಜನ ಬಂದಿದ್ದಾರೆಂದು ಜೋಯೀಸರು ಹೇಳಿದರು. ನನಗೆ ಅಲ್ಲಿಗೆ ಹೋಗೋಣವೆಂತೆನಿಸಿದರು, ತಿಂಡಿ ತಿನ್ನುವ ಮುಂಚೆ ಹೋಗುವುದು ಸರಿಯಿಲ್ಲವೆಂದು ಸುಮ್ಮನಾದೆ. ಜೋಯೀಸರ ಪತ್ನಿ, ಅಜ್ಜಿಗೆ, ಅಮ್ಮ ಗೌಡರು ಆಗಲೆ ದೇವಸ್ಥಾನಕ್ಕೆ ಬಂದಿದ್ದಾರಂತೆ ? ನಿಮಗೆ ಆದರೆ ಬರ ಹೇಳಿದರಂತೆ ಎಂದರು. ನನಗೆ ಎಲ್ಲಿಲ್ಲದ ಉತ್ಸಾಹ ಅಜ್ಜಿ ಬನ್ನಿ ಹೋಗೋಣ ಎಂದೆ. ಜೋಯೀಸರ ಪತ್ನಿ, ಕ್ಷಮಿಸಿ ಇನ್ನು ತಿಂಡಿ ತಯಾರಾಗಿಲ್ಲ. ನೀವಲ್ಲಿಗೆ ಹೊರಡಿ. ಬುತ್ತಿಯ ಕಟ್ಟಿಕೊಂಡು ಬರುತ್ತೇನೆ ಎಂದರು. ಅಜ್ಜಿ, ಅಮ್ಮ ನಾನು ಒಪ್ಪತ್ತು. ಭಟ್ಟರಿಗೆ, ಆತ್ರೇಯನಿಗೆ ಆದರೆ ಸಾಕು ಎಂದರು. ಸರಿ ಅಂತ ನಾನು, ಭಟ್ಟರು ಅಜ್ಜಿ, ಮತ್ತು ಜೋಯೀಸರು ಗುಡಿಯ ಬಳಿಗೆ ಬಂದೆವು.

ಗುಡಿಯ ಸುತ್ತ ಮುತ್ತ ಎಲ್ಲವೂ ಬದಲಾಗಿತ್ತು. ಹಸುವು ಮಾತ್ರ ಯಾರನ್ನು ಒಳಗೆ ಬಿಟ್ಟಿರಲಿಲ್ಲ. ಅದಕ್ಕೆ ಅಜ್ಜಿಯನ್ನು ಕರೆದರೆಂದು ಆಗ ತಿಳಿಯಿತು. ನಿನ್ನೆಯಂತೆಯೆ, ಅಜ್ಜಿಯನ್ನು ಕಂಡು ಹಸುವು ಎಲ್ಲರನ್ನು ಒಳಗೆ ಬಿಟ್ಟಿತು. ಅಜ್ಜಿ ಗೌಡರ ಹತ್ತಿರ ಮಾತನಾಡುತ್ತ, ಗೌಡರೆ, ಈ ಬರಿದಾದ ಕೊಠಡಿಯಲ್ಲಿದ್ದುದು ಕಾಮಧೇನುವಿನ ವಿಗ್ರಹ. ಅದು ಊರು ಬಾಗಿಲಿಂದ ಈಶಾನ್ಯಕ್ಕೆ ಹೋದರೆ ಸಿಗುವ ಮೊದಲ ತೆಂಗಿನ ತೋಟದ ಮಧ್ಯದಲ್ಲಿ ಅಗೆದರೆ, ಅಲ್ಲಿ ಸಿಗುವುದು. ದಯವಿಟ್ಟು ಯಾರನ್ನಾದರು ಆ ಕೆಲಸಕ್ಕೆ ಒಪ್ಪಿಸಿ ಎಂದರು. ಅಜ್ಜಿಯ ನಿನ್ನೆ ಕಂಡವರಲ್ಲ ಕಣ್ಣು ಮುಚ್ಚಿ ಬಾವಿಗೆ ಬೀಳು ಅಂದರೆ ಬೀಳುವಂತಿದ್ದರು. ಅಂತಹ ನಂಬಿಕೆ ಪಾರ್ವತೀಪುರದಲ್ಲಿ ಗೌಡರು

ಎಲ್ಲರನ್ನು ಅಲ್ಲಿಗೆ ಬರುವಂತೆ ಹೇಳಿ, ಅಜ್ಜಿಯನ್ನು ಮತ್ತು ನಮ್ಮನ್ನು ಅವರ ಎತ್ತಿನ ಗಾಡಿಯಲ್ಲಿ ಕರೆದುಕೊಂಡು ಹೋದರು. ಅಜ್ಜಿ ಹೇಳಿದ ದಿಕ್ಕಿನಲ್ಲಿ ಹೋದಾಗ ದೊಡ್ಡ ತೆಂಗಿನ ತೋಟವು ಸಿಕ್ಕಿತು. ಅಷ್ಟರಲ್ಲಿ ಊರಿನವರು ಹಾರೆ, ಗುದ್ದಲಿ, ಸನಕೆಯೆಂದು ಎಲ್ಲ ಆಯುಧಗಳ ತಂದಿದ್ದರು. ಅಲ್ಲಿ ಬಂದು ಸೇರಿದವರೆಲ್ಲರು ಒಂದೊಂದೆಡೆ ಅಗೆಯತೊಡಗಿದರು. ಸುಮಾರು ಹತ್ತನ್ನೆರಡಡಿ ಅಗೆದ ಮೇಲೆ ವಿಗ್ರಹದ ಒಂದು ಭಾಗವು ದೊರಕಿತು. ಕಾಮಧೇನುವಿನ ಕೆತ್ತನೆಯು ಆ ಶಿವನ ಅಥವಾ ದುರ್ಗಾಮಾತೆಯ ವಿಗ್ರಹಕ್ಕೆ ಕಡಿಮೆಯಿರಲಿಲ್ಲ. ಸುಮಾರು ಎರಡು ಗಂಟೆಗಳಾಗಿರಬಹುದು ಅಷ್ಟರಲ್ಲಿ ಪ್ರತಿಯೊಂದು ಭಾಗಗಳು ದೊರಕಿದವು. ಗೌಡರು ಅದೆ ಊರಿನಲ್ಲಿದ್ದ ಶಿಲ್ಪಿಯೊಬ್ಬರನ್ನು ಕರೆಸಿ, ಇದನ್ನು ಏನಾದರು ಮಾಡಿ ಕೂಡಿಸಲಾದೀತೆ ಎಂದು ಕೇಳಿದರು? ಅವರು ಮಾಡಬಹುದು. ಒಂದು ಸಣ್ಣ ಬಿರುಕುಕೂಡ ಕಾಣಿಸುತ್ತಿಲ್ಲ. ಇಂತಹ ಕೆತ್ತನೆಯ ಇಂದು ಮಾಡಲಾಗದು. ಈ ಭಾಗಗಳನ್ನೆ ಕೂಡಿಸೋಣ, ಕೂಡಿಸುವುದು ಸುಲಭದ ಕೆಲಸ ಎಂದರು. ಈಗಲೆ ಶುರುಮಾಡಿದರೆ ಸಾಯಂಕಾಲಕ್ಕೆಲ್ಲ ಕೂಡಿಕೊಳ್ಳುವುದು ಎಂದರು, ಇನ್ನು, ತಡ ಮಾಡಬೇಡಿ ಎಂದು ಗೌಡರು ಹೇಳಿದಾಗ, ಅಜ್ಜಿ, ಗೌಡರೆ ನಿಮಗೆ ಅಭ್ಯಂತರವಿಲ್ಲದಿದ್ದರೆ ಈ ಕೆಲಸ ದೇವಾಲಯದ ಆ ಕೊಠಡಿಯಲ್ಲಾದರೆ ಬಹಳ ಉತ್ತಮ ಎಂದರು. ಯಾಕಜ್ಜಿ ಅನ್ನೋ ಪ್ರಶ್ನೆಗೆ, ಆ ಹಸುಗಳು ಎಷ್ಟು ದಿನಗಳಿಂದ ಈ ವಿಗ್ರಹಕ್ಕೆ ಕಾದುಕುಳಿತಿದೆ. ಯಾಕದರ ಸಹನೆಯ ಪರೀಕ್ಷೆ ಇನ್ನೂ ಎಂದರು. ಆಗಲಿ ಅಜ್ಜಿ ನೀವೇಳಿದ ಹಾಗೆಯೆ ಆಗಲಿ ಎಂದರು. ಊರಿನವರೆಲ್ಲ ಸೇರಿ ಎತ್ತಿನ ಗಾಡಿಗಳ ತಂದು ವಿಗ್ರಹದ ಭಾಗಗಳ ಸಾಗಿಸತೊಡಗಿದರು.

ಸ್ವಲ್ಪ ಹೊತ್ತಿನಲ್ಲಿ ಎಲ್ಲರು ಗುಡಿಯತ್ತ ಬಂದರು. ಜೋಯೀಸರ ಪತ್ನಿ ತಿಂಡಿಯನ್ನು ತಂದಿದ್ದರು. ಅದನ್ನು ತಿಂದು ಮತ್ತೆ ದೇವಾಲಯದ ಒಳಗೆ ಹೋದೆವು. ವಿಗ್ರಹವನ್ನು ಜೋಡಿಸುವ ಕಾರ್ಯಕ್ರಮ ಮೊದಲಾಗಿತ್ತು. ಆ ಹಸುವು ವಿಗ್ರಹದ ಪಕ್ಕದಲ್ಲೆ ಕುಳಿತುಬಿಟ್ಟಿತ್ತು. ಗೌಡರು ಜೋಯೀಸರಿಗೆ ಒಳ್ಳೆಯ ದಿನವೊಂದು ನೋಡಿ ಜೋಯೀಸರೆ, ದೇವಾಲಯವ ತೆರೆಯುವ ಸಮಯ ಬಂದಿದೆ ಎಂದರು. ಮುಂದಿನ ಪೌರ್ಣಮಿ ಒಳ್ಳೆಯ ದಿನ ಎಂದರು.

ಪಂಚಾಂಗವ ನೋಡಿದ ಭಟ್ಟರು ಅದೆ ಸರಿಯಾದ ದಿನವೆಂದರು. ಸಿದ್ಧತೆಗೂ ಒಂದಷ್ಟು ಸಮಯ ಬೇಕು, ಸಂಜೆಗೆ ಎಲ್ಲರನ್ನು ಸೇರಿಸಿ, ಎಲ್ಲ ಯೋಜನೆಗಳ ಮಾಡೋಣ ಅಂತ ರಂಗನಾಥ ಜೋಯಿಸರಿಗೆ ಹೇಳಿದರು. ನಿನ್ನೆಯ ಹಾಗೆ ಅಲ್ಲಿ ಇದ್ದವರು ಏನೋ ಒಂದು ಕೆಲಸ ಮಾಡತೊಡಗಿದರು. ದೇವಾಲಯಕ್ಕೆ ಬಣ್ಣಿಸಲಾಗದ ಕಳೆ ಬಂದಿತ್ತು. ಅಜ್ಜಿ ಗೌಡರನ್ನು ಪಕ್ಕಕ್ಕೆ ಕರೆದು, ಇನ್ನೊಂದು ಬೇಡಿಕೆಯಿದೆ ಗೌಡರೆ ಅಂದರು. ಗೌಡರು ಹೇಳಿ ಅಜ್ಜಿ, ನಿಮ್ಮಿಂದ ಅದೆಷ್ಟು ವರ್ಷಗಳೋ ತಿಳಿಯದು, ಅಂದಿನಿಂದ ಮುಚ್ಚಿದ್ದ ದೇವಾಲಯವು ಪೂಜೆಗೆ ಸಿದ್ಧವಾಗಿದೆ ಎಂದರು. ಈ ಊರಿನಲ್ಲಿ ಊಹೆಗೆ ಮಿರಿದ ಗೋಹತ್ಯೆಗಳಾಗಿದೆ. ಅದು ಆ ತೆಂಗಿನ ತೋಟದಲ್ಲೇ ಅದರ ಪಕ್ಕ ಸ್ವಲ್ಪ ಜಾಗವಿದೆಯಲ್ಲ ಅಲ್ಲಿ ಒಂದು ಗೋಶಾಲೆ ಕಟ್ಟಿಸಿ. ವಯಸ್ಸಾದ ಮತ್ತು ಗಂಡು ಕರುಗಳ ಇನ್ನು ಮುಂದೆ ಕಸಾಯಿಯವನಿಗೆ ಕೊಡಬೇಡಿ. ಈ ಗೋಶಾಲೆಯಲ್ಲಿ ಆರೈಕೆ ಮಾಡಿ ಎಂದರು. ಇದು ಈ ಕಾಲದಲ್ಲಿ ಸ್ವಲ್ಪ ಕಷ್ಟವಾದರೂ, ಇನ್ನೊಂದು ಗೋಹತ್ಯೆಗೆ ಈ ಊರು ಪಾತ್ರವಾದರೆ ದೇವಾಲಯವು ಮತ್ತೆ ಮುಚ್ಚುವಂತಾಗುವುದು ಎಂದರು. ಗೌಡರು, ಕಷ್ಟವೆಂದಿರಿ, ಅದು ಸರಿಯಾದ ಮಾತು. ನನ್ನ ನಂತರ ನನಗೆ ತಿಳಿಯದು. ನನ್ನ ಪ್ರಾಣವಿರುವವರೆಗು ಒಂದು ಗೋವಿನ ಹತ್ಯೆಯು ಇಲ್ಲಿ ನಡೆಯದು. ಗಂಡು ಕರುವಾದರೆ ಅಥವಾ ವಯಸ್ಸಾದರೆ, ಅದು ನನ್ನ ಜವಾಬ್ದಾರಿ ಎಂದರು. ಆ ಊರಿನ ಗಾಳಿಯಲ್ಲು ಆಶಾವಾದವು ಬೆರೆತುಹೋದಂತಿತ್ತು. ಗೌಡರ ಮಾತಿಗೆ, ಅಲ್ಲಿ ಸ್ವಲ್ಪ ಹಣವಿದ್ದವರೆಲ್ಲ, ತಲಾ ಒಂದಷ್ಟು ಗೋವುಗಳ ಜವಾಬ್ದಾರಿ ವಹಿಸಿಕೊಳ್ಳುವುದಾಗಿ ಒಪ್ಪಿಕೊಳ್ಳುತ್ತಿದ್ದರು.

ನನಗೆ ಇಲ್ಲಿಗೆ ಅಜ್ಜಿಯ ಕರೆದುಕೊಂಡು ಬಂದು ಸರಿಯಾದ ಕೆಲಸ ಮಾಡಿದೆ ಅನ್ನೋ ಆನಂದ. ಅಜ್ಜಿ ಎಲ್ಲ ವಿಷಯ ಬಿಟ್ಟು ಕೊಡದೆ ಎಷ್ಟು ಚೆನ್ನಾಗಿ ಎಲ್ಲ ಕೆಲಸವ ನಿರ್ವಹಿಸಿದರು ಅಂತೆನಿಸಿತು. ಇನ್ನು ಊಟಕ್ಕೆ ಕಾದರೆ ತಡವಾದೀತೆಂದು ಎಲ್ಲರಿಗು ಮುಂದಿನ ವಾರ ದೇವಾಲಯದ ಉತ್ಸವಕ್ಕೆ ಬರುವುದಾಗಿ ಹೇಳಿ, ಮರಳಿ ಬಂದೆವು. ಯಾರಿಗು ನಮ್ಮನ್ನು ಕಳುಹಿಸಿ ಕೊಡಲು ಇಷ್ಟವಿದ್ದಂತೆ ತೋರಲಿಲ್ಲ. ಭಟ್ಟರ ಮನೆಗೆ ಸಾವಿತ್ರಿಯ

ಅತ್ತೆ ಮಾವನವರು ಬರುವವರಿದ್ದರು. ಅದಕ್ಕಾಗಿ ನಾವು ಸ್ವಲ್ಪ ಬೇಗನೆ ಬಿಟ್ಟು ಜಮುನಾಪುರವ ಸೇರಿದೆವು.

****

ಅಧ್ಯಾಯ ೧೭

ಪಾರ್ವತೀಪುರವ ಬಿಟ್ಟು ಬರಲು ಮನಸ್ಸು ಇರಲಿಲ್ಲವಾದರೂ, ಭಟ್ಟರೊಬ್ಬರನ್ನೆ ಮರಳಿ ಕಳುಹಿಸಲು ನನಗಾಗಲಿ, ಅಜ್ಜಿಗಾಗಲಿ ಇಷ್ಟವಿರಲಿಲ್ಲ. ಗೌಡರು ನಮ್ಮನ್ನು ಬೀಳ್ಕೊಡಲು ಹೊಳೆಯ ತೀರದವರೆಗೆ ಬಂದರು. ಪಾರ್ವತೀಪುರದ ಜನರಲ್ಲಿ ನೆಮ್ಮದಿಯ ಭಾವನೆ ಮೂಡಿತ್ತು. ನಮ್ಮ ದೇಶದಲ್ಲಿ, ದೇವಾಲಯುಗಳಿರಗಿರುವ ಆದ್ಯತೆ ಅಷ್ಟು. ವಿಪರ್ಯಾಸವೆಂದರೆ ಬಹಳ ಓದಿಕೊಂಡಿರುವ ಬಹಳಷ್ಟು ಜನ ಇದನ್ನು ಮೂಢನಂಬಿಕೆಯೆಂದು ತಳ್ಳಿ ಹಾಕುವುದು ಸಾಮಾನ್ಯ ಆದರೆ ಆದಿ ಕಾಲದಿಂದಲೂ, ದೇವಸ್ಥಾನಗಳು ಬರಿ ಪೂಜೆಗಷ್ಟೆ ಪರಿಗಣಿಸಲಾಗಿಲ್ಲ. ಒಂದು ಊರಿನ ಬೆಳವಣಿಗೆಯ ಮಾಧ್ಯಮ ನಮ್ಮ ದೇವಾಲಯಗಳು, ಅದನ್ನರಿಯಲು ಸಮಯವಿಲ್ಲವೊ, ಸಹನೆಯಿಲ್ಲವೊ ನನಗೆ ತಿಳಿಯದು. ಯಾರಾದರು ದೇವಾಲಯಗಳ ಬಗ್ಗೆ ಹಗುರಾಗಿ ಮಾತನಾಡಿದರೆ, ಸ್ವಲ್ಪ ಬೇಸರವಾಗುತ್ತಿತ್ತು. ಆದರೆ, ಕಾಲಕ್ರಮೇಣ, ಅದನ್ನರಿಯದವರು ಮಾತನಾಡಿದರೆ, ಲೆಕ್ಕಕ್ಕಿಡುವುದು ಬಿಟ್ಟುಬಿಟ್ಟಿದ್ದೆ. ಸ್ವಲ್ಪ ಕಾಲ ವಾದ ಮಾಡಿದ್ದುಂಟು. ಆದರೆ, ಅದರಲ್ಲಿ ಉಪಯೋಗವಿಲ್ಲವೆಂದು ಬಿಟ್ಟುಬಿಟ್ಟಿದ್ದೆ. ನಮ್ಮ ತಂದೆ ಹೇಳಿದ ಮಾತು ಇಂದಿಗೂ ನೆನೆಪಿಗೆ ಬರುತ್ತದೆ. ನಿದ್ದೆ ಮಾಡುವರ ಎಚ್ಚರಿಸುವುದು ಸಾಧ್ಯ. ಆದರೆ ನಿದಿರೆ ಮಾಡುವ ಹಾಗೆ ನಟಿಸುವವರ ಎಚ್ಚರಿಸುವುದು ಅಸಾಧ್ಯ. ದೇವಾಲಯದಲ್ಲಿ ಪೂಜೆ ಶುರುವಾಗುವ ಸುದ್ದಿ ಕೇಳಿದ ನಂತರ ಊರ ಜನರ ವರ್ತನೆ ಭಾರತ ದೇಶದ ಬಗ್ಗೆ ನನ್ನ ನಂಬಿಕೆಯ ಇಮ್ಮಡಿಯಾಗಿಸಿತ್ತು. ನಮ್ಮ ಶಕ್ತಿ ಸಾಮರ್ಥ್ಯ ಎಲ್ಲ ನಮ್ಮ ಸಮುದಾಯ ಭಾವನೆಯ ತಳಹದಿಯ ಮೇಲೆ ನಿಂತಿದೆ ಎಂದರೆ ತಪ್ಪಾಗಲಾರದು. ಆದರೆ ನಾನಿರುವ ದೇಶದಲ್ಲಿ ಭಾರತದ ಬಗ್ಗೆ ಬೇಕಿಲ್ಲದಿರುವಿಕೆ ಅತಿ ಹೆಚ್ಚು. ಇಷ್ಟೆಲ್ಲ ತಾತ್ವಿಕ ನಂಬಿಕೆಗಳು ಮತ್ತು ಜೀವನ ಮೌಲ್ಯಗಳಿರುವ ನಮ್ಮ ದೇಶವ ಬಿಟ್ಟು ಸ್ವಲ್ಪ ದುಡ್ಡು ಹೆಚ್ಚು

ಸಿಗುವುದೆಂಬ ಒಂದೆ ಕಾರಣಕ್ಕೆ ಬೇರೆಯವರಿಗಾಗಿ ದುಡಿಯುವು ದೇಕೆಂದೆನಿಸಿತು. ಅದರಲ್ಲೂ ನಮ್ಮ ದೇಶದ ಬಗ್ಗೆ ಇಲ್ಲಸಲ್ಲದ ಅಪವಾದಗಳ ಹೊರೆಸುವವರ ಪರ ವಹಿಸಿಕೊಳ್ಳುವುದು ಎಷ್ಟು ಸರಿ ? ಬ್ರಿಟಿಷರ ಇನ್ನೂರು ವರ್ಷಗಳ ಆಳ್ವಿಕೆ ನಮ್ಮನ್ನು ನಮ್ಮತನದಿಂದ ದೂರ ಮಾಡಿದೆಯೆಂದೆನಿಸಿತು. ಆದರೆ ನಮ್ಮ ಹಳ್ಳಿಗಳಲ್ಲಿ ಅದರ ಪ್ರಭಾವ ಬಹಳ ಕಡಿಮೆ. ನಮ್ಮ ಪಠ್ಯ ಪುಸ್ತಗಳು, ನಮಗೆ ನಮ್ಮ ದೇಶದ ಬಗ್ಗೆ ಹೆಮ್ಮೆ ತರಿಸುವಲ್ಲಿ ವಿಫಲವಾಗಿವೆ. ಆದ್ದರಿಂದಲೆ ಲಕ್ಷಾಂತರ ಜನರು ತಮ್ಮ ರಾಷ್ಟ್ರೀಯತೆಯ ಸುಲಭವಾಗಿ ಬಿಟ್ಟುಕೊಡುತ್ತಾರೆ. ನನಗೆ ಆ ವಿಷಯದಲ್ಲಿ ಅಸಾಮಾಧಾನವಿದ್ದರು, ಇನ್ನೂ ಅಲ್ಲಿ ಎರಡು ವರ್ಷಗಳ ಕಾಲ ಇರಬೇಕೆಂಬ ಒಂದೆ ಕಾರಣಕ್ಕೆ ಉಸಿರು ಬಿಗಿದಿಟ್ಟುಕೊಂಡಿದ್ದೆ. ಪರದೇಶಿಯರ ಹತ್ತಿರ ಒಂದಿಷ್ಟು ದುಡ್ಡಿದೆ ಎಂಬ ಒಂದೇ ಕಾರಣಕ್ಕೆ ಸಿಗುವ ಮರ್ಯಾದೆಗೆ ಬೆಲೆಯಿಲ್ಲವೆಂದು ನನಗೆ ಎಂದೋ ಅನಿಸಿಬಿಟ್ಟಿತ್ತು. ನಮ್ಮ ದೇಶದಲ್ಲೆ ಇದ್ದು ಇಲ್ಲಿನ ಬೆಳವಣಿಗೆಗೆ ದುಡಿಯುವವರೆ ಹೆಚ್ಚು ಎಂದು ನನ್ನ ನಂಬಿಕೆ. ಹೀಗೆ ದೋಣಿಯಲ್ಲಿ ಕುಳಿತು ಯೋಚಿಸಿಕೊಂಡು ಕುಳಿತು ಮಧ್ಯಾಹ್ನ ಮುಗಿಯುವ ಮುನ್ನ ಜಮುನಾಪುರಕ್ಕೆ ಸೇರಿದೆವು.

ಸ್ನಾನವಿಲ್ಲದ ಕಾರಣ ಮನೆಗೆ ಬಂದು ಶೀಘ್ರವಾಗಿ ಸ್ನಾನ ಮುಗಿಸಿ ಭಟ್ಟರ ಮನೆಗೆ ಹೊರಟೆವು. ಶುಭಕ್ಕೆ ವಿಧವೆಯರು ಬರಬಾರದೆಂದು ಅಜ್ಜಿ ಮನೆಯಲ್ಲೆ ಉಳಿದರು. ಈ ಮದುವೆಗೆ ಕಾರಣರೆ ಅಜ್ಜಿ, ಆದರೆ ಅದರ ಮಾತುಕಥೆಗೆ ಅವರೇ ಇಲ್ಲವೆಂದರೆ ನನಗೆ ಸ್ವಲ್ಪ ಮುಜುಗರವೆನಿಸಿತು. ಸಮಾಜದ ನೀತಿನಿಯಮಗಳ ತಿದ್ದುವುದು ಸುಲಭವಲ್ಲ ಮತ್ತು ಅಜ್ಜಿ ಮಾಡುವುದನ್ನು ಅವರು ಆಗಲೇ ಮಾಡಿದ್ದಾರೆ ಎಂದಂದುಕೊಂಡು, ಭಟ್ಟರ ಮನೆಯತ್ತ ಹೆಜ್ಜೆ ಹಾಕತೊಡಗಿದೆ. ಸಾವಿತ್ರಿಯ ಸಾವಿನ ನಂತರ ಭಟ್ಟರ ಮುಖದ ಕಳೆಯೇ ಹೊರಟುಹೋಗಿತ್ತು. ಭಾರ್ಗವಿಯ ಮದುವೆಯ ಮೂಲಕ ಅದು ತಿರುಗಿ ಬಂದರೆ ಚೆನ್ನಾಗಿರುವುದೆಂದು ನನ್ನ ಅಪೇಕ್ಷೆ. ಹೀಗೆ ಸ್ವಲ್ಪ ಸಮಯದ ನಂತರ ಭಟ್ಟರ ಮನೆಗೆ ಬಂದು ಸೇರಿದೆ. ಸಾವಿತ್ರಿಯ ಅತ್ತೆ ಮಾವನವರು ಕೂಡ ಬಂದು ಕುಳಿತಿದ್ದರು. ಸಾವಿತ್ರಿಯ ಅತ್ತೆಯವರು ಬಹಳ ಲಕ್ಷಣವಾಗಿದ್ದರು. ಮೂಗಿನ ಎರಡು ಕಡೆಯು ಮೂಗುತ್ತಿ, ಕೈನಲ್ಲಿ ವಂಕಿ

ಉಂಗುರ, ಕಿವಿಯಲ್ಲಿ ಜುಮುಕಿ, ಎಲ್ಲ ಹಳೆಯ ಕಾಲದವರ ಹಾಗೆ, ಅವರ ಮಾವನವರು ಯೋಗಾಸನದ ಗುರುಗಳೆಂದು ಕೇಳಿದ ನೆನಪು. ಬಹಳ ನೇರವಾದ ಮೈಕಟ್ಟು. ಎಪ್ಪತ್ತರ ಹತ್ತಿರವಿರಬಹುದು ಅವರ ವಯಸ್ಸು. ಆದರೆ ಬಹಳ ಗಟ್ಟಿಮುಟ್ಟಾದ ಜೀವ. ನನ್ನ ನೋಡಿದ ಭಟ್ಟರು, ನನ್ನನ್ನು ಅವರಿಗೆ ಪರಿಚಯ ಮಾಡಿಕೊಟ್ಟರು. ನಮ್ಮ ಊರಿನ ಕಡೆ ಕನ್ನಡವ ಅತಿ ಸ್ಪಷ್ಟವಾಗಿ ಮಾತನಾಡುತ್ತಾರೆ. ಸಾವಿತ್ರಿಯವರ ಅತ್ತೆಯ ಮನೆಯ ಕಡೆಯವರು ಕೂಡ ಅಷ್ಟೆ. ಬೆಂಗಳೂರಿಗೆ ಹೋದಾಗ ಈ ವಿಷಯದ ಪರ ನನಗೆ ಬೇಸರವಾಗುತ್ತಿತ್ತು. ಉಚ್ಛಾರಣೆಯ ಅರಿವೆ ಇರುತ್ತಿರಲಿಲ್ಲ. ಕೆಲವರಿಗೆ ಳ ಜಾಗದಲ್ಲಿ ಲ, ಣ ಜಾಗದಲ್ಲಿ ನ ಹೀಗೆ ಬಹಳ ಕಲಬೆರಿಕೆ ಭಾಷೆಯ ಚಲಾವಣೆ ನಮ್ಮ ರಾಜಧಾನಿಯಲ್ಲಿ, ಕನ್ನಡವ ಮಾತನಾಡುವವರೆ ಕಡಿಮೆ. ಅದೊಂದು ವಿಪರ್ಯಾಸ. ಸಾವಿತ್ರಿಯ ಮಕ್ಕಳ ನೋಡಿದ್ದು ಮೊದಲ ಬಾರಿ ನಾನು. ಹೆಣ್ಣು ಮಗುವಂತು ಸಾವಿತ್ರಿ ಇಲ್ಲೆ ಇರುವಳು ಅನ್ನೋ ಹಾಗಿದ್ದಳು. ಸಾವಿತ್ರಿಯ ಸೊಟ್ಟ ಮೂಗೆ ಅವಳ ಮಗಳದ್ದು. ಮಗ ಅವಳ ಗಂಡನಹಾಗಿರಬಹುದು. ಸಾವಿತ್ರಿಯು ಗಂಡನಾಗಲಿ ಅಥವಾ ಮೈದುನನಾಗಲಿ, ಬಂದಿರಲಿಲ್ಲ. ಅವರದ್ದು ವ್ಯವಸಾಯದ ಕೆಲಸ. ಅದರ ಮೇಲೆ ಮನೆಯಲ್ಲಿ ಹಸುಗಳು ಹೆಚ್ಚೆಂದು ಅವರ ಮಾವನವರು ಹೇಳಿದಾಗ ನನಗೆ ತಿಳಿದದ್ದು.

ಸಾವಿತ್ರಿಯ ಮಕ್ಕಳು ಭಾರ್ಗವಿಯ ಜೊತೆ ಆಟವಾಡತ್ತಿದ್ದವು. ತಾಯಿ ಇಲ್ಲದ ಮಕ್ಕಳಂತೆ ಅನಿಸಲಿಲ್ಲ. ಎಂದೂ ಸಾವಿತ್ರಿಗೆ ಹೋಲಿಸಿ ಭಾರ್ಗವಿಯ ನೋಡಿದ್ದರಿಂದ ಅವಳ ಗುಣಗಳ ಅರಿವಾಗದ ನನಗೆ ಇಂದು ಯಾಕೊ ಅದು ತಪ್ಪೆಂದೆನಿಸಿತು. ಪ್ರತಿಯೊಬ್ಬರಿಗು ಅವರದ್ದೆ ಆದ ವ್ಯಕ್ತಿತ್ವವಿರುತ್ತದೆ. ಇನ್ನೊಬ್ಬರ ವ್ಯಕ್ತಿತ್ವದ ಮೂಲಕ ಅದನ್ನು ನೋಡುವುದು ನಾವೆಲ್ಲರು ಮಾಡುವ ತಪ್ಪೆ. ಆದರೆ ಇಂದು ನನಗೆ ಅದರ ಬಗ್ಗೆ ಸ್ವಲ್ಪ ಕನಿಷ್ಟವಾದ ಭಾವನೆ ಮೂಡಿತ್ತು. ಇಷ್ಟೆಲ್ಲ ಆದರು, ಎಲ್ಲರು ಸಂಯಮದಿಂದಿದ್ದರು. ಆ ಮಕ್ಕಳು ಆಡಿಕೊಂಡಿದ್ದ ರೀತಿಯ ನೋಡಿದರೆ ಭಾರ್ಗವಿಯನ್ನು ತಾಯಿ ಸ್ಥಾನದಲ್ಲಿ ಆಗಲೇ ಕಂಡು ಕೊಂಡಿದ್ದಾರೆನಿಸಿತು. ಒಮ್ಮೆ ಸೀತಳಿಗೆ ಆರೋಗ್ಯ ಕೆಟ್ಟು ಹೋಗಿತ್ತು. ನಾನು ಕೆಲಸದ ಪ್ರಯುಕ್ತ

ಬೇರೆ ಊರಿಗೆ ಹೋಗಬೇಕಾಗಿತ್ತು. ನಾನು ಮರಳಿ ಬಂದಾಗ ಮೀರಳ ಸುಧಾರಿಸುವುದು ಬಹಳ ಕಷ್ಟವಾಗಿತ್ತು. ನಮ್ಮಿಬ್ಬರ ಬಿಟ್ಟರೆ ಯಾರ ಅಭ್ಯಾಸ ಇಲ್ಲದ ಕಾರಣ ಮೂರು ವರ್ಷದ ಮಗು ಸೊರಗಿಹೋಗಿದ್ದಳು. ಆದರೆ ಇಲ್ಲಿನ ಮಕ್ಕಳ ಜೀವನದಲ್ಲಿ ಸಮಾಜದ ಕೊಡುಗೆ ಬಹಳವಾಗಿತ್ತು. ಅಜ್ಜಿ ತಾತ, ಅತ್ತೆ, ಮಾವ, ಚಿಕ್ಕಪ್ಪ, ಚಿಕ್ಕಮ್ಮ ಅಂತ ಎಷ್ಟೋ ಸಂಬಂಧಗಳು, ಇವೆಲ್ಲದರಿಂದ ಮೀರಳ ದೂರವಿಟ್ಟನೆ ಎಂದೆನಿಸಿತು. ಅಲ್ಲಿ ಮಾತಿನ ಸಡಗರ ಹೆಚ್ಚಾದರು, ಮಾತನ್ನು ಅನುಸರಿಸುವ ಪ್ರಯತ್ನ ಕಡಿಮೆ.

ಪಂಚಾಂಗ ನೋಡುವುದಕ್ಕೆ ಭಟ್ಟರೆ ಇದ್ದುದರಿಂದ ಬೇರೆ ಪುರೋಹಿತರ ಕರೆದಿರಲಿಲ್ಲ. ಇನ್ನು ಎರಡು ತಿಂಗಳಿನಲ್ಲಿ ಒಳ್ಳೆಯ ಮುಹೂರ್ತವಿರುವುದಾಗಿ ಭಟ್ಟರು ಹೇಳಿದರು. ಅದು ಅವರಿಗೂ ಒಪ್ಪಿಗೆಯಾಯಿತು. ಮಾತು ಕತೆ ಎಂದು ಏನು ಇರಲಿಲ್ಲ. ಇರುವ ಸಂದರ್ಭದಲ್ಲಿ ಏನು ಮಾತನಾಡಿಯಾರು ? ಸಾವಿತ್ರಿಯವರ ಅತ್ತೆ, ಒಡವೆ ಅಂತ ತೊಂದರೆ ತೆಗೆದುಕೊಳ್ಳಬೇಡಿ. ಸಾವಿತ್ರಿಯದ್ದೆಲ್ಲ ಇನ್ನು ಭಾರ್ಗವಿಗೆ ಎಂದರು. ಮದುವೆ ಜಮುನಾಪುರದಲ್ಲೆ ಎಂದು ನಿಶ್ಚಯವಾಯಿತು. ಸಾವಿತ್ರಿಯವರ ತಾಯಿ, ಮಕ್ಕಳ ಸ್ವಲ್ಪ ದಿನ ಇಲ್ಲೆ ಇರಿಸಿಕೊಳ್ಳುವುದಕ್ಕೆ ಅನುಮತಿಯ ಕೇಳಿದರು. ಅವರು ಅಸ್ತು ಎಂದರು. ಇನ್ನು ಹೊತ್ತು ಕಳೆಯುವ ಮುನ್ನ ಊರ ಸೇರಿಕೊಳ್ಳಬೇಕೆಂದು ಅವರು ಹೊರಡುವುದಕ್ಕೆ ಸಿದ್ಧವಾದರು. ಭಟ್ಟರು ಅಲ್ಲಿ ಇಲ್ಲಿ ಪರದಾಡುತ್ತಿದ್ದರು. ಏಕೆಂದು ತಿಳಿಯಲಿಲ್ಲ. ಒಳಗೆ ಹೋಗಿ ಕೇಳಿದರೆ, ಆತ್ರೇಯ, ತಾಂಬೂಲಕ್ಕೆ ಒಂದು ಐವತ್ತು ರೂಪಾಯಿಯಿದ್ದರೆ ಕೊಡುವೆಯ ಎಂದು ಕೇಳಿದರು. ನನಗ್ಯಾಕೊ ಬಹಳ ಬೇಸರವಾಯಿತು. ಸಾವಿಗೆ ಹೊರಡುವಾಗ ಕೊಟ್ಟ ಐದು ಸಾವಿರವ ಬಿಟ್ಟರೆ, ನಾನು ಭಟ್ಟರ ಸ್ಥಿತಿಗತಿ ಗಮನಿಸಿರಲಿಲ್ಲ. ನನಗೆ ಶಾಲೆ, ನನ್ನ ಕಾತುರಗಳೆ ಹೆಚ್ಚಾಗಿ ಹೋಗಿದ್ದವು. ಛೆ ಎಂದೆನಿಸಿತು. ಕಿಸೆಯಲ್ಲಿ ಎರಡು ಸಾವಿರಗಳಿದ್ದವು. ಎಲ್ಲವನ್ನು ತೆಗೆದು ಭಟ್ಟರಿಗೆ ಕೊಟ್ಟು ಅವರ ಬೀಗರನ್ನು ಬೀಳ್ಕೊಟ್ಟು ಮನೆಯತ್ತ ಬಂದೆ, ನಮಗೆ ಅತಿಕಷ್ಟ ಸಮಯದಲ್ಲಿ ಸಹಾಯ ಮಾಡಿದ ಭಟ್ಟರ ಮನೆಯವರಿಗೆ ಈ ಗತಿ ಬಂತೆಂದು ಬಹಳ ಬೇಸರವಾಯಿತು. ನಾಳೆ ಭಟ್ಟರ ಹತ್ತಿರ ಮಾತನಾಡಿ ಸ್ವಲ್ಪ ಅನುಕೂಲ

ಮಾಡಿಕೊಡಬೇಕೆಂದು ಯೋಚಿಸಿಕೊಂಡು ಮನೆಯ ಸೇರಿದೆ.

****

ಅಧ್ಯಾಯ ೧೮

ಯಾಕೋ ಮನೆಗೆ ಬಂದ ಮೇಲೆ ಭಟ್ಟರು ಐವತ್ತು ರೂಪಾಯಿಗಳಿಲ್ಲದೆ ಇರುವ ಪರಿಸ್ಥಿತಿ ನನ್ನಿಂದ ಭರಿಸಲಾಗಲಿಲ್ಲ. ಆದರೆ ಇನ್ನಷ್ಟು ಹಣದ ಸಹಾಯ ಮಾಡಿ ಅವರ ಮೇಲೆ ದಯೆ ತೋರಿಸುವಂತಹ ಉಪಾಯ ನನಗೆ ಹಿಡಿಸದ ಮಾತು. ಸರಿ ಎಂದು ಯೋಚಿಸಿಕೊಂಡು ಹೆಚ್ಚು ಯೋಚಿಸದೆ ಭಟ್ಟರ ಮನೆಗೆ ಮರಳಿ ಹೊರಟೆ. ಎನು ಮಾಡಬೇಕೆಂಬ ತೋಚಲಿಲ್ಲ. ಆದರೆ ಏನಾದರೊಂದು ಮಾಡಬೇಕೆಂದು ಹಂಬಲ. ಭಟ್ಟರ ಮನೆ ಸೇರಿದೆ. ನನ್ನ ಕಂಡ ಭಟ್ಟರು, ಯಾಕೆ ಆತ್ರೇಯ, ಏನಾದರು ಮರೆತೆಯೇ? ಎಂದರು. ನಾನು ಇಲ್ಲ ಭಟ್ಟರೆ, ಎಂದು ಸುಮ್ಮನೆ ಹೋಗಿ ಕುಳಿತೆ. ಸಾವಿತ್ರಿಯ ಮಕ್ಕಳು ಅಲ್ಲೆ ಆಡಿಕೊಂಡಿದ್ದರು. ಭಟ್ಟರೆ ಸ್ವಲ್ಪ ಶಾಲೆಯ ಹತ್ತಿರ ಹೋಗಿ ಬರೋಣವೆ ಎಂದೆ. ಭಟ್ಟರು ಸರಿ ಹೋಗೋಣ ಎಂದು ತಮ್ಮ ಸವೆದ ಚಪ್ಪಲಿಗಳ ಧರಿಸ ಹೊರಟರು. ಅವರ ಹೆಂಡತಿಗೆ ಏಕೆ ಎಂಬ ಕುತೂಹಲವಿದ್ದರು ನನ್ನ ಪ್ರಶ್ನಿಸಲು ಸಂಕೋಚವಾಗಿ ಸುಮ್ಮನಿದ್ದರು. ಇಬ್ಬರು ಶಾಲೆಯತ್ತ ಹೆಜ್ಜೆ ಹಾಕ ತೊಡಗಿದೆವು. ಸ್ವಲ್ಪ ಮಾತಿನ ನಂತರ ನಾನೇ ವಿಷಯ ಹೊರ ತೆಗೆದೆ.

ಭಾರ್ಗವಿಯ ಮದುವೆಗೆ ಎಲ್ಲ ಅನುಕೂಲವನ್ನು ಗೋಮತೀಪುರದ ಗೌಡರು ವಹಿಸಿಕೊಂಡಿದ್ದಾರೆ. ಆದರೆ ನಿಮ್ಮ ಜೀವನಕ್ಕೆ ದೇವಾಲಯದ ಆದಾಯ ಸಾಲದೆಂಬುದು ನನ್ನ ಭಾವನೆ. ಬೇರೇನಾದರು ಆಲೋಚನೆ ಮಾಡಿಕೊಂಡಿದ್ದೀರ ಎಂದೆ. ಅವರು ಎಂದಿಗೂ ನನ್ನ ಒಂದು ರೂಪಾಯಿಯನ್ನು ಕೇಳಿದವರಲ್ಲ. ಅಪ್ಪನೊಡನೆ ಅವರಿಗೆ ಸ್ವಲ್ಪ ಸಲಿಗೆಯಿತ್ತಾದರು ಅವರು ಅದನ್ನು ದುಡ್ಡಿಗಾಗಿ ಉಪಯೋಗಿಸಿ ಕೊಂಡವರಲ್ಲ. ಒಂದು ಮುಗುಳ್ನಗೆ ಬೀರಿ, ದೇವರ ಇಚ್ಛೆ ಎಂದರು. ನಾನು, ನೀವ್ಯಾಕೆ ಜಮುನಾಪುರದಲ್ಲಿ ವೇದಪಾಠ ಶಾಲೆಯೊಂದನ್ನು ತೆರೆಯಬಾರದು ಅಂದೆ. ಇದನ್ನು ಊಹಿಸದ ಅವರು, ಈಗಿನ ಕಾಲದಲ್ಲಿ ಶ್ರದ್ಧೆಯಿಂದ ಕಲಿಯಲು ಆಸಕ್ತಿ ಕಡಿಮೆ ಎಂದರು. ಅದೂ ಸರಿಯೆ

ಬ್ರಾಹ್ಮಣರಲ್ಲದೆ ಬೇರೆಯವರಿಗೂ ಕಲಿಸುವ ಹಾಗಿದ್ದರೆ ಸುತ್ತ ಮುತ್ತಲಿಂದ ಒಂದಿಪ್ಪತ್ತು ಜನರು ಸಿಗುವುದರಲ್ಲಿ ಮೋಸವಿಲ್ಲ. ಆದರೆ ಅದು ನಡೆಯುವುದು ಕಷ್ಟ ಎಂದರು. ನನಗೆ ಏನು ಯೋಚನೆ ಬಂತೊ ಏನೋ ? ಅವರನ್ನು ಕರೆದುಕೊಂಡು ನೇರವಾಗಿ ಗೌಡರ ಮನೆಗೆ ಹೊರಟೆ. ಗೌಡರು ಮನೆಯ ಮುಂದೆ ಜಗುಲಿಯ ಮೇಲೆ ಧೂಮಪಾನ ಮಾಡುತ್ತಾ ಕುಳಿತಿದ್ದರು. ಅವರ ದನಿಯಲ್ಲಿ, "ಏನು ಆತ್ರೇಯಪ್ಪ" ಇಲ್ಲಿಗೆ ಬಂದದ್ದು ಎಂದರು. ನಿಮ್ಮೊಡನೆ ಮಾತನಾಡುವುದಿತ್ತು ಎಂದೆ. ಅಲ್ಲಿ ಊರಿನ ಮೂರ್ನಾಲ್ಕು ಹಿರಿಯರು ಕೂಡ ಬೇರೆ ವಿಷಯದ ಸಲುವಾಗಿ ಬಂದಿದ್ದರು. ಭಟ್ಟರು ವೇದ ಪಾಠಶಾಲೆಯೊಂದನ್ನು ತೆರೆಯಬೇಕೆಂದಿದ್ದಾರೆ. ಅವರ ಇಚ್ಛೆಯೇನೆಂದರೆ, ಎಲ್ಲ ಜಾತಿಗಳವರಿಗೂ ಇದು ಮೀಸಲಾಗಬೇಕೆಂಬುದು ಇಲ್ಲದಿದ್ದರೆ ಬರುವ ಐದಾರು ಜನರಿಂದ ಅವರಿಗೇನು ಗಿಟ್ಟುವುದಿಲ್ಲ ಎಂದೆ.

ಅಲ್ಲಿದ್ದ ಪಟೇಲರು ಬ್ರಾಹ್ಮಣ ಮನೆತನದವರು. ಅವರು ಸ್ವಲ್ಪ ಕೋಪದಿಂದ ಅದೇಗಾದಿತು? ಪರದೇಶಕ್ಕೆ ಹೋಗಿ ಮತಿಭ್ರಮಣೆ ಯಾದಂತಿದೆ ನಿನಗೆ, ಸುಮ್ಮನೆ ಕೆಲಸಕ್ಕೆ ಬಾರದ ಯೋಚನೆಗಳ ಬಿಟ್ಟು ಕೆಲಸ ನೋಡಿಕೋ ಹೋಗು ಎಂದರು. ಗೌಡರು, ಕೀಳು ಜಾತಿಯವರಿಗೂ ಹೇಳಿ ಕೊಡುವ ಇಚ್ಛೆಯೇ ಭಟ್ಟ ಎಂದರು ಭಟ್ಟರು. ನಿಮಗೆ ಅಭ್ಯಂತರವಿಲ್ಲದಿದ್ದರೆ ಆದೀತು. ನನಗೆ ಯಾವ ಭೇದವೂ ಇಲ್ಲ ಎಂದರು. ಸರಿ ಒಂದು ಕೆಲಸ ಮಾಡು, ಮೇಲು ಜಾತಿಯವರಿಗೊಂದು ಕಡೆ, ಬೇರೆಯವರಿಗೊಂದು ಕಡೆ ಕಲಿಸು. ಇಲ್ಲದಿದ್ದರೆ ಸುಮ್ಮನೆ ನಿನ್ನ ತಲೆಯ ಮೇಲೆ ಬರುವುದು ಎಂದರು. ಪಟೇಲರು, ಕೀಳು ಜಾತಿಯವರಿಗೆ ಹೇಳಿಕೊಟ್ಟಿದ್ದೆ ಆದರೆ, ನಮ್ಮ ದೇವಾಲಯಕ್ಕೆ ನಿಮ್ಮನ್ನು ಬಿಡುವುದಿಲ್ಲ ಎಂದು ಕುಳಿತೇಬಿಟ್ಟರು. ಗೌಡರು ಲೆಕ್ಕಿಸದೆ, ಭಟ್ಟ ದೇವಾಲಯದಲ್ಲಿ ಒಂದು ಕಕ್ಷೆಯಾಗಲಿ, ಊರ ಬಾಗಿಲಾಚೆಗಿರುವ ನಮ್ಮ ಜಮೀನಿನಲ್ಲಿ ಒಂದು ಚಪ್ಪರ ಹಾಕಿಸಿ ಕೊಡುತ್ತೇನೆ. ಅಲ್ಲಿ ಕೀಳು ಜಾತಿಯವರಿಗೆ ಪಾಠ ಹೇಳಿಕೊಡು ಎಂದರು. ಊರಿನವರಿಗೆಲ್ಲ ಆಶ್ಚರ್ಯ, ಗೌಡರು ಹೀಗೆ ಮಾತನಾಡುವುದನ್ನು ಯಾರು ಕಂಡಂತೆ ತೋರಲಿಲ್ಲ. ಅವರ ಮಾತಿಗೆ ಏಕಾಏಕಿಯಾಗಿ ತಿರಸ್ಕಾರ ಹೇಳಲು ಪಟೇಲರಿಗೆ ಬಿಟ್ಟರೆ ಯಾರಿಗೂ

ಧೈರ್ಯ ಇದ್ದಂತೆ ತೋರಲಿಲ್ಲ. ಪಟೇಲರು ಯಾಕೆ ಗೌಡರೆ, ಊರನ್ನು ಜಾತಿಭ್ರಷ್ಟರನ್ನಾಗಿ ಮಾಡಬೇಕೆಂದಿದ್ದೀರೆ ಎಂದು ಸವಾಲು ಹಾಕಿದರು. ಗೌಡರು ಜಾತಿ ಎಂದರೆ ನಿಮಗೆ ಏನು ಎಂದು ತಿಳಿದಿದೆಯೆ ಎಂದರು ? ಪಟೇಲರು ಮೇಲು ಕೀಳನ್ನು ತಿಳಿಸುವುದೆ ಜಾತಿ ಎಂದರು.

ಗೌಡರು, ನೀವು ವಿದ್ಯಾವಂತರು, ಆದರೆ ಬ್ರಿಟಿಷರು ರಚಿಸಿದ ಇತಿಹಾಸ ಓದಿದವರು, ಜಾತಿ ವರ್ಣಗಳ ಮೂಲ ತಿಳಿಯದೆ ಮಾತನಾಡುತ್ತಿದ್ದೀರಿ. ವರ್ಣಗಳು ನಾಲ್ಕು, ಬ್ರಾಹ್ಮಣ, ಕ್ಷತ್ರಿಯ, ವೈಶ್ಯ ಮತ್ತು ಶೂದ್ರ ಇದನ್ಯಾಕೆ ಮಾಡಿದರು ಗೊತ್ತೆ. ಒಂದು ಸಮಾಜವು ಸ್ಥಿರವಾಗಿರಬೇಕಾದರೆ ಬೇಕಾದ ನಾಲ್ಕು ಗುಣಗಳು ಜ್ಞಾನ, ಬಲ, ಆರ್ಥಿಕ ಜ್ಞಾನ ಮತ್ತು ಮತ್ತು ಕಾರ್ಮಿಕತ್ವ. ಇವು ಸಮಾಜದ ನಾಲ್ಕು ಸ್ತಂಭಗಳು. ಸಮಾಜವು ಸ್ಥಿರವಾಗಿ ಉಳಿಯಬೇಕೆಂದರೆ ಈ ನಾಲ್ಕು ಸ್ತಂಭಗಳು ಅತಿ ಅಗತ್ಯ. ಈ ನಾಲ್ಕು ಗುಣಗಳು ಮಿಶ್ರವಾಗಬಾರದು, ಯಾಕೆಂದರೆ ಈ ಗುಣಗಳ ಪಡೆಯಬೇಕೆಂದರೆ ಈ ಗುಣಗಳಿಗೆ ಅಗತ್ಯವಾದ ಸಾಧನೆ ಅಗತ್ಯ. ನಾವು ತಿನ್ನುವ ಊಟ ಕೂಡ ಈ ಗುಣಗಳ ಮೆಲೆ ಪ್ರಭಾವ ಬೀರುತ್ತವೆ. ಆದ್ದರಿಂದಲೆ ಬ್ರಾಹ್ಮಣರು, ವೈಶ್ಯರು ಮಾಂಸ ತಿನ್ನುತ್ತಿರಲಿಲ್ಲ. ವರ್ಣಗಳ ವಿಭಾಗ ಜಾತಿಗಳಾದವು. ನಿಮಗೆ ಇಂದು ತಿಳಿಯದಿದ್ದೇನೆಂದರೆ, ಜಾತಿ ವರ್ಣಗಳು ಹುಟ್ಟಿನ ಮೇಲೆ ಅವಲಂಬಿತವಾಗಿರಲಿಲ್ಲ. ನಾವು ಮಾಡುವ ಕೆಲಸ ಅಂದರೆ ಕರ್ಮದ ಮೇಲೆ ಅವಲಂಬಿತವಾಗಿತ್ತು. ಇದು ಕಾಲಮಧ್ಯದಲ್ಲಿ ಸ್ವಲ್ಪ ಅವಿವೇಕಿಗಳ ಪಾಲಾಗಿ, ಹುಟ್ಟಿಗೆ ಮೀಸಲಾಯಿತು. ಇಂದಿಗೂ ನಮ್ಮ ದೇಶಕ್ಕೆ ಹಿಡಿದ ದೊಡ್ಡ ಪೀಡೆ ಇದು ಎಂದರು. ಎಲ್ಲೆಡೆ ಮೌನ, ಜಾತಿ ವರ್ಣಗಳನ್ನು ಯಾವಾಗಲು ಹೀಯಾಳಿಸಿದ ನನಗೆ ಮುಖದ ಮೆಲೆ ಹೊಡೆದಂತಿತ್ತು. ಗೌಡರ ಉತ್ತರ ನನಗೆ ಅವರ ಮೇಲಿದ್ದ ಸ್ವಲ್ಪ ಗೌರವವ ಮುಮ್ಮಡಿಯಾಗಿಸಿತ್ತು. ಪಟೇಲರು ಕೊನೆಗೆ, ನಿಮ್ಮ ಲೆಕ್ಕದಲ್ಲಿ ಈಗ ಮಾದಿಗರು ಮಂತ್ರಗಳ ಕಲೆತರೆ ಬ್ರಾಹ್ಮಣರಾಗುವರೆ ಎಂದರು? ಗೌಡರು, ಬ್ರಾಹ್ಮಣನೆನೆಸಿಕೊಳ್ಳಲು ಮಂತ್ರಗಳು ಬಂದರೆ ಸಾಲದು. ಅದಕ್ಕೆ ಬೇಕಾದ ಸಾಧನೆ ಮಾಡಿದರೆ ಮಾದಿಗನೂ ಬ್ರಾಹ್ಮಣನೆ ಎಂದು ಉತ್ತರ ಕೊಟ್ಟರು. ಅಲ್ಲಿದ್ದ ಎಷ್ಟೋ ಜನರಿಗೆ ಈ ಮಾತನ್ನು ಹೇಗೆ

ತಿಳಿದುಕೊಳ್ಳಬೇಕೋ ಹೊತ್ತದಂತಿರಲಿಲ್ಲ. ಗೌಡರ ವಿರುದ್ಧ ಏನು ಹೇಳಲಾರದೆ ಸುಮ್ಮನಿದ್ದರು.

ಜನರು ಕೆಟ್ಟವರು, ಒಳ್ಳೆಯವರು ಎಂದು ನಾವು ಕೊಡುವ ಬಿರುದುಗಳು ಎಷ್ಟು ತಮಾಷೆಯೆನಿಸಿತು. ಆದರೆ ಪಟೇಲರ ಕೋಪ ಆರಿರಲಿಲ್ಲ. ಅಲ್ಲ ಗೌಡ್ರೆ, ಚಿಕ್ಕವರಿದ್ದಾಗ ಸ್ವಲ್ಪ ಮಂತ್ರಗಳು ಕಲಿತ ಮಾತ್ರಕ್ಕೆ ಇಷ್ಟು ಬುರಡೆ ಬಿಡೋದೆ ? ಎಂದು ಅಂದೇಬಿಟ್ಟರು. ಪಟೇಲರು ಗೌಡರಿಗಿಂತ ಐದಾರು ವರ್ಷ ದೊಡ್ಡವರು. ಗೌಡರು ಸುಮ್ಮನೆ ಪಂಚಾಯಿತಿ ಬೇಡ. ಇಷ್ಟವಿದ್ದವರು ಕಲಿಯಲಿ. ಮಿಕ್ಕವರದು ಅವರ ಪಾಡು. ನನಗೆ ಕೆಳ ಜಾತಿಗಳ ಬೇರೆಯಾಗಿ ಕೂರಿಸುವುದು ಸರಿಯೆನಿಸಲಿಲ್ಲವಾದರೂ ಸದ್ಯಕ್ಕೆ ಇಷ್ಟು ಸಾಕು. ಸಮಯ ಬಂದಾಗ ಅದೆ ಸರಿಹೋಗುವುದೆಂದು ಸುಮ್ಮನಾದೆ. ಊರಿನ ಪಂಚಾಯಿತಿ ಸದಸ್ಯರು ಅಲ್ಲೆ ಇದ್ದರು. ಗೌಡರು ಅವರಿಗೆ, ಪ್ರತಿ ಶುಕ್ರವಾರ ಸಾಯಂಕಾಲ ಪಾಠ ನಡೆಯಲಿ, ಊರ ಹೊರಗೆ ಶನಿವಾರ ಆದೀತೆ ಭಟ್ಟ ಎಂದರು. ಭಟ್ಟರು ಹಾಗೆ ಹಾಗಲಿ ಗೌಡರೆ ಎಂದರು. ಸರಿ, ತಲೆಗೆ ತಿಂಗಳಿಗೆ ನೂರು ರೂಪಾಯಿಯಂತೆ ಗೊತ್ತು ಮಾಡಿ ಪಕ್ಕದ ಊರಿನವರಿಗೂ ಹೇಳಿ ಕಳಿಸಿ ಎಂದು ಸದಸ್ಯರಿಗೆ ಹೇಳಿದರು. ಪಟೇಲರು, ಗೌಡರೆ ಬೇರೆ ಊರಿನವರ ಮುಂದೆ ನಗೆ ಪಾಟಲಾಗುವೆವು ಎಂದು ಗೊಣಗಿದರು ಗೌಡರು, ನೀವು ಇಲ್ಲದ್ದಕ್ಕೆ ತಲೆ ಕೆಡಿಸಿಕೊಳ್ಳುತ್ತಿದ್ದೀರಿ ಪಟೇಲರೆ, ವೇದ ಪಾಠಶಾಲೆಯೊಂದಾದರೆ ಊರಿಗೆ ಒಳ್ಳೆಯದು. ಒಳ್ಳೆ ಉಚ್ಚಾರಣೆ ಮತ್ತು ಸಂಸ್ಕೃತ ಭಾಷೆಯ ಜ್ಞಾನವ ಪಡೆಯುವರು. ಮುಂದೆ ಅವರಿಗೂ ಒಳ್ಳೆಯದು. ಊರಿನ ಉತ್ಸವ ಮತ್ತು ಬೇರೆ ಪೂಜೆಗಳಿಗೆ ನೆರವಾದೀತು ಭಟ್ಟ. ಸ್ವಲ್ಪ ಪೌರೋಹಿತ್ಯ ಕಲಿಸಿಕೊಟ್ಟರೆ ಹೇಗೆ ಎಂದರು. ಭಟ್ಟರು ಅದಕ್ಕೂ ಒಪ್ಪಿಕೊಂಡರು.

ಇವೆಲ್ಲ ಮುಗಿಯುವಷ್ಟರಲ್ಲಿ ರಾತ್ರಿಯಾಯಿತು. ಎಲ್ಲರಿಗೂ ಚಹಾ ಮಾಡಿಸಿಕೊಟ್ಟರು. ಗೌಡರು ಎಲ್ಲರು ಹೊರಟರು. ಕೊನೆಗೆ ಹೊರಟ ನಾವು ಗೌಡರಿಗೆ ಧನ್ಯವಾದವ ಹೇಳಿದೆವು. ಗೌಡರು ನಗುತ್ತ ಭಟ್ಟ ನನಗೂ ಎಲ್ಲ ಮರೆತು ಹೋಗಿದೆ. ನಾನು ನಿನ್ನ ಶಾಲೆಗೆ ಬರಲೆ ಎಂದರು. ಭಟ್ಟರು, ನಗುವಿನಲ್ಲೆ ಉತ್ತರ ಕೊಟ್ಟರು. ಗೌಡರ ಮುಖದಲ್ಲಿ ನಾನು ನಗುವನ್ನು

ಕಂಡದ್ದು ಮೊದಲ ಸಲ. ಹೇಗೋ ಈ ಶಾಲೆಯೊಂದು ಚೆನ್ನಾಗಿ ನಡೆದರೆ ಭಟ್ಟರ ಜೀವನಕ್ಕೆ ಸಹಾಯವಾಗುವುದು ಎಂದು ಯೋಚಿಸುತ್ತ ಇಬ್ಬರು ಭಟ್ಟರ ಮನೆಯತ್ತ ಹೆಜ್ಜೆ ಹಾಕತೊಡಗಿದೆವು.

****

ಅಧ್ಯಾಯ ೧೯

ಮನೆಗೆ ಬರುವಷ್ಟರಲ್ಲಿ ಊಟ ತಯಾರಾಗಿತ್ತು. ಭಟ್ಟರನ್ನು ಮನೆಗೆ ಬಿಟ್ಟು ನಾನು ಕತ್ತಲಲ್ಲೆ ನಡೆದು ಬಂದೆ. ಕಪ್ಪೆಗಳ ಗುಟುರ್ ಗುಟುರ್ ಸದ್ದು ಕೇಳಿ ಬಹಳ ದಿನಗಳಾಗಿದ್ದವು. ಕತ್ತಲಲ್ಲಿ ನಡೆಯುವ ಅಭ್ಯಾಸ ತಪ್ಪಿ ಹೋಗಿತ್ತು. ಇಂದು ನಡುದಾರಿಯಲ್ಲಿ ಸ್ವಲ್ಪ ಭಯವೂ ಆಯಿತು. ಊಟ ಮುಗಿಸಿ ಅಜ್ಜಿಯ ಬಳಿ ಬಂದೆ ಮರಿ, ಇಂದು ಮನೆಯಲ್ಲಿ ಇದ್ದ ಹಾಗೆಯೆ ಕಾಣಲಿಲ್ಲ. ಪೇಟೆಗೆ ಹೋಗಿದ್ದೆಯೆ ಎಂದು ಕೇಳಿದರು. ನಾನು ಇಲ್ಲ ಅಜ್ಜಿ ಎಂದು ನಡೆದಿದ್ದನೆಲ್ಲ ಹೇಳಿದೆ. ಒಳ್ಳೆಯ ಕೆಲಸವೆ ಮಾಡಿದೆ. ಧವಸ ಧಾನ್ಯಗಳಿಗೇನು ಕೊರತೆಯಿಲ್ಲ. ನಮ್ಮ ಮನೆಯಿಂದಲೇ ಅವೆಲ್ಲವು ಅನುಕೂಲವಾಗುತ್ತದೆ. ಇನ್ನು ದೇವಾಲಯದಲ್ಲಿ ಯಾರಾದರೂ ಪೂಜೆ ಮಾಡಿಸಿದರೆ ಸೀರೆ ಪಂಚೆಯೆಂದು ಕಾಣಿಕೆ ನೀಡುವುದು ಸಾಮಾನ್ಯ. ಈ ಪಾಠ ಹೇಳಿಕೊಡುವುದರಲ್ಲಿ ಸ್ವಲ್ಪ ಅನುಕೂಲವಾದರೆ, ಆರೋಗ್ಯ, ಮನೆಗೆ ಬಂದವರು, ಹೋದವರು ಎಂದು ಬೇರೆ ಖರ್ಚುಗಳಿಗೆ ತೊಂದರೆ ಯಿರುವುದಿಲ್ಲ. ಭಟ್ಟರು ಸ್ವಾಭಿಮಾನಿಗಳು, ಸುಮ್ಮನೆ ಏನನ್ನು ತೆಗೆದುಕೊಂಡವರಲ್ಲ. ಅದಲ್ಲದೆ ಮನೆಗೆ ನಿನ್ನ ತಂದೆ ತೀರಿಕೊಂಡ ಮೇಲೆ ಅವರೆ ದೊಡ್ಡ ದಿಕ್ಕು. ಒಳ್ಳೆಯ ಕೆಲಸವೆ ಮಾಡಿದೆ ಮರಿ ಎಂದರು. ನನಗೂ ಅಜ್ಜಿ ಹೇಳಿದ ಮೇಲೆ ಮನಸ್ಸು ಇನ್ನಷ್ಟು ಹಗುರಾಯಿತು. ಮರಿ, ಹೇಳುವುದನ್ನು ಮರೆತೆ. ನಿನ್ನ ಸೋದರ ಮಾವನ ಮಗಳು ದೊಡ್ಡವಳಾಗಿದ್ದಾಳಂತೆ. ಮುಂದಿನ ವಾರ ಆರತಿಗೆ ಕೂರಿಸುವ ಕಾರ್ಯಕ್ರಮವಿದೆಯೆಂತೆ. ಕರೆಯಲು ನಾಳೆ ನಿಮ್ಮತ್ತೆ ಮತ್ತು ಮಾವ ಬರುವರು. ಎಲ್ಲಿಯೂ ಹೋಗದೆ ಮನೆಯಲ್ಲಿಯೆ ಇರು ಎಂದರು. ಸೀತೆ ಮತ್ತು ಮೀರಳ ನೋಡಬೇಕೆಂದು ನಿನ್ನತ್ತೆ ಹೇಳುತ್ತಿದ್ದಳು. ಪಾಪ ಸೀತೆ ಬೆಂಗಳೂರಿಗೆ ಹೋದ ವಿಷಯ ಅವರಿಗೆ ಗೊತ್ತಿರಲಿಲ್ಲ. ಹೀಗೆ ಇನ್ನಷ್ಟು

ಮಾತನಾಡಿಕೊಂಡು ನಾನು ಮಲಗ ಹೊರಟೆ. ಭಟ್ಟರ ಪರ ಇಂದು ಗೌಡರು ನಡೆದುಕೊಂಡ ರೀತಿ ನನ್ನಲ್ಲಿ ವಿಸ್ಮೃತಿಯನ್ನು ಮೂಡಿಸಿತ್ತು ಎಂದೂ ಅವರ ಗತ್ತು ಮತ್ತು ದರ್ಪವ ನೋಡಿದ ನನಗೆ ಅವರ ಈ ಕೋನವನ್ನು ನೋಡಿ ಬಹಳ ಆನಂದವಾಗಿತ್ತು. ಭಟ್ಟರು ಎಂದೂ ಹೆಚ್ಚು ಮಾತನಾಡುವವರಲ್ಲ. ಆದ್ದರಿಂದ ಗೌಡರ ಬಗ್ಗೆ ಅವರಿಂದ ಏನನ್ನು ತಿಳಿಯಲಾಗಲಿಲ್ಲ. ಚಿಕ್ಕವರಲ್ಲಿ ಒಟ್ಟಿಗೆ ಬೆಳೆದವರಲ್ಲವೆ. ಆದ್ದರಿಂದ ಗೌಡರು ಭಟ್ಟರ ಪರ ಇಂದು ತೋರಿದ ಒಲವು ಅದರಿಂದಲೆ ಎಂದು ನನಗೆ ಅನಿಸತೊಡಗಿತು. ಕೀಳು ಜಾತಿಯೆಂಬ ಪದದ್ವಯವು ನನಗೆ ಎಂದಿಗೂ ಆಗದು. ನಮ್ಮ ಜಾತಿ ವರ್ಣಗಳ ಬಗ್ಗೆ ನನಗೆ ಸ್ವಲ್ಪ ಅಸಹನೆ ಇದ್ದುದು ನಿಜವಾದ ಮಾತು. ಆದರೆ ಗೌಡರು ಕೊಟ್ಟ ವಿವರಣೆ ನನ್ನ ಆ ತಪ್ಪು ಅನಿಸಿಕೆಯ ಸುಳ್ಳಾಗಿಸಿತ್ತು. ನಮ್ಮ ಪೂರ್ವಿಕರು ಎಷ್ಟು ಯೋಚಿಸಿ ಈ ವಿಧಾನವ ಹೆಣೆದಿದ್ದರೋ ? ನಾವು ಅದನ್ನು ಸರಿಯಾಗಿ ಅರ್ಥ ಮಾಡಿಕೊಳ್ಳದೆ ಅದರಲ್ಲಿ ತಪ್ಪು ಕಂಡು ಹಿಡಿಯುವುದ ಬಿಟ್ಟರೆ, ನಾವು ಮತ್ತೇನನ್ನೂ ಮಾಡುವುದಿಲ್ಲ. ಗೌಡರ ಈ ಆಲೋಚನೆಗೆ ನಮ್ಮ ತಾತನವರೇನಾದರೂ ಕಾರಣರೆ ಎಂಬ ಯೋಚನೆಯು ಬಂತು. ಅಜ್ಜಿಯಿಂದ ಇದರ ಬಗ್ಗೆ ತಿಳಿಯುವ ಕಾತುರವು ಶುರುವಾಯಿತು. ಭಟ್ಟರಿಗೆ ಅನುಕೂಲವಾಯಿತೆಂಬ ತೃಪ್ತಿಯ ಗುಂಗಲ್ಲಿ ಮಲಗಿಬಿಟ್ಟೆ.

ನಿದ್ದೆ ಮಾತ್ರ ಗಾಢವಾಗಿ ಬಂದಿತ್ತು. ಎದ್ದಾಗ ಒಂಬತ್ತು ಗಂಟೆ. ಮಾವ ಮತ್ತು ಅತ್ತೆ ಅಷ್ಟು ಹೊತ್ತಿಗೆ ಬಂದುಬಿಟ್ಟಿದ್ದರು. ಇಬ್ಬರಿಗೂ ನಮಸ್ಕಾರ ಮಾಡಿ, ನಾನು ಸ್ನಾನ ಮಾಡಿ ಬಂದೆ. ಅತ್ತೆಯ ಊರಿನಲ್ಲಿ ಒಂದು ಅಜ್ಜಿ ಮನೆಯಲ್ಲಿ ಭೋಟಿಯ ತಯಾರಿಸುತ್ತಿದ್ದರು. ನಾನು ಅಲ್ಲಿಗೆ ಹೋದಾಗ ಭೋಟಿಯ ಬುಟ್ಟಿಯನ್ನು ಕೊಳ್ಳದೆ ಬಂದವನಲ್ಲ. ಎಷ್ಟು ಕುರುಕು ತಿಂಡಿಗಳಿದ್ದರು. ಭೋಟಿಯಿಂದ ಸಿಗುವ ಖುಶಿಯೇ ಬೇರೆ. ಅತ್ತೆ ಎರಡು ಬುಟ್ಟಿ ಭೋಟಿಗಳನ್ನು ತಂದಿದ್ದರು. ನನಗೆ ಅವೆಂದರೆ ಇಷ್ಟವೆಂದು ಅವರಿಗೆ ಹೇಗೊ ತಿಳಿದಿತ್ತು. ಭಾಗೀರಥಮ್ಮನವರು ಎಂದಿನಂತೆ ಒತ್ತು ಶಾವಿಗೆಯ ಮಾಡಿದ್ದರು. ಎಲ್ಲರು ತಿಂಡಿ ತಿಂದು ಮಾತನಾಡತೊಡಗಿದೆವು. ಅತ್ತೆ ಬಹಳ ಮೃದು ಸ್ವಭಾವದವರಾದರು ಎಲ್ಲ ಸೂಕ್ಷ್ಮಗಳ ಅರಿವು ಅವರಿಗಿತ್ತು. ಮಾವನ ಹತ್ತಿರ ಏಗುವುದು ಅಷ್ಟು ಸುಲಭವಲ್ಲ. ಆದರೆ ಅತ್ತೆ

ಮಾತ್ರ ಎಲ್ಲವನ್ನು ನಗುತ್ತಲೆ ಸ್ವೀಕರಿಸುತ್ತಿದ್ದರು. ಹಾಗೆ ದೇವಸ್ಥಾನದ ಕಂಬಕ್ಕೊರಗಿ ಕುಳಿತಿದ್ದ ನನ್ನ, ಮಾವನವರು ಬಂದು ಆತ್ರೇಯ ಸ್ವಲ್ಪ ಮಾತನಾಡುವುದಿದೆ ಎಂದರು. ಸರಿ ಮಾವ, ಬನ್ನಿ ಹೋಗೋಣ ಎಂದು ಇಬ್ಬರು ಹಾಗೆಯೇ ಊರ ದೇವಾಲಯದ ಕಡೆ ನಡೆದುಕೊಂಡು ಹೊರಟೆವು. ಮಾವ, ಅಮ್ಮ ಹುಟ್ಟಿದ ಎಂಟು ವರ್ಷಗಳ ನಂತರ ಹುಟ್ಟಿದವರು. ಅವರು ನಮ್ಮ ಮನೆಗೆ ಬಂದದ್ದು ಬಹಳ ಕಡಿಮೆ. ನಮ್ಮ ತಂದೆಯವರಿಗೂ ನಮ್ಮ ತಾಯಿಯ ಮನೆಯವರಿಗೂ ಏನೋ ಜಗಳವಿದ್ದ ಕಾರಣ ನಾವು ಅಲ್ಲಿಗಾಗಲಿ ಅವರು ಇಲ್ಲಿಗಾಗಲಿ ಬಂದಿರಲಿಲ್ಲ. ಅವರ ತಾಯಿಗೆ ಹುಷಾರಿಲ್ಲದಿದ್ದಾಗ ಕೂಡ ಅಮ್ಮ ಮಾತ್ರ ಅಲ್ಲಿಗೆ ಹೋದದ್ದು ಎಂದು ಅಮ್ಮ ಹೇಳಿದ ಜ್ಞಾಪಕ. ನಾನು ಹುಟ್ಟಿದ ಮೇಲೆ ನಾನು ಅಲ್ಲಿಗೆ ಹೋದದ್ದು ಮಾವನ ಮದುವೆಗೆ. ಆದರೆ ಅವರು ಇಲ್ಲಿಗೆ ಬಂದದ್ದು ನನ್ನ ಮದುವೆಯ ಸಮಯದಲ್ಲೆ. ನನ್ನೊಡನೆ ಮಾತನಾಡುವುದಿದೆ ಎಂದು ಹೇಳಿದ್ದು ಇದೇ ಮೊದಲು.

ನೀನು ಏನು ತಿಳಿಯದಿದ್ದರೆ ಒಂದು ಮಾತು ಎಂದರು. ಹೇಳಿ ಮಾವ ಎಂದೆ. ನಿನ್ನ ತಾಯಿ ಸಾಯುವ ಸಮಯದಲ್ಲಿ ನನ್ನ ಪರಿಸ್ಥಿತಿ ಅಷ್ಟಕಷ್ಟೆ. ಯಾವುದೊ ಒಂದು ಭೀಮಾ ಯೋಜನೆಗೆ ಕೈ ಹಾಕಿ ಸುಟ್ಟುಕೊಂಡೆ. ಅದರಲ್ಲಿ ಸುಮಾರು ೩೦ ಲಕ್ಷಗಳ ನಷ್ಟವಾಯಿತು. ಜಮುನಾಪುರದಲ್ಲೂ ಕೆಲವರು ಭೀಮಾ ಯೋಜನೆಗೆ ದುಡ್ಡು ಹಾಕಿದ್ದರು. ಆದರೆ ಆ ಸಂಸ್ಥೆಯ ಯಜಮಾನರು ರಾತ್ರೋರಾತ್ರಿ ಪರಾರಿಯಾದರು. ಎಲ್ಲ ಗ್ರಾಹಕರು ಮನೆಯ ಮುಂದೆ ಬಂದು ಪಂಚಾಯಿತಿ ಮಾಡಿದರು. ಸಾವಿನ ಸಮಯದಲ್ಲಿ ಇಲ್ಲಿಗೆ ಬಂದರೆ ಆಸ್ತಿ ಪಾಸ್ತಿಯ ವಿಚಾರ ಬರುವುದೆಂದು ಜಮುನಾಪುರಕ್ಕೆ ಬರಲು ಹೆದರಿ ಅಲ್ಲಿಗೆ ನಾನು ಬರಲಿಲ್ಲ. ಇಂದು ಬೇಸರವಾಗುತ್ತದೆ. ಆದರೆ ಭಯದಿಂದ ಕೂಡಿದ್ದ ನಾನು ನನಗನಿಸಿದ್ದನ್ನು ಮಾಡಿದೆ. ನೀನದನ್ನು ತಪ್ಪು ತಿಳಿಯಬೇಡ ಎಂದರು. ನಾನು ಇರಲಿ ಬಿಡಿ ಮಾವ, ನನಗೆ ಈ ವಿಷಯದಲ್ಲಿ ಬೇಸರವಿಲ್ಲದೆಂದರೆ ತಪ್ಪಾದೀತು. ನೀವು ಹೇಳಿದ ಮೇಲೆ ಅದು ಸುಟ್ಟು ಬೂದಿಯಾಯಿತು. ಎಲ್ಲರ ಹಣವನ್ನು ಮರು ಪಾವತಿ ಮಾಡಿದಿರಾ ಎಂದೆ ? ನಿನಗೆ ಶಿವಮೊಗ್ಗೆಯ ಸೈಟುಗಳ ಬರೆದ

ಸಮಯವೋ ಏನೋ ? ಊರಿನಲ್ಲಿ ಒಂದು ಕಾರ್ಖಾನೆ ಶುರುವಾಯಿತು. ನಮ್ಮ ಜಮೀನು ಅವರಿಗೆ ಬಹಳ ಸರಿಹೊಂದುತ್ತಿದ್ದ ಕಾರಣ ಒಳ್ಳೆ ಮೊತ್ತವನ್ನು ಕೊಟ್ಟು ಕೊಂಡುಕೊಂಡರು. ಸಾಲದವರು ಮನೆಯ ಮುಂದೆ ಬಂದು ಇಲ್ಲ ಸಲ್ಲದ ಮಾತುಗಳನ್ನಾಡುತ್ತಿದ್ದರೆ ಕೇಳಲಾಗುತ್ತಿರಲಿಲ್ಲ. ಹಣ ಬಂದೊಡನೆಯೆ ಹತ್ತರಲ್ಲೊಂಬತ್ತು ಭಾಗವ ತೀರಿಸಿಬಿಟ್ಟೆ. ಉಳಿದ ಮೊತ್ತವ ಇನ್ನೊಂದು ವರ್ಷದಲ್ಲಿ ತೀರಿಸಿದೆ. ಏನು ತಪ್ಪು ಮಾಡಿದ್ದೆನೊ ಏನೋ ? ಈ ನಷ್ಟ ಅನುಭವಿಸಬೇಕಾಯಿತು. ಇರಲಿ ಬಿಡು, ನನ್ನ ಮನಸ್ಸಿನಲ್ಲಿ ಈ ನೋವು ಬಹಳ ಕಾಲದಿಂದಿತ್ತು. ಆದರೆ ಅಜ್ಜಿ ನಮ್ಮನ್ನು ನಾಂದಿಗೆ ಕರೆದಾಗ ಸ್ವಲ್ಪ ಕಡಿಮೆಯಾಯಿತು. ಅಂದೇ ನಿನ್ನಲ್ಲಿ ಈ ವಿಷಯ ಹೇಳಿಕೊಳ್ಳಬೇಕೆಂದಿದ್ದೆ. ಆದರೆ ಆ ಗಡಿಬಿಡಿ ನನಗೆ ಅವಕಾಶ ಕಲ್ಪಿಸಿ ಕೊಡಲಿಲ್ಲ. ಪುಣ್ಯಕ್ಕೆ ಇಂದು ಅವಕಾಶ ಸಿಕ್ಕಿತು ಹೇಳಿಬಿಟ್ಟೆ ಎಂದರು. ಈಗ ವ್ಯವಸಾಯವು ಚೆನ್ನಾಗಿಯೆ ನಡೆಯುತ್ತಿದೆ. ನಿನ್ನ ತಾಯಿಗೆ ಬರಬೇಕಾದ ಆಸ್ತಿಯನ್ನು ನಿನಗೆ ಕೊಡಬೇಕೆಂಬುದು ನನ್ನ ಆಸೆ ಎಂದರು. ಅಂದು ಸಾಲಗಾರ ಕಾಟ, ಭಯ ಹೆಚ್ಚಾಗಿ ನಿನಗೆ ಬರುವ ಆಸ್ತಿಯನ್ನು ನಿನ್ನಿಂದ ದೂರವಿಟ್ಟೆ. ಅಪ್ಪನ ಆಸೆಯಂತೆ ತೆಂಗಿನ ತೋಟವನ್ನು ಅಕ್ಕನಿಗೆ ಆಗುವಂತೆ ಛಾಪಾಕಾಗದಗಳ ಸರಿ ಮಾಡಿದ್ದೇನೆ. ನೀನು ಸಹಿ ಹಾಕಿದರೆ ಸಾಕು ಎಂದರು. ಬೇಡ ಮಾವ, ನನಗೆ ಯಾವ ಕೊರೆತೆಯು ಇಲ್ಲ. ಜಮುನಾಪುರದಲ್ಲಿ ಇರುವುದನ್ನೇ ಉಳಿಸಿಕೊಳ್ಳುವುದು ಕಷ್ಟವಾಗಿದೆ. ಇನ್ನು ಸೀತೆ ಕೂಡ ಒಬ್ಬಳೆ. ಅವರಿಗೂ ಕಡಿಮೆಯೇನಿಲ್ಲ. ಇರುವ ಒಂದು ಮಗುವ ಸಾಕಲು ಇಷ್ಟೆಲ್ಲ ಅವಶ್ಯಕತೆಯಿಲ್ಲ. ನೀವು ಇದನ್ನು ಇಲ್ಲಿಯೆ ಮರೆತುಬಿಡಿ. ನಾವೆಲ್ಲ ಕೊನೆಯವರೆಗೂ ಹೀಗೆಯೇ ಚೆನ್ನಾಗಿದ್ದರೆ ಸಾಕು. ಅಲ್ಲ ಆತ್ರೇಯ, ನೋಡುವರು ನನ್ನನ್ನು ಮೋಸಗಾರನೆಂದುಕೊಳ್ಳಬಾರದಲ್ಲವೆ. ಅದರ ಜೊತೆ ಅಪ್ಪನ ಆಸೆ ಅನ್ನುವಷ್ಟರಲ್ಲಿ ಕೊಡಬೇಕಾದವರು ನೀವು ತೆಗೆದುಕೊಳ್ಳಬೇಕಾದವನು ನಾನು. ನಮ್ಮಿಬ್ಬರ ಒಪ್ಪಿಗೆಯಿದ್ದರೆ ಮಿಕ್ಕವರ ಯೋಚನೆ ಬೇಡ. ಅಂದುಕೊಳ್ಳುವವರು ಏನೇ ಆದರೂ ಅಂದುಕೊಳ್ಳುತ್ತಾರೆ. ಇನ್ನಷ್ಟು ಹೊತ್ತು ಮಾವ ಒತ್ತಾಯ ಪಡಿಸಿದರೂ ನಾನು ಒಪ್ಪಲಿಲ್ಲ. ಕೊನೆಗೆ ಅವರು, ನಮ್ಮಕ್ಕನ ಮಗನಲ್ಲವೆ. ಅವಳ ಹಠವೆ

ನಿನ್ನದು. ಇರಲಿ ಬಿಡು, ಕಾಶಿ ವಿಶಾಲಾಕ್ಷಿಯ ಇಚ್ಛೆಯಂತಾಗಲಿ ಎಂದು ಸುಮ್ಮನಾದರು.

ಹಾಗೆಯೆ ಬೇರೆ ಮಾತುಕತೆಗಳ ನಡುವೆ ಮನೆಗೆ ಬಂದು ಸೇರಿದೆವು. ಅತ್ತೆ ನನಗೂ, ಸೀತೆ ಮತ್ತು ಮೀರಳಿಗೆ ಬಟ್ಟೆ ತಂದಿದ್ದರು. ಮಧ್ಯಾಹ್ನದ ಭೋಜನವ ಅವರು ಮತ್ತು ಭಾಗೀರಥಮ್ಮನವರು ಸೇರಿ ಸಿದ್ಧಪಡಿಸಿದ್ದರು. ಅವರ ಮನೆಯಲ್ಲಿ ನುಗ್ಗೆ ಸೊಪ್ಪಿನ ಮರವೊಂದಿದೆ. ಅವನ್ನೆ ಕೊಯ್ದು ಇಲ್ಲಿಗೆ ತಂದಿದ್ದರು. ನುಗ್ಗೆ ಸೊಪ್ಪಿನ ಸಾರನ್ನು ಮಾಡುವುದು ಎಲ್ಲರಿಗೂ ಆಗದ ಮಾತು. ಕಹಿಯಾದ ನುಗ್ಗೆ ಸೊಪ್ಪಿಗೆ ಸರಿಯಾದ ಉಪ್ಪು ಖಾರ ಬೀಳಲಿಲ್ಲೆವೆಂದರೆ ರುಚಿ ಸಿಗದು. ಆದರೆ ಅತ್ತೆಯ ಕೈರುಚಿ ಅದ್ಭುತ. ಅದಕ್ಕೆ ರಾಗಿ ಮುದ್ದೆಯ ಜೋಡಿ ಸರಿ ಅಂತ ನಾನು ಮಾವ ಇಬ್ಬರು ಗಡತ್ತಾಗಿ ತಿಂದೆವು. ಅತ್ತೆ ಮಾತ್ರ ಎಂದಿನಂತೆ ಊಟದ ನಂತರ ನನ್ನ ಕೈಯ ತಟ್ಟೆಯಲ್ಲಿ ಅವರೇ ತೊಳೆದರು. ಬೇರೆ ಯಾರಾದರೂ ಆಗಿದ್ದರೆ ನನಗೆ ಸ್ವಲ್ಪ ನಾಚಿಕೆಯೆನಿಸುತ್ತಿತ್ತು. ಆದರೆ ಅತ್ತೆಯ ಪರ ನನಗೆ ಅಂತಹ ಭಾವನೆಯೆಂದು ಬರುತ್ತಿರಲಿಲ್ಲ. ಅಮ್ಮನ ನಂತರ ನನಗೆ ಅಷ್ಟು ಸಲಿಗೆಯೆನಿಸುತ್ತಿದ್ದುದು ಅವರ ಮೇಲೆಯೇ. ಆದರೆ ನಾನು ನಾನಾಗಿಯೆ ಅವರೊಡನೆ ಮಾತನಾಡಿದ್ದು ಎಂದೂ ಇಲ್ಲ. ಅವರು ಮಾತ್ರ ಯಾವ ನಿರ್ಬಂಧವಿಲ್ಲದೆ ಮನಸ್ಸಿಗೆ ಬಂದದ್ದೆಲ್ಲವ ಮಾತನಾಡಿಬಿಡುತ್ತಿದ್ದರು. ಊಟದ ನಂತರ ಬೇರೆ ಕಷ್ಟ ಸುಖಗಳ ಮಾತನಾಡತೊಡಗಿದೆವು. ಮಾವನ ಮುಖದಲಿ ನೆಮ್ಮದಿಯು ಮೂಡಿ ಬಂದಿತ್ತು. ನನಗೆ ಅವರ ಮೇಲೆ ಕೋಪವೇನು ಇರಲಿಲ್ಲ. ಆದರೆ ಇಂದು ಅವರ ಅಂದಿನ ಪರಿಸ್ಥಿತಿ ತಿಳಿದ ಮೇಲೆ, ಅವರು ಮಾಡಿದ್ದರಲ್ಲಿ ತಪ್ಪಿಲ್ಲವೆಂದನಿಸಿತು. ಸಾಯಂಕಲದ ಹೊತ್ತಿಗೆ ಮಾವ ಅತ್ತೆ ಹೊರಡಲು ಸಿದ್ಧರಾದರು. ಚಹಾ ತಯಾರಾಗಿತ್ತು. ಅದನ್ನು ಸೇವಿಸಿ ಅವರಿಬ್ಬರನ್ನು ನದಿಯ ತೀರದವರೆಗೂ ಬಿಟ್ಟು ಬಂದೆ.

****

ಅಧ್ಯಾಯ ೨೦

ಮಾವ ಮತ್ತು ಅತ್ತೆಯನ್ನು ಬಿಟ್ಟು ಬರುವ ವೇಳೆಗೆ ಸೂರ್ಯ ಪಶ್ಚಿಮದತ್ತ ಮುಳುಗ ಹೊರಟಿದ್ದ. ಇರುವಲ್ಲೆ ಇರುವ ಸೂರ್ಯನ

ಏಳುವುದು ಮುಳುಗುವುದೆಂದೆಲ್ಲ ಹೇಳುವುದು ತಮಾಷೆಯ ವಿಷಯವೆ
ಸರಿ. ನಾವೇ ಭೂಮಿಯಂತೆ ಸುತ್ತುತ್ತಾ ಇನ್ನೊಬ್ಬರನ್ನು ಸೂರ್ಯನಂತೆ
ಅವರು ನಮ್ಮಿಂದ ದೂರವಾದರು ಎಂದು ಹೇಳುತ್ತಿರುತ್ತೇವೆ.
ಸೂರ್ಯನಂತೆ ಎಲ್ಲ ಸಂಬಂಧಗಳು ಮರಳ ಬರುವುದೆ ? ಹೀಗೆ ಹುಚ್ಚು
ಯೋಚನೆಗಳ ಸಂಗಡ ನಡೆಯುತ್ತ ಮನೆಗೆ ಬಂದೆ. ಅಜ್ಜಿ ಅಲ್ಲಿಯೆ
ಕುಳಿತಿದ್ದರು. ಭಾಗೀರಥಮ್ಮನವರು ಸಿಹಿ ತಂದು ಕೊಟ್ಟರು. ಅವರ ಹಿರಿಯ
ಮಗಳು ಮೀನಾಕ್ಷಿ ಹತ್ತನೆ ತರಗತಿಯಲ್ಲಿ ನಮ್ಮ ತಾಲ್ಲೂಕಿನಲ್ಲಿ ಮೊದಲ
ಸ್ಥಾನ ಗಳಿಸಿದ್ದಳು. ನಾನು ಅವರಿಬ್ಬರೊಡನೆ ಮಾತನಾಡಿದ್ದು ಬಹಳ ಕಡಿಮೆ.
ಅವರು ಚಿಕ್ಕವರಿದ್ದಾಗಲೆ ನಾನು ಓದುವುದಕ್ಕಾಗಿ ಪಟ್ಟಣ ಸೇರಿದ್ದೆ. ಅವರು
ನನ್ನ ಕಂಡರೆ ಸ್ವಲ್ಪ ಸಂಕೋಚದಿಂದಲೆ ಇರುತ್ತಿದ್ದರು ಎಂದು ಅವರ ಓದಿನ
ಬಗ್ಗೆ ನಾನು ಯೋಚಿಸಿದವನಲ್ಲ. ಸಿಹಿ ತಿಂದು, ಮೀನ ನಿನ್ನೊಡನೆ
ಮಾತನಾಡುವುದಿದೆ ಎಂದು ಮನೆ ಮುಂದಿನ ಜಗುಲಿಯ ಮೇಲೆ ಅವಳ
ಜೊತೆ ಕುಳಿತೆ.

ಮುಂದೇನು ಮೀನ ? ಎಂದೆ ಅವಳು ನಾನು ಇತಿಹಾಸದಲ್ಲಿ
ಎಮ್. ಎ. ಮಾಡಬೇಕೆಂದಿದ್ದೇನೆ ಎಂದು ಅವಳ ಮೃದುವಾದ ಕಂಠದಿಂದ
ನುಡಿದಳು. ಅವಳು ನನ್ನೊಡನೆ ಮುಖಾಮುಖಿ ಮಾತನಾಡಿದ ಮೊದಲ
ಸಂದರ್ಭ ಇದು. ನಾನು ಮನೆಗೆ ಬಂದೊಡನೆಯೆ ಅವರಿಬ್ಬರು ಮಾತು
ನಿಲ್ಲಿಸಿ ಅವರ ಮನೆಗೆ ಹೋಗಿ ಬಿಡುತ್ತಿದ್ದರು. ಎಂದೂ ಅವರ ಬಗ್ಗೆ
ಯೋಚಿಸದ ನನಗೆ ಅದರ ಅರಿವಾಗಿದ್ದು ಈಗಲೆ ಒಳ್ಳೆಯ ನಿರ್ಧಾರವೆ
ಓದಿನ ನಂತರ ಯಾವ ಕೆಲಸ ಎಂದು ಕೇಳಿದೆ. ಅವಳು ಟೀಚರ್ ಆಗಿ ಕೆಲಸ
ಮಾಡಬೇಕೆಂಬ ಆಸೆ ಅಂದಳು. ಉತ್ತಮ ಆಲೋಚನೆ ಯಾವ ಕಾಲೇಜು
ಎಂಬ ಪ್ರಶ್ನೆಗೆ ಬೆಂಗಳೂರಿನ ಮಹಾರಾಣಿ ಕಾಲೇಜಿನಲ್ಲಿ ಇತಿಹಾಸದ
ಪ್ರಾಧ್ಯಾಪಕರು ಉತ್ತಮ ಎಂದು ಶ್ಯಾಮಾ ಮೇಷ್ಟ್ರು ಹೇಳುತ್ತಿದ್ದರು. ನಿಮ್ಮ
ಅಭ್ಯಂತರವಿಲ್ಲದಿದ್ದರೆ ಅಂತ ಮಾತು ನಿಲ್ಲಿಸಿದಳು. ಹೌದಲ್ಲ, ಇವರಿಬ್ಬರ
ಭವಿಷ್ಯದ ಹೊಣೆ ನನ್ನದೆ ಎಂದು ತಟ್ಟನೆ ನನಗೆ ಭಾಸವಾಯಿತು.
ಆಗಬಹುದು, ಅಮ್ಮ ಏನುನ್ನುತ್ತಾರೆ ಎಂದೆ ? ಅವರು ನಿಮ್ಮ ಮೇಲೆ ಎಲ್ಲ
ನಿರ್ಧಾರಗಳು ನಿಂತಿವೆ ಎಂದರು ಎಂಬ ಉತ್ತರ ಕೊಟ್ಟಳು. ಸರಿ ಬಾ,

ನಡುಮನೆಗೆ ಹೋಗೋಣ ಅಂತ ಹೇಳಿ ಇಬ್ಬರು ಅಜ್ಜಿ ಮತ್ತು ಭಾಗೀರಥಮ್ಮನವರ ಬಳಿ ಬಂದೆವು. ಭಾಗಕ್ಕ, ಮೀನ ಬೆಂಗಳೂರಿನಲ್ಲಿ ಓದಬೇಕೆಂದಿದ್ದಾಳೆ. ನಿಮ್ಮ ಅನಿಸಿಕೆ ಎಂದೆ ? ಅವರು, ನಿನ್ನ ನಿರ್ಧಾರವೆ ನನ್ನದು ಎಂದರು. ನಾನು ಹಾಗಲ್ಲ. ನಿಮ್ಮ ಮನಸ್ಸಿನಲ್ಲೇನಿದೆಯೋ ಹೇಳಿ ಎಂದೆ. ಅವರು, ಶಿವಮೊಗ್ಗೆಯಲ್ಲೆ ಓದಿದರೆ ಉತ್ತಮ ಎಂದರು. ಅಜ್ಜಿ, ಬೆಂಗಳೂರೇನು ದೂರವೆ ? ರಾತ್ರಿ ರೈಲು ಹತ್ತಿದರೆ ಬೆಳಗ್ಗೆ ಇರುತಾಳೆ. ನೀನು ಸುಮ್ಮನಿರು ಭಾಗೀರಥಿ, ನಿನಿಗಿದ್ದ ಬುದ್ಧಿಗೆ ಓದಿದ್ದರೆ ಇಂದು ನೀನು ಎಲ್ಲಿಯೋ ಇರುತ್ತಿದ್ದೆ. ನಿನ್ನ ರಕ್ತವೆ ಅವಳದ್ದು, ಓದಿ ಮುಂದೆ ಬರುತ್ತಾಳೆ. ಏನನ್ನು ಯೋಚಿಸದೆ ಕಳುಹಿಸು. ಅಜ್ಜಿ ಮಡಿ ಮೈಲಿಗೆ ಏನು ಇಲ್ಲವಲ್ಲ ಅನ್ನೊ ಮಾತಿಗೆ. ಆ ಕಾಲದಲ್ಲಿ ನನ್ನ ಸಾವಿತ್ರಿಯ ಶಿವಮೊಗ್ಗೆಗೆ ಕಾಲೇಜಿಗೆ ಕಳುಹಿಸಲು ಭಟ್ಟರ ಅಮ್ಮನವರು ಹಠ ಹಿಡಿದು ಕುಳಿತರು. ಅವಳು ಓದಿಕೊಂಡಿದ್ದರೆ ಇಂದು ಅವಳು ನಮ್ಮೊಡನೆ ಇರುತ್ತಿದ್ದಳೋ ಏನೋ ? ಚಿಕ್ಕ ವಯಸ್ಸಿನಲ್ಲಿಯೇ ಹೆರಿಗೆಯಿಂದಾಗಿ ಅವಳು ಪಟ್ಟ ಕಷ್ಟಗಳು ನಮಗೆಲ್ಲ ತಿಳಿದದ್ದೆ. ಮಡಿ ಮೈಲಿಗೆ ಅನ್ನೋದನ್ನ ಬಿಟ್ಟು ಸುಮ್ಮನೆ ಆ ಮಗುವನ್ನು ಬೆಂಗಳೂರಿಗೆ ಕಳಿಸು. ಅಮ್ಮನ ಕೃಪೆ ಆ ಮಗುವಿನ ಮೇಲೆ ಬಲವಾಗಿದೆ ಎಂದು ತಿಳಿ ಹೇಳಿದರು. ಅಜ್ಜಿ ಅಷ್ಟು ಹೇಳಿದ ಮೇಲೆ ತಿರುಗಿ ಹೇಳುವ ಪ್ರಮೇಯವಿರಲಿಲ್ಲ.

ಇಷ್ಟರೊಳಗೆ ಊಟದ ಸಮಯವಾಯಿತು. ಇಂದು ಸ್ವಲ್ಪ ದಣಿದಿದ್ದೆ. ನಿದಿರೆ ಜೋರಾಗಿ ಬಂದಿತ್ತು. ತಲೆ ದಿಂಬಿನ ಮೇಲಿಟ್ಟೆನೊ ಇಲ್ಲವೊ ಮಲಗಿಬಿಟ್ಟೆ. ಬೆಳಗ್ಗೆ ಎದ್ದು ಹಸುವಿನ ಕೊಠಡಿಗಳ ಶುಭ್ರಗೊಳಿಸಿ ಹಾಲು ಕರೆದು ಡೈರಿಗೆ ಹಾಕಿ ಬಂದೆ. ಇಂದು ಮೀನ ಕಾಫಿ ತಂದು ಕೊಟ್ಟಳು. ಆತ್ರೇಯಣ್ಣ, ನಿಮ್ಮ ಹತ್ತಿರ ಮಾಡನಾಡುವುದಿದೆ ಎಂದಳು. ಹೇಳು ಮೀನ ಅಂದೆ. ನನ್ನ ಗೆಳತಿ ಅನ್ನಪೂರ್ಣ ನನಗಿಂತ ಬುದ್ಧಿವಂತಳು. ಎರಡನೆಯ ಸ್ಥಾನ ಅವಳದ್ದೆ. ಆದರೆ ಅವಳ ತಂದೆ ಮುಂದೆ ಓದಿಸುವುದಿಲ್ಲವೆಂದು ಹಠ ಹಿಡಿದು ಕುಳಿತಿದ್ದಾರೆ ತಾಯಿ ? ಎಂಬ ನನ್ನ ಪ್ರಶ್ನೆಗೆ ಇಲ್ಲ. ಅವಳು ಆರನೆ ತರಗತಿಯಲ್ಲಿದ್ದಾಗಲೆ ಅವಳ ತಾಯಿ ತೀರಿಕೊಂಡರು ಎಂದಳು. ತಪ್ಪು ತಿಳಿದುಕೊಳ್ಳಬೇಡಿ. ನೀವು ಅವಳಿಗೆ ಸ್ವಲ್ಪ ಸಹಾಯ ಮಾಡಿದರೆ ? ಎಂದು

ತನ್ನ ಕಾಲಿನ ಹೆಬ್ಬೆರಳಲ್ಲಿ ನೆಲವ ಕೊರೆಯುತ್ತಾ ನಿಂತಿದ್ದಳು. ಇನ್ನಾರು ಇಲ್ಲವೆ ಮೀನ ನಿನ್ನ ಗೆಳತಿಗೆ ಎಂದು ನಾನು ಕೇಳಿದೆ. ಅದಕ್ಕೆ ಇಲ್ಲಣ್ಣ, ಅವರ ಅಜ್ಜಿ ತಾತ ಇದ್ದಾರೆ. ತುಂಬಾ ವಯಸ್ಸಾಗಿದೆ ಅವರಿಂದೇನು ಆಗದು. ಅವಳಿಗೆ ನನ್ನಂತೆಯೆ ಇತಿಹಾಸದಲ್ಲಿ ಆಸಕ್ತಿ. ಅವರ ಜಾತಿಯವರ ವಸತಿ ಗೃಹದಲ್ಲಿ ಉಚಿತವಾಗಿ ಅವಳನ್ನು ನೋಡಿಕೊಳ್ಳುತ್ತಾರೆ. ಆದರೆ ಫೀಜು, ಪುಸ್ತಕಗಳಿಗೆ ಸ್ವಲ್ಪ ಕಷ್ಟ. ಮೀನಳ ಮಾತುಗಳು ಕೇಳಿ ನನಗೆ ಬಹಳ ಆನಂದವಾಯಿತು. ಅಮ್ಮನಾಗಲಿ, ಅಜ್ಜಿಯಾಗಲಿ, ಅವರನ್ನು ಬೇರೆಯವರ ಹಾಗೆ ನೋಡಿರಲಿಲ್ಲ. ಅದರಿಂದಲೆ ಮಕ್ಕಳಿಗೆ ಮೀನ ಮೇಷ ಏಣಿಸದೆ ನನ್ನನು ಕೇಳುವ ಧೈರ್ಯ ಎಂಬುದು ನನಗೆ ತಿಳಿಯತೊಡಗಿತು. ಸರಿ ಮೀನ, ಸರ್ಕಾರಿ ಕಾಲೇಜಿನ ಖರ್ಚು ಕೂಡ ಕಡಿಮೆಯ. ಆದರೆ ನನ್ನದೊಂದು ಶರತ್ತು ಎಂದೆ ಅವಳು ಏನೆಂದು ಕೇಳಿದಳು. ಕೆಲಸ ಸಿಕ್ಕಿದ ನಂತರ ನನ್ನ ಹಣವನ್ನು ನೀನು ಮತ್ತು ಅನ್ನಪೂರ್ಣ ಇಬ್ಬರು ತೀರಿಸಬೇಕು ಎಂದೆ. ದುಡ್ಡಿನ ಪ್ರಶ್ನೆಯಲ್ಲ. ಉಚಿತವಾಗಿ ನಿಮಗೆ ಹಣವನ್ನು ನೀಡಿ ನಿಮ್ಮ ಮೇಲೆ ಕರುಣೆ ತೋರಿಸುವ ಉದ್ದೇಶ ನನ್ನದಲ್ಲ. ಇದಕ್ಕೆ ಒಪ್ಪಿಗೆಯಿದ್ದರೆ ನನ್ನಲ್ಲಿ ಸಂದೇಹವಿಲ್ಲ. ಧನ್ಯವಾದ ಆತ್ರೇಯಣ್ಣ. ಅವಳ ಓದು ಇಲ್ಲಿಗೆ ನಿಂತು ಹೋಗುವುದೆಂದು ಸ್ವಲ್ಪ ಬೇಸರವಾಗಿತ್ತು ಎಂದು ಹೇಳಿ ಒಳಗೆ ಹೊರಟಳು. ನಾನೆಂದೂ ಈ ಮಕ್ಕಳ ಜೊತೆ ಮಾತನಾಡಿದವನಲ್ಲ. ಆದರೆ ಇಂದು ಮೀನ ತೆಗೆದುಕೊಂಡ ನಿರ್ಧಾರ ಅವಳ ಪರ ಗೌರವನ್ನು ತಂದು ಕೊಟ್ಟಿತ್ತು. ನಮ್ಮ ಮುಂದೆ ಆಟವಾಡಿಕೊಂಡಿದ್ದ ಮಕ್ಕಳು ಒಮ್ಮೊಮ್ಮೆ ನಮಗೆ ಜೀವನದ ಪಾಠಗಳನ್ನು ಕಲಿಸಿಕೊಡುತ್ತಾರೆ. ಮತ್ತೆ ನಾನಿರುವ ದೇಶಕ್ಕೆ ಹೊರಡುವಾಗ ಇಬರಿಬ್ಬರನ್ನು ಬೆಂಗಳೂರಿಗೆ ಕರೆದುಕೊಂಡು ಹೋಗಿ ಕಾಲೇಜಿಗೆ ಸೇರಿಸುವುದೆಂದು ನಿರ್ಧಾರವಾಯಿತು.

ತಿಂಡಿ ತಿಂದು ಮೀನಳ ಕರೆದುಕೊಂಡು ಅನ್ನಪೂರ್ಣಳ ಮನೆಗೆ ಹೊರಟೆವು. ಮನೆಯಲ್ಲಿ ಅವಳ ತಂದೆ ಕೂಡ ಇದ್ದರು. ಅವರಿಗೆ ನಮಸ್ಕಾರ ಹೇಳಿ ಮನೆಯ ಒಳಗೆ ಕುಳಿತೆವು. ಅನ್ನಪೂರ್ಣ ಕಾಫಿ ಅಂದಳು. ನನಗೆ ಫಿಲ್ಟರ್ ಕಾಫಿಯೆ ಆಗಬೇಕು. ಕಾಫಿ ಪುಡಿಯ ಹಾಕಿ ಮಾಡಿದರೆ ಕುಡಿಯಲಾಗದು. ಅದಕ್ಕೆ ಸ್ವಲ್ಪ ಚಹಾ ಮಾಡಮ್ಮ ಅಂದೆ. ಮೀನ ಒಳಗೆ

ಹೋಗಿ ಇಬ್ಬರು ಗುಸುಗುಸ ಮಾತನಾಡಲಾರಂಭಿಸಿದರು. ನಾನು ಅವಳ ತಂದೆಯ ಬಳಿ ಮೀನಳ ಜೊತೆ ಆಡಿದ ಮಾತುಗಳ ಹೇಳಿದೆ. ಅವರು ಇಲ್ಲ ಸ್ವಾಮಿ, ಮನೆಯಲ್ಲೆ ಇದ್ದು ಕೆಲಸ ನೋಡಿಕೊಳ್ಳಲಿ. ನನ್ನ ತಂಗಿಯ ಮಗನ ಜೊತೆ ಅವಳ ಮದುವೆ ನಿಶ್ಚಯವಾಗಿದೆ ಅಂತ ಸ್ವಲ್ಪ ಜೋರು ಮಾಡಿದರು. ಇಷ್ಟು ಸಣ್ಣ ವಯಸ್ಸಿಗೆ ಮದುವೆಯೆ ಎಂದೆ. ಅವಳು ವಯಸ್ಸಿಗೆ ಬಂದು ಮೂರು ವರ್ಷವಾಯಿತು. ಈಗಲೆ ತಡವಾಯಿತು. ಶ್ಯಾಮ ಮೇಷ್ಟ್ರ ಬಲವಂತ ಮಾಡಿದ್ದಕ್ಕೆ ಶಾಲೆ ಮುಗಿಯವವರೆಗೂ ಓದಿಸಿದೆವು. ಅವಳ ಮದುವೆಯ ನಂತರ ನಾನು ಬೆಂಗಳೂರಿಗೆ ಹೋಗಿ ಯಾವುದಾದರೊಂದು ಕೆಲಸ ನೋಡಿಕೊಳ್ಳುತ್ತೇನೆ ಎಂದರು. ನಾನು, ಊರಲ್ಲೆ ಎರಡನೇ ಸ್ಥಾನ ಅನ್ನಪೂರ್ಣಳದ್ದು. ಓದಿಸಿದರೆ ಬಹಳ ಮುಂದೆ ಬರುವ ಲಕ್ಷಣಗಳಿವೆ, ಯೋಚಿಸಿ ಎಂದೆ. ಅನ್ನಪೂರ್ಣ ಚಹಾ ತಂದು ಕೊಟ್ಟಳು. ಬಹಳ ಲಕ್ಷಣವಾದ ಮುಖ. ಮೀನ ವಿಷಯ ತಿಳಿಸಿದ ಹಾಗಿತ್ತು. ಬಹಳ ಸಂತೋಷ ಮೂಡಿ ಬಂದಿತ್ತು ಅವಳ ಮುಖದಲ್ಲಿ. ಆದರೆ ಅವಳ ತಂದೆಯ ಕಡೆ ನೋಡಿದೊಡನೆಯೆ ಮುಖವು ಒಮ್ಮೆಲೆ ಸೊರಗಿ ಹೋಯಿತು. ಸ್ವಲ್ಪ ಯೋಚಿಸಿ ನೋಡಿ, ನಾನು ಎರಡು ದಿನ ಕಳೆದು ಬರುತ್ತೇನೆಂದು ಅಲ್ಲಿಂದ ಮನೆಗೆ ಬಂದೆ. ಭಾರತದಲ್ಲಿ ಹುಡುಗಿಯರ ಓದನ್ನು ಅರ್ಧಕ್ಕೆ ನಿಲ್ಲಿಸುವುದನ್ನು ನಾನು ಬಹಳ ನೋಡಿದ್ದೆ. ನನ್ನೊಡನೆ ಶಾಲೆಯಲ್ಲಿ ಆಡಿಕೊಂಡಿದ್ದ ನನ್ನ ಸುಮಾರು ಸಹಪಾಠಿಗಳು ಹದಿನೆಂಟು ದಾಟುವುದಕ್ಕೆ ಮುನ್ನ ತಾಯಿಯರಾಗಿದ್ದರು. ಅದರಲ್ಲಿ ನನಗಿಂತ ಚೆನ್ನಾಗಿ ಓದಿಕೊಂಡಿದ್ದವರು ಮೂರ್ನಾಲ್ಕು, ಜನರಿದ್ದರು. ಅಜ್ಜಿ ಮೀನಳ ವಿಷಯಕ್ಕೆ ಸಾವಿತ್ರಿಯ ಮಾತ ತಂದಿದ್ದು ನನ್ನ ಮನಸ್ಸಿಗೆ ಬಂತು. ಅನ್ನಪೂರ್ಣಳನ್ನು ಹೇಗಾದರು ಕಾಲೇಜಿಗೆ ಹೋಗುವ ಹಾಗೆ ಮಾಡಬೇಕೆಂದು ನಿರ್ಧಾರ ಮಾಡಿ ಅಲ್ಲಿಂದ ನಾನು ಮೀನ ಮನೆಗೆ ಹೊರಟು ಬಂದೆವು.

****

ಅಧ್ಯಾಯ ೨೧

ಮನೆಗೆ ಬರುವಾಗ ಅಜ್ಜಿ ಸಾವಿತ್ರಿಯ ಬಗ್ಗೆ ಹೇಳಿದ ಮಾತುಗಳ ಯೋಚಿಸುತ್ತ ಬಂದೆ. ಆದರೆ ತಟ್ಟನೆ ಭಾಗೀರಥಿ ನಿನ್ನನ್ನು

ಓದಿಸಿದ್ದರೆ ನೀನು ಎಲ್ಲಿಯೋ ಇರುತ್ತಿದ್ದೆ ಎಂದು ಅಜ್ಜಿ ಹೇಳಿದ ಮಾತುಗಳು ನನ್ನ ಮನಸ್ಸಿಗೆ ಬಂದವು. ಅಂದುಕೊಂಡಿದ್ದೆಲ್ಲವ ಅಮ್ಮನ ಜೊತೆ ಮಾತನಾಡುವ ಅಭ್ಯಾಸ ನನ್ನದು. ಒಮ್ಮೆ ಭಾಗೀರಥಮ್ಮನವರ ಬಗ್ಗೆ ಕಟುವಾಗಿ ಮಾತನಾಡಿದಾಗ, ಅಮ್ಮ ನನಗೆ ಅವರ ಕಥೆಯ ಹೇಳಿದ್ದರು. ಅದನ್ನು ಹಾಗೆಯೆ ಯೋಚಿಸುತ್ತಾ ಬಂದೆ.

ಆತ್ರೇಯನ ಮನದಲ್ಲಿ ಅಂದು ಅಮ್ಮ ಹೇಳಿದ ಮಾತುಗಳು

ಆತ್ರೇಯ, ಒಮ್ಮೆ ನಿನ್ನ ತಾತ ಮತ್ತು ಅಜ್ಜಿ ಶಿವಮೊಗ್ಗೆಯಲ್ಲಿ ನಮ್ಮವರೊಬ್ಬರಿಗೆ ಮಗುವಾಯಿತೆಂದು, ಅಲ್ಲಿಗೆ ಹೋಗಿದ್ದರು. ನನ್ನ ನಿನ್ನ ತಂದೆಯವರಿಗೆ ಮದುವೆಯಾಗಿ ಎರಡು ವರ್ಷಗಳಾಗಿತ್ತಷ್ಟೆ. ಯಾರೊ ಹದಿನಾರು ವರ್ಷದ ಹೆಂಗಸೊಬ್ಬಳು ಮದುವೆಯಾಗದೆ ಗರ್ಭಿಣಿಯಾಗಿ ಮಗುವೊಂದನ್ನು ಹೆತ್ತು ಅಲ್ಲಿಂದ ಓಡಿ ಹೋಗಿದ್ದಳು. ಆಸ್ಪತ್ರೆಯವರೆಲ್ಲ ಸೇರಿ ಆ ಮಗುವನ್ನು ಅನಾಥಾಶ್ರಮವೊಂದಕ್ಕೆ ಸೇರಿಸಿದ್ದರು. ಒಮ್ಮೆ ನಿನ್ನ ತಾತನವರು ಬಹಳ ಯೋಚಿಸುತ್ತಿದ್ದನ್ನು ನೋಡಿ ಮೂಕಜ್ಜಿ ಅವರಿಗೆ ಆ ಮಗುವ ದತ್ತು ತೆಗೆದುಕೊಳ್ಳಲು ಹೇಳಿದರು. ನಿನ್ನ ತಾತನ ಬಗ್ಗೆ ನಿನಗೆ ಗೊತ್ತಲ್ಲ ? ಸುಲಭವಾಗಿ ಕರಗುವ ಮನಸ್ಸು ಅವರಿಗೆ ಮೂಕಜ್ಜಿ ಹೇಳಿದ ಮಾತುಗಳು ಹಿಡಿಸಿದಂತಿತ್ತು. ಆದರೆ ನಿಮ್ಮ ಅಜ್ಜಿಗೆ ಒಪ್ಪಿಗೆಯಿರಲಿಲ್ಲ. ಸ್ವಲ್ಪ ಜಾತಿ, ಮಡಿ, ಮೈಲಿಗೆ ಅನ್ನುವವರು ಅವರು. ಆದರೆ ಮೂಕಜ್ಜಿ ಹೇಳಿದ ಮೇಲೆ ಮನೆಯಲ್ಲಿ ಯಾರು ಪ್ರಶ್ನಿಸುತ್ತಿರಲಿಲ್ಲ. ನನಗೆ ಅದು ಅಂದು ಸರಿ ಕಾಣುತ್ತಿರಲಿಲ್ಲ. ಆದರೆ ನಮ್ಮ ತಾಯಿಯವರಿಗೆ ಹುಷಾರಿಲ್ಲದಿದ್ದಾಗ ಮೂಕಜ್ಜಿಯೆ ಎಲ್ಲರ ಬಾಯಿ ಮುಚ್ಚಿಸಿ ನನ್ನನ್ನು ನನ್ನ ತಾಯಿ ಮನೆಗೆ ಕಳುಹಿಸಿದ್ದರು. ನಿನ್ನ ಮಾವನಿಗೆ ಮದುವೆಯಾಗಿರಲಿಲ್ಲ ಅಂದು. ಎಲ್ಲರೂ ಒಪ್ಪಿ ಮಗುವನ್ನು ದತ್ತು ತೆಗೆದುಕೊಳ್ಳಲು ಶಿವಮೊಗ್ಗಗೆ ಹೊರಟೆವು. ಆ ಅನಾಥಾಶ್ರಮವ ನೋಡಿದರೆ ಕರುಳು ಕಿತ್ತು ಬರುವಂತಿತ್ತು. ಸರಿಯಾದ ಸೌಲಭ್ಯಗಳಿರಲಿಲ್ಲ. ಎರಡು ಸಣ್ಣ ಕೊಠಡಿಗಳಲ್ಲಿ ಇಪ್ಪತ್ತಕ್ಕಿಂತ ಹೆಚ್ಚು ಮಕ್ಕಳು ಭಾಗೀರಥಿಗೆ ಇನ್ನು ಹೆಸರು ಇಟ್ಟರಲಿಲ್ಲ. ಒಂದು ವಾರ ಅಲ್ಲೆ ಇದ್ದು ದತ್ತು ತೆಗೆದುಕೊಳ್ಳುವ ಎಲ್ಲ ಕೆಲಸಗಳ ಮುಗಿಸಿ ಭಾಗೀರಥಿಯನ್ನು ಕರೆದುಕೊಂಡು ಬಂದೆವು. ಅವಳಿಗೆ ಭಾಗೀರಥಿ ಎಂದು ಹೆಸರಿಟ್ಟವರು

ಭಟ್ಟರ ತಾಯಿ. ಮಡಿ ಮೈಲಿಗೆ ಅಂತಿದ್ದರು ಭಟ್ಟರ ಮನೆಯಲ್ಲಿ ಜಾತಿ ಬೇಧಭಾವಗಳು ಕಡಿಮೆಯ. ಭಟ್ಟರ ಪರಿಸ್ಥಿತಿ ಕೂಡ ಅಂದು ಬಹಳ ಚೆನ್ನಾಗಿಯೆ ಇತ್ತು. ನಮ್ಮನ್ನು ಸೇರುತ್ತಿದ್ದವರೆ ಮೂರು ಮತ್ತೊಬ್ಬರು ಇನ್ನು ಜಾತಿ ಕುಲ ಗೋತ್ರಗಳು ಗೊತ್ತಿರದೆ ಒಂದು ಮಗುವನ್ನು ತಂದಿಟ್ಟುಕೊಂಡಿದ್ದಾರಂತೆ ಎಂದು ಎಲ್ಲರು ಆಡಿಕೊಳ್ಳುವುದು ಹೆಚ್ಚಾಯಿತು. ಮನೆಗೆ ಬರುವವರ ಸಂಖ್ಯೆ ಕೂಡ ಕಡಿಮೆಯಾಯಿತು. ಮನೆಗೆ ಬಂದವರು ಕೂಡ ಅಜ್ಜಿ ಬಾಯಿಗೆ ಬಂದದ್ದನ್ನು ಹೇಳಿ ಬಿಡುತ್ತಾರೆಂದು ಇದರ ಬಗ್ಗೆ ಹೆಚ್ಚು ಮಾತನಾಡದೆ ಇದ್ದರು.

ಅವಳು ಬಂದ ಮೂರು ವರ್ಷಕ್ಕೆ ನೀನು ಹುಟ್ಟಿದ್ದು, ಅವಳ ಮದುವೆಯ ಸಮಯಕ್ಕೆ ನೀನು ಕಾಲೇಜು ಓದುವುಕ್ಕೆ ಹೋಗಿದ್ದು, ಅವಳು ಚೆನ್ನಾಗಿಯೆ ಓದುತ್ತಿದ್ದಳು. ಬಹಳ ಸುಂದರವಾಗಿದ್ದ ಅವಳ ಊರಿನಲ್ಲಿ ಹಲವರು ಕೆಟ್ಟ ಕಣ್ಣಿಂದ ನೋಡುತ್ತಿದ್ದರು. ಒಮ್ಮೆ ಅವಳು ಶಾಲೆಯಿಂದ ಬರುತ್ತಿದ್ದಾಗ ಅವಳ ಮೇಲೆ ಊರಿನ ಒಬ್ಬ ಹುಡುಗ ಕುಕೃತ್ಯವೆಸಗುವ ಪ್ರಯತ್ನ ಮಾಡಿದ. ಪುಣ್ಯಕ್ಕೆ ಊರಿನ ಕೆಲವರು ಅದನ್ನು ನೋಡಿ ತಡೆದಿದ್ದರು. ಆದಾದ ನಂತರ ಅವಳು ಶಾಲೆಗೆ ಹೋಗುವುದಿಲ್ಲವೆಂದು ಹಠ ಮಾಡಿ ಮನೆಯಲ್ಲೇ ಉಳಿದಿದ್ದಳು. ನಾವು ಬಲವಂತ ಮಾಡ ಹೋಗಲಿಲ್ಲ. ಭಾಗೀರಥಿ ಭಯದಿಂದ ಮಂಕಾಗಿ ಹೋಗಿದ್ದಳು. ಅವಳ ತಾಯಿಯ ವಿಷಯದಲ್ಲು ಹಾಗೆಯೇ ನಡೆದಿರಬಹುದೆಂಬ ಭ್ರಮೆ ಹುಟ್ಟುಕೊಂಡಿತ್ತು. ಅವಳ ಮನದಲ್ಲಿ ಭ್ರಮೆ ಎಂದು ಹೇಳಲಾಗದು. ನಮಗೆ ತಿಳಿದಿದ್ದರೆ ತಾನೆ. ಎಷ್ಟು ಪ್ರಯತ್ನ ಮಾಡಿದರು ಅವಳು ಆ ಮಂಕಿನಿಂದ ಹೊರ ಬರಲಿಲ್ಲ. ಹರಕೆ ಹೊರದ ದೇವರಿಲ್ಲ. ಅದೇ ಸಮಯದಲ್ಲಿ ನಮ್ಮ ತಾಯಿಗೆ ಆರೋಗ್ಯ ಕೆಟ್ಟಿದ್ದು, ನಾನು ಗಂಗಾಪುರಕ್ಕೆ ಹೋಗಬೇಕಾಯಿತು. ನಾನು ಆರು ತಿಂಗಳು ಕಳೆದು ಬರುವಷ್ಟರಲ್ಲಿ ಅವಳ ವರ್ತನೆ ಸಂಪೂರ್ಣ ಬದಲಾಗಿತ್ತು. ಅಜ್ಜಿಯೊಡನೆ ಹೆಚ್ಚು ಸೇರದ ಅವಳು. ಅಜ್ಜಿಯನ್ನು ಬಿಟ್ಟು ಕದಲದಂತಾಗಿದ್ದಳು. ಕುತೂಹಲವಿದ್ದರು ಅವಳ ಕೇಳಿ ಮತ್ತೆ ಹಿಂದಿನಂತಾಗಿ ಬಿಡುತ್ತಾಳೆಂದು ಹೆದರಿ, ಸುಮ್ಮನಾದೆ. ಹೇಗೊ ಅವಳು ಸರಿಹೋದಳಲ್ಲವೆಂಬ ತೃಪ್ತಿ ನನಗೆ ಮತ್ತು ಮನೆಯವರಿಗೆ ಆದರೆ ಮುಂದೆ

ಓದುವ ಆಸೆ ಅವಳಲ್ಲಿ ಸತ್ತು ಹೋಗಿತ್ತು.

ಒಮ್ಮೆ ಶೃಂಗೇರಿಗೆ ಹೋಗಿದ್ದಾಗ, ಅವಳ ನೋಡಿ ಇಷ್ಟಪಟ್ಟು, ಒಬ್ಬರು ಮುಂದು ಬಂದು ಮದುವೆಯ ಮಾತುಕಥೆ ನಡೆಸಿದರು. ನಮಗೂ ಇಷ್ಟವಾಯಿತು. ಆದರೆ ಅವಳ ಹುಟ್ಟಿನ ಗುಟ್ಟು ಮುಚ್ಚಿಡುವುದು ನಮಗಾರಿಗೂ ಇಷ್ಟವಿರಲಿಲ್ಲ. ಅದನ್ನು ತಿಳಿದುಕೊಂಡ ತಕ್ಷಣ ಅವರು ಹಿಂದೇಟು ಹಾಕಿದರು. ಆದರೆ ಆ ಹುಡುಗ ಸೇನೆಯಲ್ಲಿದ್ದವನು. ಹಠ ಮಾಡಿ ಭಾಗೀರಥಿಯನ್ನೇ ಮದುವೆ ಮಾಡಿಕೊಂಡನು. ಅವರ ಮನೆಯಲ್ಲಿ ಇಷ್ಟವಿಲ್ಲದಿದ್ದರು ಹುಡುಗನ ಹಠಕ್ಕೆ ಒಪ್ಪಿದರು. ಎರಡನೆ ಮಗುವಿನ ಹೆರಿಗೆಗೆ ಬಂದಿದ್ದ ಭಾಗೀರಥಿಗೆ ಅವಳ ಗಂಡನ ಮತ್ತೆ ನೋಡುವ ಭಾಗ್ಯ ಸಿಗಲಿಲ್ಲ. ಕಾಶ್ಮೀರದಲ್ಲಿ ಶತ್ರುಗಳ ಗುಂಡಿಗೆ ಬಲಿಯಾಗಿದ್ದರು. ಮೀನಳ ತಂಗಿ ಯಶೋಧೆಯು ಇನ್ನು ಹುಟ್ಟಿರಲಿಲ್ಲ. ಬಹಳ ನೋವು ಅನುಭವಿಸಿದಳು ಭಾಗೀರಥಿ. ಅವಳ ಅತ್ತೆಯ ಮನೆಯುವರು ಕೂಡ ಅವಳ ವಿಚಾರಿಸಿಕೊಳ್ಳಲು ಬರಲಿಲ್ಲ. ಅವಳ ಕಾಲ್ಗುಣವೆ ಅವಳ ಗಂಡನ ಸಾವಿಗೆ ಕಾರಣವೆಂಬುದು ಅವರ ಯೋಚನೆ. ಎತ್ತಿಗೆ ಜ್ವರ ಬಂದರೆ ಎಮ್ಮೆಗೆ ಬರೆ ಹಾಕುವ ಅಲೋಚನೆಯವರ ಏನೂ ಮಾಡಲಾಗದು. ಅವರಿಗೆ ಭಾಗೀರಥಿಯ ಮೆಲೆ ಮೊದಲಿಂದಲು ಅಷ್ಟಕಷ್ಟೆ. ಅದರ ಮೇಲೆ ಎರಡು ಹೆಣ್ಣು ಮಕ್ಕಳು ವಂಶ ಉದ್ಧರಿಸಲು ಯಾರೂ ಇಲ್ಲವೆಂಬ ಕೊರಗು ಅವರದ್ದು. ಒಂದು ಗಂಡು ಮಗು ಹುಟ್ಟಿದ್ದರೆ ಬರುತ್ತಿದ್ದರೋ ಏನೊ ? ಭಾಗೀರಥಿಯ ಜವಾಬ್ದಾರಿ ಈಗ ನಿನ್ನ ತಂದೆಯ ಮೇಲಿತ್ತು. ಹೆರಿಗೆಯಿಂದ ಸುಧಾರಿಸಿಕೊಂಡು ಅವಳು ಊರಿನ ಮಕ್ಕಳಿಗೆ ಪಾಠ ಹೇಳಿಕೊಡಲು ಶುರು ಮಾಡಿದಳು. ಅವಳ ಮಕ್ಕಳು ಯಾರ ಹಂಗಲ್ಲು ಬದುಕಬಾರದೆಂಬ ಸ್ವಾಭಿಮಾನ. ಮೂರು ವರ್ಷಗಳಾಗಿರಬಹುದು. ಸೇನೆಯಿಂದ ಅವಳ ಗಂಡನಿಗೆ ಬರಬೇಕಾದ ಐದಾರು ಲಕ್ಷಗಳು ಬಂದವು. ನಮಗೆ ಅದರ ಅರಿವೆ ಇರಲಿಲ್ಲ. ಸ್ವಾಭಿಮಾನ ನೋಡು ಆಕೆಯದು. ಆ ಹಣದಲ್ಲಿ ಕೂಡ ಅರ್ಧ ಭಾಗವ ಅವಳ ಅತ್ತೆ ಮನೆಗೆ ಕಳುಹಿಸಿ ಕೊಟ್ಟಳು. ಅವರಿಗೂ ಒಬ್ಬನೇ ಮಗ. ಅವಳ ನಿರ್ಧಾರ ನಮಗೂ ಸರಿಯೆನಿಸಿತು. ಮಿಕ್ಕಿದ್ದ ಹಣದಲ್ಲಿ ಅವಳಿರುವ ಮನೆಯೊಂದು ಕಟ್ಟಿಕೊಂಡಳು. ಈ ಮನೆಯ ಕಳೆಯೆ ಅವಳು ಅವಳ

ಹಣೆಯಲ್ಲಿ ಹುಟ್ಟಿನಿಂದ ಸಾವಿನವರೆಗೂ ಇಲ್ಲಿಯೆ ಇರಬೇಕೆಂದು ಬರೆದಿದ್ದರೆ ಅದನ್ನು ತಡೆಯಲು ನಾವು ಯಾರು ?

ಅಮ್ಮ ಹೇಳಿದ ಮಾತುಗಳು ಇಂದಿಗೂ ನನ್ನ ತಲೆಯಲ್ಲಿ ಹಾಗೆಯೇ ಉಳಿದಿವೆ. ಹಾಗೆ ಯೋಚಿಸಿಕೊಂಡು ಮನೆಗೆ ಬಂದೆ. ಅಜ್ಜಿ ಅಲ್ಲಿಯೇ ಕುಳಿತಿದ್ದರು. ನಾನು ನಡೆದದ್ದನೆಲ್ಲ ಅಜ್ಜಿಗೆ ಹೇಳಿದೆ. ಅಜ್ಜಿ ಮರಿ, ಅನ್ನಪೂರ್ಣಳ ತಂದೆಯೆ ? ಆ ನೀಚನೆ ಭಾಗೀರಥಿಯ ಮೇಲೆ ಒಮ್ಮೆ ಹಲ್ಲೆ ಮಾಡಲು ಮುಂದಾದವನು. ನೋಡೀಗ ಅವನ ಬಾಳು. ಹಾಳಾದವನು ಅಜ್ಜಿ ಒಬ್ಬರ ಕುರಿತೂ ಹಾಗೆ ಮಾತನಾಡಿದವರಲ್ಲ. ನನಗೂ ಛೀ ಎನಿಸಿತು. ಆದರೆ ಅವರ ತಂದೆ ಮಾಡಿದ ತಪ್ಪಿಗೆ ಅನ್ನಪೂರ್ಣಳು ಬೆಲೆ ಕಟ್ಟಬಾರದೆನಿಸಿತು. ವಿಚಿತ್ರವೆಂದರೆ ಅವಳ ತಾಯಿಯ ಬಾಳನ್ನು ಕೆಡಸಲೆತ್ನಿಸಿದವನ ಮಗಳಿಗೆ ಮೀನ ನೆರವಾಗುತ್ತಿದ್ದುದು ಅದಕ್ಕೆ, ಭಾಗೀರಥಮ್ಮನವರು ಏನೂ ಹೇಳದಿದ್ದುದು ಇವೆಲ್ಲ ವಿಧಿಯ ವಿಚಿತ್ರವಲ್ಲದಿದ್ದರೆ ಮತ್ತೇನೆಂದೆನಿಸತೊಡಗಿತು. ಅಜ್ಜಿ. ಏನಾದರೂ ಉಪಾಯ ತೋಚಿತೆ ಮರಿ ಎಂದರು. ಇಲ್ಲ, ಅಜ್ಜಿ. ಅವಳ ತಂದೆ ಒಪ್ಪುವುದು ಕಷ್ಟವೆನಿಸುತ್ತಿದೆ. ನೀನೊಬ್ಬ, ಚಟಕ್ಕೆ. ಮಕ್ಕಳ ಹುಟ್ಟಿಸಿದ ಅವನ ಒಪ್ಪಿಗೆಯ ಕುರಿತು ಯೋಚಿಸುತ್ತಿರುವೆ. ಅವನ ಹೆಂಡತಿಗೆ ಹಾಳು ರೋಗವೊಂದು ಬಂದಾಗ ಅಸ್ಪತ್ತೆಗೆ ಕರೆದುಕೊಂಡು ಹೋಗದೆ ಅವಳು ನರಳಿ ಸಾಯುವ ಹಾಗೆ ಮಾಡಿದ. ಅವನ ಮಗನನ್ನು ಕೂಡ ಯಾವುದೋ ಕಾರ್ಖಾನೆಗೆ ಕೆಲಸಕ್ಕೆ ಕಳುಹಿಸಿದ ಶ್ಯಾಮಾ ಮೇಷ್ಟ್ರು ಇರದಿದ್ದರೆ ಅವಳು ಹತ್ತನೆಯ ತರಗತಿಯ ಮೆಟ್ಟಿಲು ಕೂಡ ಹತ್ತುತ್ತಿರಲಿಲ್ಲ. ಅವನನ್ನು ಒಪ್ಪಿಸುವುದು ಸುಲಭ. ಯಾವುದೋ ಸಂಸ್ಥೆಯೊಂದು ವಿದ್ಯಾರ್ಥಿ ವೇತನವ ಕೊಟ್ಟು ಪ್ರತಿ ತಿಂಗಳು ಸಾವಿರ ರೂಪಾಯಿ ಕೊಡುತ್ತಾರೆಂದು ತಿಳಿಸು. ಹೇಗೆ ಒಪ್ಪುವುದಿಲ್ಲವೊ ನೋಡು ಎಂದರು. ಅಜ್ಜಿಗೆ ಇಂತಹ ಯೋಚನೆಗಳು ಕೂಡ ಬರುವುದೆ ಎಂದು ಅಶ್ಚರ್ಯವಾದರು ನಾನು ವಿದೇಶದಲ್ಲಿ ಓದುವುದಕ್ಕೆ ಇದಕ್ಕಿಂತಲು ಹೆಚ್ಚು ಯೋಜನೆಗಳ ಹಾಕಿದ್ದು, ಅಜ್ಜಿಯೆ ಎಂದು ಅರಿವಾಗಿ ಸುಮ್ಮನಾದೆ. ಅಜ್ಜಿ ಕೊಟ್ಟ ಯೋಜನೆ ನನಗೂ ಸರಿಯೆನಿಸಿತು. ಆದರೆ ನಾನೆ ಹೋಗಿ ಅದನ್ನ ಹೇಳಿದರೆ ಅನ್ನಪೂರ್ಣಳ ತಂದೆ

ಒಪ್ಪುವುದಿಲ್ಲವೆಂದು ಬೇರೆ ಯೋಚನೆಗಳ ಮಾಡತೊಡಗಿದೆ. ಮೇಷ್ಟ್ರ ಮೂಲಕ ಹೋಗುವುದೇ ಉತ್ತಮವೆಂದು ನಿಶ್ಚಯ ಮಾಡಿದೆ. ಇವೆಲ್ಲ ಮುಗಿಯುವವರೆಗೆ ರಾತ್ರಿಯಾಗಿತ್ತು. ಮೀನಳಿಗೆ ಅಂಕಗಳು ಚೆನ್ನಾಗಿ ಬಂತೆಂದು ಮನೆಯಲ್ಲಿ ಹೋಳಿಗೆಯ ಮಾಡಿದ್ದರು. ನಮ್ಮ ಹಸುಗಳ ಹಾಲಿನದ್ದೆ ತುಪ್ಪ. ಐದಾರು ಹೋಳಿಗೆಗಳ ತಿಂದು ತೃಪ್ತಿಯಿಂದ ಮಲಗ ಹೊರಟೆ.

****

ಅಧ್ಯಾಯ ೨೨

ಯಾವಾಗ ಮಲಗಿದೆನೋ ನನಗೆ ತಿಳಿಯದು. ಎದ್ದಾಗ ಘಂಟೆ ಏಳು ಏಳುವಷ್ಟರಲ್ಲಿ ಭಟ್ಟರು ಮನೆಯಲ್ಲಿದ್ದರು. ಓ ! ನಾಳೆ ಪಾರ್ವತೀಪುರದಲ್ಲಿ ದೇವಾಲಯದ ಪ್ರಾರಂಭೋತ್ಸವ. ಒಂದು ದಿನ ಮುಂಚೆಯೆ ಹೊರಡುವುದೆಂಬ ನಿರ್ಧಾರವಾಗಿತ್ತು. ಎಲ್ಲದರ ನಡುವೆ ನನಗೆ ಜ್ಞಾಪಕವೆ ಬರಲಿಲ್ಲ. ಅಜ್ಜಿ ಮರಿ ಬೇಗನೆ ತಯಾರಾಗು. ಪಾರ್ವತಿಪುರದ ಗೌಡರು ಕಾದಿದ್ದಾರಂತೆ ಎಂದರು. ಸ್ನಾನ ಮುಗಿಸಿ ಬರುವಷ್ಟರಲ್ಲಿ ನಿಂಬೆಹಣ್ಣಿನ ಚಿತ್ರಾನ್ನ ತಯಾರಾಗಿತ್ತು. ಅದನ್ನು ತಿಂದು ಕಾಫಿ ಮುಗಿಸಿ, ನಾನು ಅಜ್ಜಿ ಮತ್ತು ಭಟ್ಟರು ನದಿ ತೀರಕ್ಕೆ ಬಂದೆವು. ನಮ್ಮೂರಿನಿಂದ ಓಲಗದವರು ಅಲ್ಲಿಗೆ ಪ್ರಯಾಣ ಮಾಡುತ್ತಿದ್ದರು. ನಮ್ಮೂರಿನ ಓಲಗದವರು ಶಿವಮೊಗ್ಗೆಯಲ್ಲೆಲ್ಲ ಪ್ರಸಿದ್ಧಿ. ಅವರ ಜೊತೆ ಮಾತನಾಡುತ್ತ ಪ್ರಯಾಣ ಮುಗಿದದ್ದೆ ತಿಳಿಯಲಿಲ್ಲ. ನಾದಸ್ವರವ ನುಡಿಸುವುದೆಂದರೆ ತಮಾಷೆಯಲ್ಲ. ಉಸಿರಿನ ಹಿಡಿತ ಬಹು ಮುಖ್ಯ. ನನಗೆ ಕೊಳಲು ಕಲಿಯಬೇಕೆಂಬ ಹಂಬಲವಿದ್ದರೂ, ಆಸ್ತಮಾ ಇದ್ದರಿಂದ ಅದು ಸಾಧ್ಯವಾಗಿರಲಿಲ್ಲ. ಉಸಿರನ್ನು ಬಳಸಿಕೊಂಡು ಯಾರಾದರು ಯಾವುದಾದರೂಂದು ವಾದ್ಯವನ್ನು ನುಡಿಸಿದರೆ ಬಹಳ ಸಂತೋಷವಾಗುತ್ತಿತ್ತು. ನಾವು ತೀರವ ಸೇರುವ ಮುನ್ನವೆ ಅಲ್ಲಿಗೆ ಗೌಡರು ಬಂದು ಕಾಯುತ್ತಿದ್ದರು. ಅವರ ಮುಖದಲ್ಲಿ ಸ್ವಲ್ಪ ಅಸಮಾಧಾನ ಕಂಡಿತು. ಬನ್ನಿ, ಮೊದಲು ದೇವಾಲಯದ ಬಳಿ ಹೋಗೋಣ ಎಂದು ಎಲ್ಲರೂ ಅವರ ಕಾರಿನಲ್ಲಿ ಅಲ್ಲಿಗೆ ಹೊರಟೆವು.

ಅಲ್ಲಿ ನೋಡಿದರೆ ಬಹಳ ಜನರು ಸೇರಿದ್ದರು.

ಆಶ್ಚರ್ಯವೆಂದರೆ ಆಂಗ್ಲ ಭಾಷೆಯ ವಾರ್ತಾ ಚಾನಲ್ಲುಗಳು ಕೂಡ ಬಂದಿದ್ದವು. ನಾನು ಅಜ್ಜಿ ಅಲ್ಲಿ ಸೇರಿದ ಕ್ಷಣವೆ ಅಜ್ಜಿಯ ಮುಖಕ್ಕೆ ಮೈಕನ್ನು ತಂದು ಇಟ್ಟುಬಿಟ್ಟರು. ಅಜ್ಜಿಗೆ ಇವೆಲ್ಲ ಹೇಗೆ ತಿಳಿಯಿತು ಎಂಬುದು ಅವರ ಪ್ರಶ್ನೆ. ಅವರನ್ನ ನೋಡಿದರೆ, ದೇವಾಲಯದ ಬಗ್ಗೆ ಆಸಕ್ತಿಯಿಲ್ಲ, ಇವೆಲ್ಲ ಮೂಡನಂಬಿಕೆಯೆಂದು ತೋರಿಸಲು ಬಂದಂತಿದೆ. ಇವರಿಗೆ ನಾವು ವಿವರಿಸಿ ಹೇಳಿದರೂ ಅವರು ಕೇಳುವುದಿಲ್ಲ. ಸುಮ್ಮನೆ ದೇವಾಲಯಕ್ಕೆ ನಡೆ ಒಮ್ಮೆ ಪೂಜೆ ಶುರುವಾದರೆ ಎಲ್ಲವೂ ಸರಿ ಹೋಗುವುದು ಎಂದರು. ಅಷ್ಟರಲ್ಲಿ ಊರಿನ ಜನರೆಲ್ಲ ಆ ಟೀವಿ ಚಾನೆಲ್ಲನವರ ಮೇಲೆ ಜೋರು ಮಾಡಲು ಶುರು ಮಾಡಿಬಿಟ್ಟರು. ಚಾನೆಲ್ಲಿದ್ದವರಿಗೆ ಬೇಕಾದ್ದು ಅದೆ. ಯಾವುದಾದರು ಬಿಸಿ ಸುದ್ದಿ. ಅದು ಜನರಿಗೆ ಉಪಯೋಗವಾಗಲಿ ಅಥವಾ ಇಲ್ಲದಿದರಲಿ. ಅವರಿಗೆ ಅದರಲ್ಲಿ ಆಸಕ್ತಿಯಿಲ್ಲ. ಬಹಳ ಜನ ಅದನ್ನು ನೋಡಿದರೆ ಸಾಕು ಗೌಡರು ಸಮಯಪ್ರಜ್ಞೆಯುಳ್ಳವರು. ಎಲ್ಲರನ್ನೂ ತಡೆದು, ನನ್ನ ಅಜ್ಜಿ ಮತ್ತು ಭಟ್ಟರನ್ನು ಕರೆದುಕೊಂಡು ದೇವಾಲಯದ ಒಳಕ್ಕೆ ಬಂದರು. ಅಲ್ಲಿಗೆ ಪೂಜೆಗಾಗಿ ಕರೆದಿದ್ದ ಪುರೋಹಿತರು ಹಠ ಹಿಡಿದು ಕುಳಿತುಬಿಟ್ಟಿದ್ದರು. ನಮ್ಮನ್ನು ನೋಡಿ, ದೇವಾಲಯವ ತೆರೆಯುವ ಹಾಗೆ ಮಾಡಿದಿರಿ, ಉತ್ತಮ. ಆದರೆ ಭಿನ್ನವಾದ ಹಸುವಿನ ವಿಗ್ರಹ ಶ್ರೇಷ್ಟವಲ್ಲ. ಭಿನ್ನವಾದ ವಿಗ್ರಹಕ್ಕೆ ನಾನು ಪೂಜೆ ಸಲ್ಲಿಸಲಾರೆ ಎಂದರು. ಅಜ್ಜಿ ಪುರೋಹಿತರೆ ನಿಮ್ಮ ಮಾತು ಸತ್ಯ. ಬಹಳ ಕಾಲದಿಂದ ನಡೆದು ಬಂದಿರುವ ಪದ್ಧತಿಯೆ, ಸಾವಿರಾರು ವರ್ಷಗಳಿಂದ ನಮ್ಮ ದೇವಾಲಯಗಳು ಧ್ವಂಸವಾಗಿರುವುದು ನಿಮಗೆ ತಿಳಿಯದಿದ್ದಲ್ಲ. ನೀವು ಪ್ರತಿಷ್ಟಾಪಿಸಿ ಸಾಕು ಎಂದರು. ಇಲ್ಲ ತಾಯಿ, ನನಗೆ ಈ ಪಾಪ ಕಟ್ಟಬೇಡಿ. ಭಿನ್ನವಾದ ವಿಗ್ರಹವು ಪ್ರತಿಷ್ಟಾಪಿಸಿ ಊರಿಗೆ ಮತ್ತು ನನ್ನ ವೃತ್ತಿಗೆ ಎರಡು ಬಗೆಯಲಾರೆ ಎಂದರು. ಅಜ್ಜಿ ಅ ವಿಗ್ರಹವನ್ನು ನೋಡಿ ಅದರಲ್ಲಿ ಒಂದು ಚೂರೋ ಪಾರೋ ಏನಾದರು ಕಾಣಿಸುತ್ತದೆಯೆ ? ಅದನ್ನು ಕೆತ್ತುವಾಗಲೆ ವಿಧವಿಧವಾದ ಭಾಗಗಳನ್ನಾಗಿ ಕೆತ್ತಲಾಗಿತ್ತು. ಧ್ವಂಸವಾದಾಗಲು ಹಾಗೆಯೆ ಬಿಡಿಬಿಡಿಯಾಗಿ ಬೇರ್ಪಟ್ಟವು. ವಿಗ್ರಹವ ಜೋಡಿಸಿದ ನಂತರ ಗಮನಿಸಿ ಒಂದು ಚಿಕ್ಕ ಚೂರಾದರು ಕಾಣಿಸುವುದೆ ? ಅದಲ್ಲದೆ ಈಗ ವಿಗ್ರಹವನ್ನು

ತಯಾರಿಸುವಾಗ ಭಾಗಭಾಗವಾಗಿಯೆ ಕೆತ್ತು ಅವನ್ನು ಕೂಡಿಸುತ್ತಾರೆ. ನಿಮ್ಮ ಲೆಕ್ಕಕ್ಕೆ ಅದೂ ಭಿನ್ನವೇ ? ಇದು ಭಿನ್ನವಾದರೆ ಅದು ಭಿನ್ನವೇ ? ಪುರೋಹಿತರು ವಿಗ್ರಹವನ್ನು ಮತ್ತೆ ಕೂಲಂಕುಷವಾಗಿ ಗಮನಿಸಿದರು. ಅವರಿಗೆ ಒಂದು ಚಿಕ್ಕ ಚೂರೂ ಕಾಣಿಸಲಿಲ್ಲ. ಅಜ್ಜಿಯ ಬಳಿ ಬಂದು, ನಿಮ್ಮ ಮಾತು ಸರಿಯಿದ್ದಂತೆ ತೋರುತ್ತದೆ. ಜೋಡಿಸಿದ ಭಾಗಗಳು ಬಿಟ್ಟರೆ ಬೇರೆಲ್ಲ್ಲು ಅಂಕು ಡೊಂಕುಗಳು ಅಥವಾ ಚೂರು ಪಾರುಗಳು ಕಾಣುತ್ತಿಲ್ಲ. ಆ ಅಮ್ಮನಿಚ್ಛೆ ಅವಳಂದುಕೊಂಡಂತಾಗಲಿ ಎಂದು ಬೇರೆ ಕೆಲಸಗಳ ನೋಡ ಹೊರಟರು. ಅಜ್ಜಿಯ ಮಾತುಗಳು ಎಲ್ಲರಿಗೂ ಸರಿ ಕಂಡಂತೆ ತೋರಿದವು. ಇನ್ನಾರು ಅಜ್ಜಿಯ ವಿರುದ್ಧ ಮಾತನಾಡ ಹೋಗಲಿಲ್ಲ. ಅಜ್ಜಿ ಹಸುವಿನ ಬಳಿ ಹೋಗಿ, ಅದರ ತಲೆ ಸವರಲು ಶುರು ಮಾಡಿದರು.

ಇಷ್ಟರಲ್ಲಿ ಆ ಟೀವಿ ಚಾನೆಲ್ಲಿನವರು ಅವರ ಬಿಸಿ ಸುದ್ದಿ ಸಿಗದಿದ್ದ ಕಾರಣ ಇನ್ನೊಂದು ತರಲೆ ಶುರು ಮಾಡಿದ್ದರು. ಊರಿನವರು ಅಮಾಯಕರು ಸುಳ್ಳು ಹೇಳಲಾರರು. ಗೋಶಾಲೆಯ ಬಗ್ಗೆ ಯಾರೊ ಅವರಿಗೆ ಹೇಳಿದ್ದರು. ನಾನು ಹೊರಗೆ ಬಂದಾಕ್ಷಣ ಮತ್ತೆ ಅವರು ನನ್ನ ಹತ್ತಿರ ಬಂದು, ಅಂಗ್ಲ ಭಾಷೆಯಲ್ಲಿ ಇಲ್ಲಿ ಹಸುವಿನ ಮಾಂಸ ತಿನ್ನುವುದನ್ನು ನಿರ್ಬಂದ ಮಾಡಲಾಗಿದೆ. ಅದು ಕಾನೂನಿಗೆ ವಿರುದ್ದ ಎಂದು ರಗಳೆ ಮಾಡಹತ್ತಿದರು. ನನಗೆ ತಲೆ ಬುಡ ಅರ್ಥವಾಗಲಿಲ್ಲ. ಗೋಶಾಲೆಗೂ ಹಸುವಿನ ಮಾಂಸಕ್ಕು ಹೇಗೆ ಸಂಬಂಧ ಎಂದು ನನಗೆ ತಿಳಿದ ಹಾಗೆ ಊರುಗಳಲ್ಲಿ ಹಸುವಿನ ಮಾಂಸ ತಿನ್ನುವರು ಕೆಲವರಿದ್ದಾರೆ. ಅದರೆ ಸುತ್ತು ಮುತ್ತ ಎಲ್ಲೂ ಹಸುವಿನ ಮಾಂಸ ಮನೆಗಳಲ್ಲಿ ಬೆಂದದ್ದು ನನಗೆ ತಿಳಿಯದ ಮಾತು. ಆದರೆ ಅದನ್ನು ಇವರಿಗೆ ಹೇಗೆ ತಿಳಿಸುವುದು ಎಂದು ಅರ್ಥವಾಗಲಿಲ್ಲ. ಆ ಜವಾಬ್ದಾರಿಯ ಗೌಡರ ಮೇಲಾಕಿಬಿಟ್ಟೆ. ಗೌಡರು ಕನ್ನಡದಲ್ಲಿ ಹೇಳಿದ್ದನ್ನು ನಾನು ಆಂಗ್ಲ ಭಾಷೆಗೆ ಅನುವಾದ ಮಾಡಿದೆ ಗೌಡರು, ಸುಮ್ಮನೆ ಯಾಕೆ ತರಲೆ ಮಾಡುತ್ತಿರುವಿರಿ. ಇಲ್ಲಿ ಯಾರೂ ಹಸುವಿನ ಮಾಂಸವ ಮನೆಯಲ್ಲಿ ತಂದು ತಿನ್ನುವುದಿಲ್ಲ. ಶಿವಮೊಗ್ಗೆಯಲ್ಲಿ ಒಂದೆ ಒಂದು ಹೋಟೇಲಿನಲ್ಲಿ ಗುಪ್ತವಾಗಿ ಹಸುವಿನ ಮಾಂಸ ದೊರೆಯುವುದುಂಟು. ಅಲ್ಲಿ ಹೋಗಿ ತಿಂದಾರೆ ವಿನಃ ಯಾರು ಮನೆಯಲ್ಲಿ

ತಿನ್ನುವುದಿಲ್ಲ. ನೀವು ಅಂದುಕೊಂಡ ಹಾಗೆ ಕಸಾಯಿಯವನಿಂದ ಬರುವ ಹಣವು ಬಡವರಿಗೆ ಬರದಾಗುವುದು ಎಂದಿದ್ದರೆ ಆ ಮೊತ್ತವನ್ನು ಗೋಶಾಲೆಯೆ ಕೊಡುವಂತಾಗಲಿ ಎಂದರು. ಗೌಡರು ಇಲ್ಲಿಯು ಅವರ ಸಮಯ ಪ್ರಜ್ಞೆಯ ಪಾರಿಸಿದ್ದರು. ಆ ಟೀವಿಯವರ ಕುತಂತ್ರ ಅವರಿಗೆ ಅರಿವಾದಂದಿತ್ತು. ನಾನು ಹಾಗೇನೂ ಇಲ್ಲ. ಇಲ್ಲಿ ಮಾಂಸ ತಿನ್ನುವುದ ನಿರ್ಬಂಧ ಮಾಡಿಲ್ಲ. ಆದರೆ ಗೋಹತ್ಯೆಯ ಮಾತ್ರ ನಡೆಯದಂತೆ ನೋಡಿಕೊಳ್ಳಲು ನಿರ್ಧಾರ ಕೈಗೊಂಡಿದ್ದರಾರೆ ಅಂತ ಹೇಳಿದೆ. ಅವರು ಇನ್ನು ಬಿಡಲಿಲ್ಲ. ಜನರು ಕಡಿದು ತಿನ್ನಬೇಕೆಂದರೆ ನೀವ್ಯಾರು ? ನಿಮಗೇನು ಹಕ್ಕು ಎಂದು ಶುರು ಮಾಡಿಬಿಟ್ಟರು. ನಾನು ಯೋಚಿಸಿದೆ. ಪೋಲೀಸರು ಚಾನೆಲ್ಲಿನವರ ಮಾತು ಕೇಳುವುದಿಲ್ಲವೆಂದು ತಿಳಿಯಿತು. ಗೌಡರಿಗೆ ತಿಳಿಸಿ ಮೊದಲು ಈ ಚಾನೆಲ್ಲಿನವರ ಹೊರಗೆ ಕಳುಹಿಸಿ ಇದ್ದರೆ ಏನಾದರೊಂದು ತಗಾದೆ ತೆಗೆಯದೆ ಅವರು ಇರುವುದಿಲ್ಲವೆಂದು ಹೇಳಿದೆ. ಗೌಡರು ಅಲ್ಲಿಯೆ ಇದ್ದ ಕೆಲವರನ್ನು ಕರೆದು ಆ ಟೀವಿ ಚಾನೆಲ್ಲಿನವರ ಕಳುಹಿಸಿ ಬಿಡಿ ಎಂದು ಹೇಳಿದರು. ನಾನು ಅವರಿಗೆ ಚಹಾ ನೀಡುವಂತೆ ತಿಳಿಸಿ ಕ್ಯಾಮರಾವನ್ನು ಬಂದು ಮಾಡಿಸಿದ ನಂತರ ಊರಿನವರು ಅವರನ್ನು ದೋಣಿಯ ಬಳಿ ಬಿಟ್ಟು ಬಂದರು. ಸದ್ಯ ಒಳ್ಳೆಯ ಕಾರ್ಯಕ್ಕೆ ಒದಗಿ ಬಂದ ವಿಘ್ನವೊಂದು ಪರಿಹಾರ ಕಂಡಿತ್ತು. ಕೆಲಸಕ್ಕೆ ಬಾರದ ವಿಷಯಕ್ಕೆ ಮೈಕು ಹಿಡಿದುಕೊಂಡು ಬರುವುದು ಎಷ್ಟು ಸರಿ? ಅದೇ ಮಸೀದಿಯೋ, ಚರ್ಚೋ ಆದರೆ ಯಾರು ಅಲ್ಲಿ ಸುಳಿಯುವುದಿಲ್ಲ. ದೇವಾಲಯಗಳೆಂದರೆ ನಮ್ಮ ನ್ಯಾಯಲಯಗಳಿಗಾಗಲಿ, ಪತ್ರಕರ್ತರಿಗಾಗಲಿ ಅಥವಾ ಸಂವಿಧಾನಕ್ಕಾಗಲಿ ಬೆಲೆಯಿಲ್ಲ. ಎಂತಹ ವಿಪರ್ಯಾಸ ? ಸರಿ, ತೊಲಗಿದರಲ್ಲ ಎಂದಂದುಕೊಂಡು, ದೇವಾಲಯಕ್ಕೆ ಬಂದೆ.

ನಾಳೆಯ ಕಾರ್ಯಕ್ರಮಗಳ ಬಗ್ಗೆ ಚರ್ಚೆ ನಡೆದಿತ್ತು. ಮುಜುರಾಯಿ ಕಮೀಷನರನ್ನು ಆಹ್ವಾನಿಸಿದ್ದರು. ಬಂದವರಿಗೆಲ್ಲರಿಗೂ ಊಟದ ವ್ಯವಸ್ಥೆಯ ಮಾಡಲಾಗಿತ್ತು. ಊರಿನ ಮಕ್ಕಳು ಹಾಡು ನೃತ್ಯ ನಾಟಕಗಳ ಅಭ್ಯಾಸ ಮಾಡುತ್ತಿದ್ದರು. ಗೌಡರ ಮುಖದಲ್ಲಿ ಆ ಟೀವಿಯವರು ಹೋದ ನಂತರ ಸ್ವಲ್ಪ ನೆಮ್ಮದಿ ಮೂಡಿತ್ತು. ಎಂದೂ ಅಂತಹ ಪರಿಸ್ಥಿತಿಗೆ

ಎದುರಾಗದ ಅವರು ಸ್ವಲ್ಪ ಹೆದರಿಬಿಟ್ಟಿದ್ದರು. ಎಷ್ಟೋ ವರ್ಷಗಳಿಂದ ಪೂಜೆ ನಡೆಯದ ದೇವಾಲಯ ಮತ್ತೆ ಮುಚ್ಚಬೇಕಾಗುವುದೇನೋ ಎಂಬ ಸಂಶಯ ಅವರದ್ದು. ಪುರೋಹಿತರು ತಮ್ಮೊಡನೆ ಸುಮಾರು ಇಪ್ಪತ್ತಕ್ಕಿಂತ ಹೆಚ್ಚು ಬ್ರಾಹ್ಮಣರನ್ನು ಸಹಾಯಕ್ಕಾಗಿ ಕರೆದುಕೊಂಡು ಬಂದಿದ್ದರು. ಪೂಜೆ ಬಹಳ ದೊಡ್ಡದಾಗಿ ನಡೆಯುವುದೆಂದು ನನಗೆ ಅನಿಸಿತು. ಅಜ್ಜಿ ಮಾತ್ರ ಆ ಹಸುವ ಬಿಟ್ಟು ಕದಲಿರಲಿಲ್ಲ. ಮಧ್ಯಾಹ್ನವಾಗಿತ್ತು. ಅಲ್ಲೆ ಅಡುಗೆಯವರ ಕೈಲಿ ಪುಳಿಯೋಗರೆಯನ್ನು ಮಾಡಿಸಿದ್ದರು. ಎಲ್ಲರೊಡನೆ ತಿನ್ನುವ ಸುಖವೆ ಬೇರೆ. ಸರಸರನೆ ತಿಂದು ಮುಗಿಸಿ ಉಳಿದ ಕೆಲಸಗಳ ಮಾಡಲು ಎಲ್ಲರು ಶುರು ಮಾಡಿದರು. ನಾನು ಅಜ್ಜಿಯನ್ನು ಪಕ್ಕಕ್ಕೆ ಕರೆದುಕೊಂಡು ಹೋಗಿ, ಅಜ್ಜಿ ಆ ಹಸುಗಳು ಎಲ್ಲಿಂದ ಬರುತ್ತವೆಂದು ನಿಮಗೆ ಗೊತ್ತಾ ಅಂದೆ ? ಅಜ್ಜಿ ನಗುತ್ತಾ ಮರಿ, ಈ ರಹಸ್ಯವು ನನಗೆ ತಿಳಿದಿದೆ. ಆದರೆ ಅದು ನನ್ನೊಡನೆ ಮಣ್ಣಾಗುವುದು. ನಿನಗೆ ಕೂಡ ನಾ ಹೇಳಲಾರೆ. ಹಲವು ಶತವರ್ಷಗಳಿಂದ ಅವು ಪಟ್ಟ ಕಷ್ಟ ತಿಳಿದುಕೊಂಡರೆ ಮೈ ಜುಮ್ಮೆನ್ನುವುದು ಬೇಡ ಮರಿ. ನೀನು ಯಾರಿಗೂ ಹೇಳುವುದಿಲ್ಲವೆಂದು ನನಗೆ ಗೊತ್ತು. ಆದರೆ ಇದನ್ನು ಯಾರಿಗೂ ಹೇಳಬಾರದೆಂದು ನನಗೂ ಆ ಅಮ್ಮನಿಗೂ ಮಾತು ಕಥೆಯಾಗಿದೆ ಎಂದರು. ಅಜ್ಜಿ. ಎಂದಾದರೂ ಅವರು ಅವರ ಅಮ್ಮ ಇಬ್ಬರು ಮಾತನಾಡಿಕೊಂಡರು ಎಂದರೆ ಅದು ಬದಲಾವಣೆ ಆಗದ ಮಾತು. ಸರಿ, ತಿಳಿದು ಅದರಿಂದ ಏನೂ ಒಳ್ಳೆಯದಾಗುವ ಲಕ್ಷಣ ತೋರುತ್ತಿಲ್ಲ. ಸುಮ್ಮನೆ ಕೆದಕುವುದು ಬೇಡವೆಂದಂದುಕೊಂಡು ಅಲ್ಲಿ ಕೆಲಸ ಮಾಡುತ್ತಿದ್ದವರ ಜೊತೆ ನಾನು ಒಂದು ಕೈ ಹಾಕ ಹೊರಟೆ.

******

ಅಧ್ಯಾಯ ೨೩

ಸಂಜೆ ಪಾರ್ವತೀಪುರದ ಪ್ರೌಢಶಾಲೆಯಲ್ಲಿ ಅಡುಗೆ ಕೆಲಸ ಮಾಡುವವರು ದೇವಸ್ಥಾನದ ಪಕ್ಕದಲ್ಲಿಯೆ ಒಂದು ಸಣ್ಣ ಒಲೆಯನ್ನು ಹಾಕಿಕೊಂಡಿದ್ದರು. ಎಲ್ಲರಿಗೂ ಕಾಫಿ ಚಹಾ ಅಲ್ಲಿಯೆ. ಸಂಜೆ ಸರಸ್ವತೀಪುರದ ಬೆಲ್ಲವ ಹಾಕಿ ಚಹಾ ಮತ್ತು ಚುರುಮುರಿ ಮಾಡಿದ್ದರು. ಕೆಲಸ ಮಾಡುವವರು ಬಹಳ ದಣಿದಿದ್ದರು. ಆದರೂ ದೇವಸ್ಥಾನ

ಪ್ರಾರಂಭವಾಗುತ್ತಿರುವುದು ಎಲ್ಲರಿಗೂ ಸಂತೋಷವ ತಂದಿತ್ತು. ಸಂಜೆ, ಲಘು ಅಹಾರ ಸೇವಿಸಿ ಎಲ್ಲರೂ ಅವರವರ ಕೆಲಸದಲ್ಲಿ ತೊಡಗಿದರು.

ಒಂದೆಡೆ ಹೂವ ಕಟ್ಟುವವರ ಸಮೂಹ. ಮಲ್ಲಿಗೆ, ಕನಕಾಂಬರ, ಚಂಡು, ಶಾಮಂತಿಗೆ, ಸಂಪಿಗೆ, ತಾವರೆ ಹೀಗೆ ಎಲ್ಲ ತರಹದ ಹೂವುಗಳು ಅಲ್ಲಿದ್ದವು. ಎಷ್ಟು ದೊಡ್ಡ ರಾಶಿಗಳೆಂದರೆ 2-4 ಅಡಿಗಳಷ್ಟಿದ್ದವು. ಸುಮಾರು ಐವತ್ತಕ್ಕೂ ಹೆಚ್ಚು ಜನ ಮಹಿಳೆಯರು ಹೂವ ಕಟ್ಟುತ್ತಿದ್ದರು. ನನಗೆ ಆ ಹೂವುಗಳೆಲ್ಲ ಅಮ್ಮನ ವಿಗ್ರಹವ ಅಲಂಕರಿಸುವ ಯೋಚನೆಗಳು ಬರತೊಡಗಿದವು. ಸಣ್ಣ ಸಣ್ಣ ಮಕ್ಕಳು ಕೂಡ ಬಹಳ ಚೆನ್ನಾಗಿ ಹೂವುಗಳ ಕಟ್ಟುತ್ತಿದ್ದರು. ಕಟ್ಟಿದ ಹೂವುಗಳ ರಾಶಿಗಳ ಒಂದೆಡೆ ಹಾಕಲಾಗಿತ್ತು. ಹೆಡೆಯಿಲ್ಲದ ಹೆಬ್ಬಾವಿನ ಹಾಗಿದ್ದವು ಆ ಕಟ್ಟಿದ ಹೂವಿನ ರಾಶಿಗಳು, ಆ ಹೂವುಗಳ ಪರಿಮಳ ದೇವಾಲಯದ ಸುತ್ತ ಮುತ್ತ ಹರಡಿತ್ತು. ನಾನಿರುವ ದೇಶದಲ್ಲಿ ಮೈಮೇಲೆ ಪರ್ಫ್ಯೂಮು ಹಾಕಿಕೊಳ್ಳುವುದು ಮಾಮೂಲು. ಅನೈಸರ್ಗಿಕ ತಂತ್ರಜ್ಞಾನಗಳ ಉಪಯೋಗಿಸಿ ತಯಾರಿಸಿರುವ ಆ ಪರ್ಫ್ಯೂಮುಗಳ ಪರಿಮಳ ಗಾಢವಾಗಿರುತ್ತದೆ. ಅವೆಂದರೆ ನನಗೆ ಆಗದು. ಈ ಹೂವುಗಳ ನೈಸರ್ಗಿಕ ಪರಿಮಳ, ಅದಕ್ಕೆ ತದ್ವಿರುದ್ಧವಾದುದು. ಎಷ್ಟು ಸವಿದರೂ ಇನ್ನಷ್ಟು ಬೇಕೆನಿಸುವಂತದ್ದು. ಕಣ್ಣಿಗೆ ಹಬ್ಬವೆಂದರೆ ತಪ್ಪಾಗಲಾರದು. ನನಗೆ ಇವೆಲ್ಲವ ಬಿಟ್ಟು ಇನ್ನು ಮೂರು ದಿನಗಳಲ್ಲಿ ವಿದೇಶಕ್ಕೆ ಹೊರಡುವ ಯೋಚನೆ ಬಂದರೆ ಗಂಟಲು ಒಣಗಿ ಹೋಗುತ್ತಿತ್ತು. ಇವೆಲ್ಲವ ಬಿಟ್ಟು ಗತಿ ಇಲ್ಲದಂತಹ ಜೀವನ ಬೇಕೆ ? ಅಲ್ಲಿಗೆ ಹೋಗಿ ಕೆಲಸಕ್ಕೆ ರಾಜೀನಾಮೆ ಕೊಟ್ಟು ಬಂದು ಬಿಡಲೆ ಎಂದೆಲ್ಲ ಯೋಚನೆಗಳು ಬರಲಾರಂಭಿಸಿದವು. ಇನ್ನೊಂದೆಡೆ ಸೀರಿಯಲ್ಲು ಸೆಟ್ಟುಗಳ ಗಡಿಬಿಡಿ, ಊರ ಬಾಗಿಲಿನಿಂದ ಮೊದಲುಗೊಂಡು ಸುಮಾರು ಎರಡು ಮೈಲಿ ದೂರ ಕಣ್ಣು ಕುಕ್ಕುವಂತಹ ಲೈಟುಗಳು ಸಂಜೆ ಕೊನೆಗೊಂಡಂತೆ ಲೈಟುಗಳ ಪ್ರಕಾಶವು ಹೆಚ್ಚಾಗತೊಡಗಿತು. ಸುಮಾರು ಮೂವತ್ತಕ್ಕಿಂತ ಹೆಚ್ಚು ಜನರು ಅ ಕೆಲಸಗಳಲ್ಲಿ ತೊಡಗಿದ್ದರು. ದೂರ ದೂರದಿಂದ ಜನರು ಬರಲಾರಂಭಿಸಿದರು. ಅಜ್ಜಿ ಮಾತ್ರ ಆ ಹಸುವನ್ನು ಬಿಟ್ಟು ಕದಲಲಿಲ್ಲ. ನನಗ್ಯಾಕೊ ಸ್ವಲ್ಪ ಸಂದೇಹ. ಯಾವುದನ್ನು ಹೆಚ್ಚಿಗೆ ಹಚ್ಚಿಕೊಳ್ಳುವ ಸ್ವಭಾವ

ಅಜ್ಜಿಯದ್ದಲ್ಲ. ಆಶ್ಚರ್ಯವೆಂದರೆ ಆ ಹಸುವು ಅಜ್ಜಿಯ ಕಣ್ಣಲ್ಲಿ ಕಣ್ಣಣ್ಣಿಟ್ಟು ನೋಡುತ್ತಿತ್ತು. ಅಜ್ಜಿಯನ್ನು ಮತ್ತು ಹಸುವನ್ನು ಯಾರೂ ತೊಂದರೆಗೀಡು ಮಾಡಬಾರದೆಂಬ ಆದೇಶ ಗೌಡರಿಂದ ಹೊರಡಿಸಲಾಗಿತ್ತು. ಅವರಿಬ್ಬರ ಸುತ್ತಮುತ್ತ ಸುಮಾರು ನೂರಕ್ಕಿಂತ ಹೆಚ್ಚು ಜನರು ಸೇರಿದ್ದರು. ಅವರೆಲ್ಲ ಬಹಳ ಶಾಂತಿಯಿಂದಿದ್ದರು. ಮತ್ತೊಂದೆಡೆ ರಂಗೋಲಿಗಳ ಸಂಭ್ರಮ. ನವಿಲು ಕಮಲದ ಹೂವು, ಗಣೇಶ ಹೀಗಿಯೇ ವಿಧವಿಧವಾದ ಹೂವುಗಳಿಂದ ಅಲಂಕರಿಸಲಾಗಿತ್ತು. ದೇವಸ್ಥಾನದ ಸುತ್ತಮುತ್ತಲೆಲ್ಲ ಸುಣ್ಣ ಬಣ್ಣ ಎಂದು ಮೈ ಮರೆಸುವಂತಹ ಬದಲಾವಣೆಗಳಾಗಿತ್ತು. ಅಜ್ಜಿ ಹೇಳಿದ ಆ ದುರಂತಗಳೆಲ್ಲ ಕಳೆದು ಒಂದು ಸುಂದರ ಹಂತ ಈ ದೇವಾಲಯಕ್ಕೆ ಒಂದೊದಗಿತ್ತು. ಬ್ರಾಹ್ಮಣರೆಲ್ಲ ಕಲಶಗಳ ಜೋಡಿಸುತ್ತಿದ್ದರು. ಭಟ್ಟರು ಮುಡಿಯುಟ್ಟು ಅವರಿಗೆಲ್ಲ ಸಹಾಯ ಮಾಡುತ್ತಿದ್ದರು. ನೂರೆಂಟು ಕಲಶಳ ಪೂಜೆ ಎಂದು ಪಕ್ಕದಲ್ಲಿ ಯಾರೊ ಹೇಳಿದರು. ಪ್ರತಿಯೊಂದು ಕಲಶದಲ್ಲಿ ತೆಂಗಿನಕಾಯಿ, ಎಲೆ, ಅಡಿಕೆ ಜೋಡಿಸಲಾಗಿತ್ತು. ಶಿವನ ವಿಗ್ರಹಕ್ಕೆ ಭಕ್ತರೊಬ್ಬರು ಬದರೀನಾಥ ದೇವಾಲಯದಿಂದ ರುದ್ರಾಕ್ಷಿಗಳ ತಂದು ಕೊಟ್ಟಿದ್ದರು. ಧ್ಯಾನಮಗ್ನನಾದ ಶಿವನು ಆ ರುದ್ರಾಕ್ಷಿಗಳ ಧರಿಸಿ ಇನ್ನಷ್ಟು ಧ್ಯಾನಮಗ್ನನಾದಂತೆ ಕಂಡು ಬಂದನು. ಕಾಮಧೇನುವಿನ ವಿಗ್ರಹವಂತು ಸಾಕ್ಷಾತ್ ಕಾಮಧೇನುವೆ ಭೂಮಿಗಿಳಿದು ಬಂದಂತ್ತಿತ್ತು. ಅದಕ್ಕೆ ಬೆಣ್ಣೆಯ ಅಲಂಕಾರ ಮಾಡಿದ್ದರು. ಪ್ರತಿಯೊಂದು ಕೋಣೆಯಲ್ಲು ತುಪ್ಪದ ದೀಪಗಳು, ಅದು ಸುಮಾರು ಎರಡು ಮೂರು ಲೀಟರು ತುಪ್ಪದಿಂದುರಿಯುವಂತಹ ದೀಪಗಳು. ಊರಿನ ಶಿಲ್ಪಿ ಶಿವನ ದೇವಾಲಯದ ಮುಂದೆ ನಂದಿಯ ವಿಗ್ರಹವೊಂದನ್ನು ಮಾಡಿಕೊಟ್ಟಿದ್ದರು. ಬಹಳ ಸೊಗಸಾಗಿ ಮೂಡಿ ಬಂದಿತ್ತು. ಆ ವಿಗ್ರಹ, ನೆಲಕ್ಕೆಲ್ಲ ಗೋಮಯದ ಲೇಪನವಾಗಿತ್ತು. ನಾನೆಂದು ಇಂತಹ ನೋಟ ಕಂಡವನೆ ಅಲ್ಲ. ಭೂಮಿಯಿಂದಾಚೆ ಎಲ್ಲೊ ಸ್ವರ್ಗದಲ್ಲಿದಂತಿತ್ತು. ಅಮ್ಮನ ವಿಗ್ರಹದ ಅಲಂಕಾರವಿನ್ನು ಶುರುವಾಗಿರಲಿಲ್ಲ. ಪುರೋಹಿತರ ಕೇಳಿದರೆ ಶಾಂತಿಯೊಂದನ್ನು ಮುಗಿಸಿದ ಮೇಲೆಯ ಅಮ್ಮನ ವಿಗ್ರಹವ ಮುಟ್ಟಲು ಸಾಧ್ಯ ಎಂದು ಹೇಳಿದರು. ನನಗೆ ಈಗ ಇವೆಲ್ಲ ಮೂಢನಂಬಿಕೆ

ಯೆಂದನಿಸಲಿಲ್ಲ. ನಂಬಿಕೆ ಎನ್ನುವುದೆ ಒಂದು ವಿಸ್ಮಯಕರ ಭಾವನೆ. ಒಬ್ಬರ ನಂಬಿಕೆಯೆ ಇನ್ನೊಬ್ಬರ ಮೂಢನಂಬಿಕೆ. ಇನ್ನೊಬ್ಬರನ್ನು ಕೀಳಾಗಿ ನೋಡಲು ಅನುಕೂಲವಾಗುವುದಕ್ಕೆ ಮೂಢನಂಬಿಕೆ ಎಂಬ ಪದ ಜೋಡಿಸಿರಬೇಕು. ಪ್ರತಿ ನಂಬಿಕೆಯನ್ನು ಇನ್ನೊಂದು ಕೋನದಿಂದ ನೋಡಿದರೆ, ಮೂಢನಂಬಿಕೆಯ ಹಾಗೆ ತೋರುವುದಿಲ್ಲವೇ ? ಇದನ್ನು ನನ್ನ ಸ್ನೇಹಿತರಾದ ನವೀನನ ಜೊತೆ ಕುಳಿತು ಒಮ್ಮೆ ಚರ್ಚಿಸಬೇಕೆಂದುಕೊಂಡೆ.

ಅಮ್ಮನ ಶಾಂತಿಯು ಶುರುವಾಯಿತು. ಪುರೋಹಿತರ ಉದ್ದನೆಯ ಜಡೆಯನ್ನು ಕಟ್ಟದೆಯೆ ಬಿಟ್ಟು ಶಾಂತಿಯ ಶುರು ಮಾಡಿದರು. ಬಹು ಗಾಢವಾದ ಪೂಜೆ. ನಾನೆಂದು ಇಂತಹ ಪೂಜೆಯನ್ನು ನೋಡಿದವನಲ್ಲ. ಐದಾರು ವರ್ಷಗಳ ಹಿಂದೆ ಇಂತಹ ಪೂಜೆಯನ್ನು ನಾನು ನೋಡಿದ್ದರೆ ಟೀಕೆ ಮಾಡುವುದು ಸಾಮಾನ್ಯವಾಗಿದ್ದರು. ನಂತರ ನಡೆದ ಘಟನೆಗಳಿಂದ ನನ್ನ ಆಲೋಚನೆಗಳಲ್ಲಿ ಬದಲಾವಣೆ ಬಂದಿತ್ತು. ಆ ಪೂಜೆಯನ್ನು ನೋಡುತ್ತ ಕುಳಿತೆ. ಮಂತ್ರಗಳು ಸಂಸ್ಕೃತದೆ ಆಗಿದ್ದರು, ಬಹಳ ಉದ್ವೇಗಭರಿತವಾಗಿತ್ತು. ಪುರೋಹಿತರ ಮುಖದಲ್ಲಿ ಕ್ರೋಧವೆಂದು ಹೇಳಲಾಗದು. ಆದರೆ ಒಂದು ತರಹದ ಗಾಂಭೀರ್ಯ ಮೂಡಿ ಬಂದಿತ್ತು. ಭಟ್ಟರು ಅವರ ಪಕ್ಕದಲ್ಲಿಯೆ ಕುಳಿತು ಅವರ ಮುಖ್ಯ ಸಹಾಯಕರ ಪಾತ್ರ ವಹಿಸಿದ್ದರು. ಸ್ವಲ್ಪ ಹೊತ್ತಿನ ನಂತರ ಅಲ್ಲಿರುವ ಗಂಡಸರನ್ನೆಲ್ಲ ಹೊರಹೋಗುವಂತಹ ಆದೇಶ ಪುರೋಹಿತರಿಂದ ಬಂತು. ಭಟ್ಟರು ಸಹ ಹೊರಗೆ ಬಂದರು. ಲಿಂಗ ಭೈರವಿ ಎಂಬ ಪೂಜೆಯ ಸಲುವಾಗಿ ಎಂದು ಹೇಳಲಾಯಿತು. ಹರಿಶಿನವ ಉಪಯೋಗಿಸಿ ಲಿಂಗ ರೂಪದ ಒಂದು ಮಹಿಳೆಯ ರೂಪವನ್ನು ಮಾಡಲಾಗಿತ್ತು. ಗಂಡಸರೆಲ್ಲ ಹೊರಗೆ ಬಂದೆವು. ಪುರೋಹಿತರ ಅರ್ಭಟ ಬಹಳ ಜೋರಾಗಿ ಕೇಳಿಸತೊಡಗಿತು. ಹೊರಗೆ ಬಂದಾಗ ತಿಳಿಯಿತು. ಇಂದು ಪೌರ್ಣಮಿಯೆಂದು, ಭಟ್ಟರ ಕೇಳಿದ್ದಕ್ಕೆ ಈ ಪೂಜೆ ಸ್ತ್ರೀಸ್ವರೂಪವಾದದ್ದು. ಪುರುಷರು ಆ ಪೂಜೆಯ ತಟ್ಟಿಕೊಳ್ಳಲಾರರು. ಪುರೋಹಿತರು ಕೂಡ ಎಂದು ಹೇಳಿದರು. ಇದರ ಬಗ್ಗೆ ಇನ್ನಷ್ಟು ತಿಳಿದುಕೊಳ್ಳಬೇಕೆಂದೆನಿಸಿತು. ಸುಮಾರು ಒಂದು ಗಂಟೆಯಾಗಿರಬಹುದು. ಅಲ್ಲಿಂದ ಹೊರಬರುತ್ತಿದ್ದ ಮಹಿಳೆಯರ ಕಣ್ಣುಗಳು ಊದಿಕೊಂಡಿದ್ದವು.

ಬಹಳ ಜನರ ಕಣ್ಣೀರು ಇನ್ನು ಒಣಗಿರಲಿಲ್ಲ. ಅಜ್ಜಿ ಮಾತ್ರ ಇವೆಲ್ಲದರ ನಡುವೆಯೂ ಹಸುವ ಬಿಟ್ಟು ಕದಲಿರಲಿಲ್ಲ.

ಊಟ ತಯಾರಾಗಿತ್ತು. ಆಲೂಗಡ್ಡೆ ಕಾಳು ಸಾರು, ಮುದ್ದೆ ಮತ್ತು ಕೆಂಪಕ್ಕಿಯ ಅನ್ನ, ಪೌರ್ಣಮಿಯ ದಿನವಾದ್ದರಿಂದ ಬೆಳಕು ಹೆಚ್ಚಾಗಿತ್ತು. ಅಷ್ಟು ಸೀರಿಯಲ್ಲು ಸೆಟ್ಟುಗಳಿದ್ದರು. ಚಂದ್ರನ ಪ್ರಕಾಶಕ್ಕೆ ಭಂಗ ಬಂದಿರಲಿಲ್ಲ. ಸುಮಾರು ಇನ್ನೂರು ಜನರಿರಬಹುದು. ಇಷ್ಟು ಜನರಿಗೆ ಬರಿ ಮೂರು ಜನ ಮಹಿಳೆಯರು ಸೇರಿ ಅಡುಗೆ ಮಾಡಿದ್ದರು. ನನಗೆ ಅಬ್ಬಾ ಎನಿಸಿತು. ಸೀತೆ ಇದ್ದಿದ್ದರೆ ಚೆನ್ನಾಗಿರುತ್ತೆಂದು ಕೂಡ ಅನಿಸಿತು. ಮೀರಳು ಕೂಡ ಇವೆಲ್ಲವ ನೋಡಿದ್ದರೆ ಸಂತಸ ಪಡುತ್ತಿದ್ದಳೆನಿಸಿತು. ಎಲ್ಲರು ಊಟ ಮುಗಿಸಿ ಮಿಕ್ಕಿದ್ದ ಸ್ವಲ್ಪ ಕಾರ್ಯಗಳ ಮುಗಿಸಿ ಮನೆಗೆ ನಡೆದರು. ಅಜ್ಜಿ ಗೌಡರಿಗೆ ಅಲ್ಲಿಯೆ ಮಲಗುವುದಾಗಿ ತಿಳಿಸಿದರು. ಅಜ್ಜಿಯನ್ನು ಒಬ್ಬರೆ ಮಲಗುವುದಕ್ಕೆ ಬಿಡಲು ನಮಗೆ ಮನಸ್ಸಿರಲಿಲ್ಲ. ನಮಗೂ ಚಾಪೆ ಮತ್ತು ಹೊದ್ದುಕೊಳ್ಳಲು ಕಂಬಳಿ ತರೆಸಿಕೊಂಡು ದೇವಾಲಯದಲ್ಲಿ ಮಲಗಿಗಬಿಟ್ಟೆವು. ಅಜ್ಜಿ ಕಾಮಧೇನುವಿನ ಕೋಣೆಯಲ್ಲೆ ಮಲಗಿದರು. ಅದರ ಹೊರಗೆ ನಾನು ಭಟ್ಟರು ಮಲಗಿದೆವು. ಬೆಳಗಿನಿಂದ ಆದ ಸುಸ್ತು ಅನಿಸುತ್ತದೆ. ತಟ್ಟೆಂದು ನಿದಿರೆಯು ಬಂತು. ಮಲಗಿಬಿಟ್ಟೆ.

****

ಅಧ್ಯಾಯ ೨೫

ಬೆಳಿಗ್ಗೆ ಕೋಳಿ ಕೂಗುವ ಮುನ್ನ ಜನರೆಲ್ಲ ದೇವಾಲಯಕ್ಕೆ ಬರಲು ಮೊದಲಾದರು. ಮನದ ಉತ್ಸಾಹ ಹೆಚ್ಚಾಗಿತ್ತು. ನನಗೂ ನಿದ್ದೆ ಅಷ್ಟಾಗಿ ಬರಲಿಲ್ಲ. ಎಲ್ಲರು ಎದ್ದು ಜೋಯಿಸರ ಮನೆಗೆ ಹೋಗಿ ಸ್ನಾನ ಮುಗಿಸಿ ದೇವಾಲಯಕ್ಕೆ ಬಂದೆವು. ಮಧ್ಯಾಹ್ನದ ಮಹಾಮಂಗಳಾರತಿ ಯವರೆಗೆ ಊಟದ ವ್ಯವಸ್ಥೆಯಿರಲಿಲ್ಲ. ಬಹಳ ಜನ ಇಂದು ಪೂಜೆಯವರೆಗೆ ಉಪವಾಸ ಆಚರಿಸುತ್ತಿದ್ದರು. ನಾನು ಇಂದು ಅವರ ಪಕ್ಷಕ್ಕೆ ಸೇರಿದ್ದೆ. ದೇವಾಲಯದ ಮುಖ್ಯದ್ವಾರದ ಬಾಗಿಲ ಹಸಿರ ತೋರಣದಲ್ಲಿ ಸಾವಿರಕ್ಕೂ ಹೆಚ್ಚು ಎಲೆಗಳಿದ್ದವು. ಹೋಮಕ್ಕೆ ಬ್ರಾಹ್ಮಣರೆಲ್ಲರು ತಯಾರಿ ನಡೆಸಿದ್ದರು. ಬಾಡಿಗೆಗೆ ತರಿಸಿದ್ದ ಧ್ವನಿವರ್ಧಕಗಳಲ್ಲಿ ದೇವರ ಹಾಡುಗಳನ್ನು ಜೋರಾಗಿ

ಹಾಕಿದ್ದರು. ಗಂಡು ಮಕ್ಕಳು ಜುಬ್ಬಾ ಪೈಜಾಮ ಮತ್ತು ಹೆಣ್ಣು ಮಕ್ಕಳು ಲಂಗಾ ದಾವಣಿ. ಹಣವಿದ್ದವರು ರೇಷ್ಮೆಯ ಉಡುಗೆ ತೊಟ್ಟಿದ್ದರೆ, ಇರದವರು ಖಾದಿಯ ತೊಟ್ಟಿದ್ದರು. ಆ ಬಿಸಿಲಿನಲ್ಲೂ ಖಾದಿ ತೊಟ್ಟವನ ತಣ್ಣಗಿಟ್ಟಿತ್ತು. ಈ ಖಾದಿಯನ್ನು ಲಿನೆನ್ ಎಂದು ಹೇಳಿ ಪರದೇಶಗಳಲ್ಲಿ ಸಾವಿರಾರು ರೂಪಾಯಿಗಳಿಗೆ ಮಾರುತ್ತಾರೆ. ನಮ್ಮ ದೇಶಕ್ಕೆ ಹಿಡಿದ ರೋಗವೆಂದರೆ, ನಮ್ಮದ್ದನ್ನು ಪರರು ಉಪಯೋಗಿಸಿಕೊಳ್ಳಲು ಬಿಡುವುದು. ಯೋಗಶಾಸ್ತ್ರದಿಂದ ಸಾವಿರಾರು ಕೋಟಿಗಳ ಪಾಶ್ಚಾತ್ಯ ದೇಶಗಳು ಸಂಪಾದಿಸುತ್ತಿವೆ. ಸಂಸ್ಕೃತದ ಅಧ್ಯಯನ ಜರ್ಮನಿ ದೇಶದ ಪಾಲಾಗಿದೆ. ಒಂದು ದಿನ ಜರ್ಮನಿಯ ಜನ ನಿಮ್ಮ ಭಾರತದವರಿಗೆ ಯೋಗ್ಯತೆಯಿಲ್ಲ. ಸಂಸ್ಕೃತವ ರಕ್ಷಿಸಿದವರು ನಾವು. ಅದು ಇಂದು ನಮ್ಮ ಸ್ವತ್ತು ಎಂದು ಹೇಳಿದರೆ ಅತಿಶಯೋಕ್ತಿಯೇನಲ್ಲ. ನಾವು ಎಚ್ಚೆತ್ತುಕೊಳ್ಳುವ ಸಮಯ ಇಂದು. ತಡಮಾಡಿದರೆ ನಮ್ಮ ಪೂರ್ವಜರ ಸ್ವತ್ತು ಪರರ ಪಾಲಾಗುವುದರಲ್ಲಿ ಸಂಶಯವಿಲ್ಲ. ಹೀಗೆ ಬಹಳ ಯೋಚನೆ ಮಾಡುತ್ತಾ ಅಲ್ಲೆ ಜಗುಲಿಯ ಮೇಲೆ ಕುಳಿತೆ. ಭಾರತವ ಬಿಟ್ಟು ನಾನಿರುವ ದೇಶಕ್ಕೆ ಇನ್ನೇನು ಹೋಗಬೇಕೆಂದಾಗ ನನಗೆ ಭಾರತದ ಸೆಳೆತ ಹೆಚ್ಚಾಗುತ್ತಿತ್ತು. ಆದರೆ ಎಲ್ಲವನ್ನು ಪರಿಹರಿಸಬೇಕಾದರೆ ನಾವು ಬಹಳ ಜನ, ಅಂದರೆ ಲಕ್ಷಗಳಲ್ಲಿ ದೇಶದ ಉನ್ನತಿಗೆ ಶ್ರಮಿಸಬೇಕು. ನಮ್ಮ ಕೆಲಸ ಮಾಡಿ ತೆರಿಗೆ ಕಟ್ಟಿದರೆ ಸಾಕು ಎಂದರೆ ಏನು ಮಾಡಲಾಗದು. ಒಂದು ತರಹದ ಸೋಮಾರಿತನ ನಮ್ಮನ್ನು ಆವರಿಸಿದೆ. ಬ್ರಿಟಿಷರ ಕೈಕೆಳಗಿದ್ದ ಮನಸ್ಸತ್ವ ನಮ್ಮನ್ನು ಇನ್ನು ಬಿಟ್ಟು ಹೋಗಿಲ್ಲ. ನಮ್ಮ ಬದುಕೆಲ್ಲ ಆ ಮನಸ್ಸತ್ವದ ಬದಲಾವಣೆಗೆ ಮೀಸಲಪ್ಪೆ. ನಮ್ಮ ಮಕ್ಕಳಾದರು ಬ್ರಿಟಿಷರ ಪೊರೆ ಬಿಟ್ಟ ಭಾರತವ ನೋಡಿದರೆ ಸಾಕೆಂದೆಲ್ಲ ಅನಿಸತೊಡಗಿತು.

ಅಷ್ಟರಲ್ಲಿ ಗೌಡರು ನನ್ನ ಭುಜದ ಮೇಲೆ ಕೈಯನ್ನಿಟ್ಟು ನಿದ್ದೆ ಬಂತೆ ಎಂದರು. ನಾನು ನಗುವಿನಲ್ಲೆ ಉತ್ತರ ನೀಡಿದೆ. ಅವರು ಇನ್ನೊಂದು ಮಾತನಾಡುವಷ್ಟರಲ್ಲಿ ನಾಲ್ಕಾರು ದೊಡ್ಡ ವಾಹನಗಳು ಬಂದವು. ಮುಜುರಾಯಿ ಇಲಾಖೆಯ ಕಮೀಷನ್ನರು ಬಂದಿದ್ದರು. ಅವರ ಪಕ್ಕ ತುಪಾಕಿಗಳನ್ನಿಡಿದ ಇಬ್ಬರು ಆರಕ್ಷಕರು ಇದ್ದರು. ಕಮೀಶನ್ನರು ಕೂಡ

ರೇಶ್ಮೆಯುಟ್ಟು ಬಂದಿದ್ದರು. ಅವರ ಜೊತೆ ಸುಮಾರು ಇಪ್ಪತ್ತು ಜನರು ಬಂದಿದ್ದರು. ಆರಕ್ಷಕರಿಗೆ ಅಲ್ಲಿಯೆ ಇರಲು ಹೇಳಿ ಅವರು ಒಳಗೆ ಹೋಗಿ ಕುಳಿತರು. ಹೋಮ ಮೊದಲಾಯಿತು. ಹೋಮದಲ್ಲಿ ಅಹುತಿಗೆ ಅರ್ಪಿಸುತ್ತಿದ್ದ ಸಾಮಾಗ್ರಿಗಳು ವರ್ಣಿಸಲಾಗದಂತಹ ಸುವಾಸನೆಯ ತಂದಿತ್ತು. ಸುಮಾರು ಎರಡು ಘಂಟೆಗಳ ಕಾಲ ನಡೆದ ಹೋಮವು ಮುಗಿದ ನಂತರ ಮಹಾಮಂಗಳಾರತಿಯು ಶುರುವಾಯಿತು. ನೂರೆಂಟು ದೀಪಗಳ ಆರತಿ ದೇವಿಗೆ ಅರ್ಪಣೆಯಾದ ನಂತರ ಶಿವನ ಪೂಜೆಯಾಯಿತು. ಕೊನೆಗೆ ಆರತಿಯು ಕಾಮಧೇನುವಿನ ಕೋಣೆಗೆ ಬಂದಿತ್ತು. ಆರತಿ ಮುಗಿದ ನಂತರ ಎಲ್ಲರಿಗೂ ಪ್ರಸಾದ ವಿನಿಯೋಗವಾಯಿತು. ಪೂಜೆಯ ನಂತರ ಕಮೀಷನ್ನರ ವಾಹನಗಳು ನಗರದ ಕಡೆ ರವಾನೆಯಾದವು. ಮತ್ತೆಲ್ಲರು ಊಟದ ಕಡೆ ನಡೆದರು. ಸುಮಾರು ಮುನ್ನೂರು ಜನರು ಒಟ್ಟಿಗೆ ಕುಳಿತು ಊಟ ಮಾಡಲು ವ್ಯವಸ್ಥೆ ಮಾಡಿದ್ದರು. ಅದು ತೆಂಗಿನ ತೋಟದಲ್ಲಿ ಆ ತಂಗಾಳಿಯ ಆಶ್ರಯದಲ್ಲಿ ಕುಳಿತು ಊಟ ಮಾಡುವುದಕ್ಕೆ ಪುಣ್ಯ ಮಾಡಿರಬೇಕು. ಪಕ್ಕದಲ್ಲೆ ಪಾಕಶಾಲೆಯ ನಿರ್ಮಿಸಲಾಗಿತ್ತು. ಕಾಳು ಹುಳಿ, ಹುರಳೀಕಾಯಿ ಪಲ್ಯ, ಸೌತೇಕಾಯಿ ಕೋಸಂಬರಿ, ಕಡಲೇಬೇಳೆಯ ವಡೆ, ಒಗ್ಗರಣೆ ಮಜ್ಜಿಗೆ ಹಚ್ಚ ಹಸಿರು ಬಾಳೆ ಎಲೆಯ ಅಲಂಕರಿಸಿದ್ದವು. ನಾನಂತು ಇನ್ನು ವಿದೇಶಕ್ಕೆ ಹೊರಟರೆ ಇಂತ ಊಟ ದೊರಕುವುದು ಅಸಾಧ್ಯ ಅಂತಂದುಕೊಂಡು ಗಡತ್ತಾಗಿ ತಿಂದೆ. ಒಂದು ಪದಾರ್ಥದಲ್ಲು ಬೆರೆಳೆಣಿಸಿ ತೋರಿಸುವಂತದ್ದು ಏನು ಇರಲಿಲ್ಲ. ಎಲ್ಲ ತಿಂದ ಮೇಲೆ ಇಷ್ಟೆ ಎನ್ನುವಷ್ಟರಲ್ಲಿ ಚಿರೋಟಿ ಮತ್ತು ಬಾದಾಮಿ ಹಾಲು ಬಂದವು. ನನ್ನ ಮನದಲ್ಲಿ ಗೊಂದಲ ಚಿರೋಟಿ ಎಂದರೆ ನನಗೆ ಪ್ರಾಣ. ಈ ಪಂಕ್ತಿಯಲ್ಲಾಗದೆಂದು ತಿಳಿದು ಒಂದು ಘಂಟೆ ಕಳೆದ ಮೇಲೆ ಪಾಕಶಾಲೆಯಲ್ಲಿ ಮೂರು ಚಿರೋಟಿಗಳ ತಿಂದು ಬಿಟ್ಟೆ. ಬಹಳ ದಿನಗಳ ನಂತರ ಮೂರು ದಿನಗಳು ತಿನ್ನುವ ಆಹಾರವ ಒಂದು ಹೊತ್ತೆ ಸೇವಿಸಿದ್ದೆ. ಅಷ್ಟೊಂದು ಜನರಿಗೆ ಇಷ್ಟೊಂದು ಅಡುಗೆಗಳ ಮಾಡುವುದೆಂದರೆ ಸುಲಭವಲ್ಲ. ಮೂರು ಸಾವಿರ ಜನರಿಗೆ ನಾಲ್ಕವರೆಗೆ ಎಲ್ಲರ ಊಟ ಮುಗಿದಿತ್ತು.

ಎಲ್ಲರು ದೇವಾಯದ ಪಕ್ಕದಲ್ಲಿದ್ದ ಆಲದ ಮರದ ಕೆಳಗೆ

ಕುಳಿತೆವು. ಹತ್ತಾರು ಎಲೆ ಅಡಿಕೆ ತಟ್ಟೆಗಳು ಅಲ್ಲಿದ್ದವು. ಎಲ್ಲರ ಬಾಯಿ ಕೆಂಪಾಗಿತ್ತು. ಗೌಡರು ಎಲೆಯಡಿಕೆ ಅಗಿಯುತ್ತ ಹೇಗೊ ನಮ್ಮ ಪುಣ್ಯ. ನಮ್ಮ ಜೀವಮಾನದಲ್ಲಿ ಈ ದೇವಾಲಯದ ಮರು ಉದ್ಘಾಟನೆ ಆಯಿತು. ಊರಿಗೆ ಬಂದ ಕಳೆ ನೋಡಿ ಎಂದೂ ಇರದ ಸಡಗರ ಊರಿನಲ್ಲಿ ಕಂಡು ಬರುತ್ತಿದೆ ಇಂದು. ಆತ್ರೇಯ ನಿಮ್ಮ ಕಾಲ್ಗುಣ ಹಾಗೂ ಅಜ್ಜಿಯ ದಿವ್ಯದೃಷ್ಟಿ ನಮ್ಮ ಊರಿಗೆ ಭಾಗ್ಯವ ತಂದುಕೊಟ್ಟಿದೆ. ನಿಮಗೆ ಎಂದಾದರು ಏನಾದರು ಬೇಕಾದ್ದಲ್ಲಿ ನಮ್ಮ ಊರ ಮರೆಯಬೇಡಿ. ಊರ ಮಕ್ಕಳಂತು ಬಿಡದೆ ಆ ಘಂಟೆಯ ಬಾರಿಸುತ್ತಲೆ ಇದ್ದರು. ಅಷ್ಟು ಸದ್ದಲ್ಲು ಒಂದು ಶಾಂತಿಯಿತ್ತು. ನಮ್ಮ ದೇಶವೆ ಅಷ್ಟು ಎಲ್ಲ ಗಿಜಿಗಿಜಿಯಾಗಿರುತ್ತದೆ. ಆದರೆ ಎಲ್ಲದಕ್ಕು ನಮ್ಮ ಕಣ್ಣಿಗೆ ಕಾಣದ ನಿಯಮಗಳಿರುತ್ತವೆ. ಅಷ್ಟು ಸದ್ದಿನಲ್ಲು ಅಂತಹ ಶಾಂತಿಯ ಅನುಭವಿಸುವುದೆಂದರೇನು ? ಬಹಳ ಕಡೆಯಿಂದ ದಾನ ಧರ್ಮಗಳ ರೂಪದಲ್ಲಿ ಹಲವಾರು ಉಡುಗೊರೆಗಳು ಬಂದಿದ್ದವು. ಗರ್ಭಗುಡಿಗೆ ಹತ್ತು ಕೆ. ಜಿ. ಬೆಳ್ಳಿಯ ಒಬ್ಬರು ಕೊಟ್ಟರೆ, ಗೋಪುರದ ರಿಪೇರಿ ಮಾಡಿಸುವ ಜವಾಬ್ದಾರಿ ಇನ್ನೊಬ್ಬರು ಒಪ್ಪಿಕೊಂಡಿದ್ದರು. ಎಲ್ಲು ಹೆಚ್ಚು ಮಾತಿಲ್ಲ. ಕತೆಯಿಲ್ಲ. ದೇವಾಲಯದ ಎಲ್ಲ ಕೆಲಸಗಳ ಒಬ್ಬರಲ್ಲ ಒಬ್ಬರು ಒಪ್ಪಿಕೊಂಡಿದ್ದರು. ಗೋಶಾಲೆಯ ಬಗ್ಗೆ ಕೂಡ ಚರ್ಚೆಯಾಯಿತು. ಆ ಹಸುವ ಅಷ್ಟು ಕಾಲ ದೇವಾಲಯವ ಕಾದಿದ್ದರಿಂದ ಯಾರಿಗೂ ಅದರಲ್ಲಿ ಅಸಮಾಧಾನವಿರಲಿಲ್ಲ. ಗೋಶಾಲೆಯ ಚರ್ಚೆ ಶುರುವಾದಾಗ ನನಗೆ ಹಸುವಿನ ಜ್ಞಾಪಕ ಬಂತು. ಚರ್ಚೆ ಮುಗಿದ ನಂತರ ಎಲ್ಲರು ದೇವಾಲಯದ ಬಳಿ ಬಂದೆವು. ಅಜ್ಜಿ ಮಾತ್ರ ಹಸುವನ್ನು ಇನ್ನು ಬಿಟ್ಟಿರಲಿಲ್ಲ. ನನ್ನ ಶಂಕೆ ಇನ್ನು ಹೆಚ್ಚಾಯಿತು. ನಾನು ಭಟ್ಟರು, ಗೌಡರು, ಜೋಯಿಸರು ಮತ್ತಲ್ಲಿದ್ದ ಜನ ಅಲ್ಲಿಗೆ ಹೊರಟೆವು. ಅಜ್ಜಿ ಹಸುವಿನ ಮೈಯ ಸವರುತ್ತ ತಾಯಿ, ಇನ್ನು ನಿನ್ನ ಕಾರ್ಯ ಸಂಪನ್ನವಾಯಿತು. ನೀನಿನ್ನು ಹೊರಡಲು ಸಿದ್ಧಳಾಗು ಎಂದು ಹೇಳಿ ಅದರ ತಲೆ ಸವರಿದರು. ಹಸುವು ಮಲಗಿತ್ತು. ಅದರ ಕಣ್ಣು ಮುಚ್ಚುತ್ತಾ ಇನ್ನು ಹೊರಡು ಎಂದರು. ಅಜ್ಜಿಗೆ ಇದು ಮುಂದೆ ತಿಳಿದಿತ್ತೆಂದು ನನಗೆ ಈಗ ಅರಿವಾಯಿತು. ಆದರೆ ಅಲ್ಲಿದ್ದವರೆಲ್ಲ ಆಶ್ಚರ್ಯ ಚಕಿತರಾಗಿದ್ದರು. ಬಹಳ ದುಃಖ ಮೂಡಿ ಬಂದಿತ್ತು ಅವರೆಲ್ಲರ ಮುಖದಲ್ಲಿ ಅಜ್ಜಿ ಮಾತ್ರ ಸಂಯಮದಿಂದ್ದರು.

ಹಸು ಸತ್ತ ವಾರ್ತೆಯ ತಿಳಿದು ಊರಿಗೆ ಊರೇ ಅಲ್ಲಿಗೆ ಬಂತ್ತು. ಒಮ್ಮೆಲೆ ಹಲವು ದಿನಗಳಿಂದ ಅವರ ಮುಖದಲ್ಲಿದ್ದ ಸಂತೋಷ ತಟ್ಟೆಂದು ಕಳಚಿ ಕೆಳಗೆ ಬಿದ್ದಿತ್ತು. ಕೆಲವರಂತು ಬಿಕ್ಕಿ ಬಿಕ್ಕಿ ಅಳುತ್ತಿದ್ದರು. ಅಜ್ಜಿ ಏಕೆ ಅಳುತ್ತೀರಿ. ಅದರ ಕೆಲಸ ಮುಗಿಯಿತು. ಇನ್ನು ಅದರ ಪರಿವಾರದಲ್ಲೊಬ್ಬರು ಇಲ್ಲಿಗೆ ಬಂದು ನಿಲ್ಲಬೇಕಾದರೆ ಆ ದೇವಾಲಯಕ್ಕೆ ತೊಂದರೆಯಾದರೆ ಮಾತ್ರ ಶೋಕವ ಬಿಡಿ. ನಿಮ್ಮೆಲ್ಲರ ಹಿತಕ್ಕಾಗಿ ಇಷ್ಟು ವರ್ಷಗಳು ಅವು ತ್ಯಾಗ ಮಾಡಿವೆ. ಈ ಗೋವು ಬಹಳ ದಣಿದಿತ್ತು. ಬಹಳ ತೃಪ್ತಿಯಾಗಿದ್ದಳು ತಾಯಿ. ಇನ್ನೊಮ್ಮೆ ಗೋಹತ್ಯೆಗೆ ಈ ಊರು ಕಾರಣವಾದರೆ, ಪರಿಣಾಮ ಅತಿ ಕಠಿಣವಾಗಿರುವುದು ಹೋಗಿ ಸಂತೋಷದಿಂದ ಬೀಳ್ಕೊಡಿ. ಶೋಕಗ್ರಸ್ಥರಾಗಬೇಡಿ. ಎಂದಿನಿಂದಲೋ ಮುಚ್ಚಿದ್ದ ದೇವಾಲಯವು ಮರು ಉದ್ಘಾಟನೆಯಾದ ದಿನ ಇಂದು. ಆನಂದದಿಂದಿರಿ. ಅಜ್ಜಿಯ ಮಾತುಗಳು ಊರಿನವರಿಗೆ ಸ್ವಲ್ಪ ನೆಮ್ಮದಿ ತಂದ ಹಾಗಿತ್ತು. ಅಜ್ಜಿ ಹಾಗೆಯೆ ಅಲ್ಲಿಯೆ ಜಪಕ್ಕೆ ಕುಳಿತುಬಿಟ್ಟರು. ಅಜ್ಜಿಯ ಧ್ಯಾನ ಮುಂದುವರೆದಿತ್ತು. ತುಸು ಕಾಲದ ನಂತರ ಅವರ ಕಣ್ಣು ಬಿಟ್ಟರು. ನಾಳಿದ್ದು ನಾನು ಮರಳಿ ಬೆಂಗಳೂರಿಗೆ ಹೋಗಬೇಕಿತ್ತು. ಇಷ್ಟವಿಲ್ಲದಿದ್ದರು ಗೌಡರ ಅನುಮತಿ ಪಡೆದು, ಅವರ ಕಾರಿನಲ್ಲೆ ಸುತ್ತಿ ಬಳಸಿ ಜಮುನಾಪುರಕ್ಕೆ ಬಂದೆವು. ಯಾಕೊ ಎಲ್ಲ ವಿಚಾರಗಳೊಂದು ಕಡೆ. ಆ ಹಸುವು ಒಂದು ಕಡೆಯೆಂಬಂತೆ ಆಲೋಚನೆಗಳು ಬರತೊಡಗಿದವು. ನಾನು ಪಾರ್ವತಿಪುರಕ್ಕೆ ಹೋದದ್ದು. ಆ ಹಸುವು ನನ್ನ ಕೊಡವಿದ್ದು. ನಂತರ ಅಜ್ಜಿಯ ಕರೆದುಕೊಂಡು ಹೋದದ್ದು. ಮತ್ತು ಅಲ್ಲಿ ನಡೆದ ಮಿಕ್ಕೆಲ್ಲ ವಿಷಯಗಳು ಚಲನಚಿತ್ರ ನೋಡಿದ ಹಾಗೆ ಭಾಸವಾದವು. ಎಲ್ಲ ಆಲೋಚನೆಗಳ ಮಧ್ಯೆ ನಿದ್ದೆಯೂ ಬಂದು ಬಿಟ್ಟಿತು. ಮಲಗಿಬಿಟ್ಟೆ.

****

ಅಧ್ಯಾಯ ೨೫

ಬೆಳಗ್ಗೆ ಏಳುವಷ್ಟರಲ್ಲಿ ಸೀತೆಯ ಕರೆ ಬಂದಿತ್ತು. ಎರಡು ದಿನ ಮುಂಚಿತವಾಗಿಯೆ ಅಲ್ಲಿಗೆ ಬರುತ್ತೇನೆಂದು ನಾನು ಹೇಳಿದ್ದೆ. ಆದರೆ ಪಾರ್ವತಿಪುರದ ಉತ್ಸಾಹದಲ್ಲಿ ನನಗೆ ಎಲ್ಲವು ಮರೆತು ಹೋಗಿತ್ತು. ಸೀತೆಗೆ

ಬಹಳ ಕೋಪ ಬಂದಿತ್ತು. ನಿನ್ನೆಯೆ ಬರುತ್ತೇನೆಂದು ನೆನೆದ ಅವಳಿಗೆ ನಾಳೆ ರಾತ್ರಿ ಶಿವಮೊಗ್ಗೆ ಬಿಟ್ಟು ಬರುವುದಾಗಿ ಹೇಳಿದ ತಕ್ಷಣ, ಕೋಪವು ಇನ್ನೊಂದು ಮಟ್ಟಕ್ಕೆ ಹೋಯಿತು. ಅವಳಿಗೆ ಪಾರ್ವತಿಪುರದ ವಿಷಯ ತಿಳಿಸೋಣ ಅಂತ ಅಂದುಕೊಂಡೆ. ಆದರೆ ಏನನ್ನು ಕೇಳುವ ಸ್ಥಿತಿಯಲ್ಲಿ ಅವಳು ಇರಲಿಲ್ಲ. ಅನ್ನಪೂರ್ಣಳ ವಿಷಯವು ಹೇಳ ಹೋಗಲಿಲ್ಲ. ಸುಮ್ಮನೆ ಏಕೆ ಎಂದು ಅವಳ ಮಾತುಗಳ ಮುಗಿಸಿದ ಮೇಲೆ ನನ್ನ ಕೆಲಸ ನೋಡ ಹೊರಟೆ. ತಿಂಡಿಯಾದ ಮೇಲೆ ಮೊದಲು ಶಾಲೆಯ ಬಳಿ ಹೊರಟೆ. ಅಪ್ಪಣ್ಣಿ ಅಷ್ಟು ಬೆಳಗ್ಗೆಯೆ ಕೆಲಸಕ್ಕೆ ಬಂದು ಬಿಟ್ಟಿದ್ದರು. ಇನ್ನು ಹದಿನೈದು ದಿನಗಳಲ್ಲಿ ಕೆಲಸ ಮುಗಿಯುವ ಸೂಚನೆ ಅವರಿಂದ ಬಂತು. ಗೋಮತೀಪುರದಿಂದ ನಾಲ್ಕು ನಾಟಿ ಹಸುಗಳ ಮಾತಾನಾಡಿಕೊಂಡು ಬಂದೆ ಎಂದು ತಿಳಿಸಿದರು. ಹಸುವಿಗೆ ನಲವತ್ತು ಸಾವಿರವೆಂದರು. ನಾನು ವಿದೇಶಕ್ಕೆ ಹೋದ ನಂತರ ಮೇಷ್ಟ್ರ ಅಕೌಂಟಿಗೆ ಹಣವ ಪಾವತಿ ಮಾಡುತ್ತೇನೆಂದು ಹೇಳಿದೆ. ಮಿಕ್ಕಿದ್ದ ಕೆಲಸಕ್ಕೆ ಎಪ್ಪತ್ತು ಸಾವಿರ ಸಾಕೆಂದು ಹೇಳಿದರು. ಮಿಕ್ಕ ನಾಲ್ಕು ಲಕ್ಷಗಳ ಆಗಲೆ ಅವರಿಗೆ ನಾನು ನೀಡಿದ್ದೆ. ಎಲ್ಲ ಲೆಕ್ಕವ ಬರೆದಿಟ್ಟದ್ದರು. ಒಂದು ರೂಪಾಯಿ ಕೂಡ ಅವರ ಕಣ್ಣು ತಪ್ಪಿಸುವುದಕ್ಕೆ ಸಾಧ್ಯವಾಗಿರಲಿಲ್ಲ. ಅಷ್ಟು ಅಚ್ಚುಕಟ್ಟಾದ ಲೆಕ್ಕಚಾರ ಅವರದ್ದು. ಹಣ ಹೋದರೆ ಮರು ದುಡಿದೇನು, ಆದರೆ ಮಾನ ಹೋದರೆ ? ಅನ್ನುವ ಆಲೋಚನೆ ಅವರದ್ದು. ಮೇಷ್ಟ್ರು ಅಷ್ಟೊತ್ತಿಗೆ ಅಲ್ಲಿಗೆ ಬಂದರು. ಯಾವಾಗ ಬಂದೆ ಆತ್ರೇಯ ಅನ್ನೋ ಪ್ರಶ್ನೆಗೆ ಅರ್ಧ ಘಂಟೆಯಾಯಿತೆಂದು ನಾನು ಉತ್ತರಿಸಿದೆ. ಮೇಷ್ಟ್ರಿಗೆ ಅನ್ನಪೂರ್ಣಳ ವಿಚಾರ ತಿಳಿಸಿದೆ. ಅಜ್ಜಿಯ ವಿದ್ಯಾರ್ಥಿ ವೇತನದ ಯೋಜನೆ ಚೆನ್ನಾಗಿದೆ. ಹಾಗೆಯೆ ಮಾಡೋಣ ಎಂದರು. ಮೇಷ್ಟ್ರೆ ನಾನು ನಾಳೆ ಮಧ್ಯಾಹ್ನವ ಹೊರಡಬೇಕು. ಮೀನ ಮತ್ತು ಅನ್ನಪೂರ್ಣಳ ನನ್ನೊಡನೆಯೆ ಕರೆದುಕೊಂಡು ಹೋಗಿ ಕಾಲೇಜಿಗೆ ಸೇರಿಸಿ ಬರೋಣ ಅಂತ ಅಂದುಕೊಂಡಿದ್ದೇನೆ ಎಂದೆ. ಅವರು ಆಯಿತು ನೀನು ಹೋಗಿ ಎಲ್ಲ ಸಿದ್ಧತೆಗಳ ಮಾಡಿಕೊ. ನೀನು ಹೊರಡುವಷ್ಟರಲ್ಲಿ ನಾನೇ ಕರೆದುಕೊಂಡು ಬರುತ್ತೇನೆಂದು ತಿಳಿಸಿದರು. ಮಿಕ್ಕಿದ್ದ ಕೆಲಸಗಳು ಮುಗಿದಿದ್ದವು. ಊರ ದೇವಾಲಯಕ್ಕೆ ಹೋಗಿ ಸ್ವಲ್ಪ ಹೊತ್ತು ಅಲ್ಲೆ ಕುಳಿತು ಮನೆಗೆ ಹೊರಟು

ಬಂದೆ. ಮನೆಗೆ ಬರುವಷ್ಟು ಹೊತ್ತಿಗೆ ಊಟ ತಯಾರಾಗಿತ್ತು. ನಿನ್ನೆಯೆಲ್ಲ ಹಬ್ಬದ ಊಟವಾಗಿತ್ತು. ಭಾಗೀರಥಮ್ಮನವರಿಗೆ ಸ್ವಲ್ಪ ತಿಳಿ ಸಾರು ಅನ್ನ ಸಾಕೆಂದು ಹೇಳಿದ್ದೆ. ಅವರು ಮೆಣಸಿನ ಸಾರು ಮತ್ತು ಒಗ್ಗರಣೆಯ ನೀರು ಮಜ್ಜಿಗೆಯ ಮಾಡಿದ್ದರು. ಸ್ವಲ್ಪ ಅನ್ನಕ್ಕೆ ಸಾರು ಕಲೆಸಿಕೊಂಡು ಅದನ್ನು ತಿಂದು ಒಂದು ಚೆಂಬು ನೀರು ಮಜ್ಜಿಗೆಯ ಕುಡಿದೆ. ಹೊಟ್ಟೆ ತಂಪಾಯಿತು. ಸ್ವಲ್ಪ ಮಲಗೋಣ ಅಂದುಕೊಂಡೆ. ಅಷ್ಟರಲ್ಲಿ ಭಟ್ಟರು ನಮ್ಮ ಮನೆಯ ಮುಂದಿದ್ದರು. ಆತ್ರೇಯ ಅಜ್ಜಿಯ ಕರೆದುಕೊಂಡು ಬಾ. ಮನೆಗೆ ಹೋಗುವುದಿದೆ ಎಂದರು. ನನಗೆ ಒಂದು ಅರ್ಥವಾಗಲಿಲ್ಲ. ಯಾಕೊ ಸ್ವಲ್ಪ ಗೊಂದಲದಲ್ಲಿದ್ದರು. ಅವರು ವೇಗವಾಗಿ ಮನೆಯತ್ತ ಹೆಜ್ಜೆ ಹಾಕತೊಡಗಿದರು. ನಾನು ಅಜ್ಜಿಯ ಕೈಯ ಹಿಡಿದು ಭಟ್ಟರ ಮನೆಯತ್ತ ನಡೆದೆ. ಅಲ್ಲಿ ಬಂದ ಮೇಲೆ ಒಬ್ಬ ಮನುಷ್ಯ ಕಾವಿಯ ತೊಟ್ಟು ನಿಂತಿದ್ದರು. ನನಗೆ ಯಾರೆಂದು ತಿಳಿಯಲಿಲ್ಲ. ಅವರೆ ನಮ್ಮ ಹತ್ತಿರ ಬಂದು ಅಜ್ಜಿ ನನ್ನ ಹೆಸರು ಶೇಖರಭಟ್ಟ. ನಾನೆ ಸಾವಿತ್ರಿಯ ಗಂಡ. ಕೊನೆಕೊನೆಗೆ ಸಾವಿತ್ರಿಯ ಆರೋಗ್ಯ ಬಹಳ ಹದಗೆಟ್ಟಿತ್ತು. ಅವಳ ಮೂಳೆಗಳ ರೋಗವೊಂದಾಗಿದ್ದರೆ ಸರಿಹೋಗುತ್ತಿತ್ತು. ಆದರೆ ಅವಳಿಗೆ ಅಲ್ಜೀಮರ್ ಎಂಬ ರೋಗವು ಶುರುವಾಯಿತು. ಅವಳ ಮನಸ್ಸಿನ ಮೇಲೆ ಅದು ಬಹಳ ಕೆಟ್ಟ ಪ್ರಭಾವವ ಬೀರಿತ್ತು. ಮೊದಮೊದಲು ಅದರ ಪ್ರಭಾವ ನಮಗೆ ತಿಳಿಯಲಿಲ್ಲ. ಆದರೆ ಒಂದೆರಡು ತಿಂಗಳುಗಳಲ್ಲಿ ಅವಳ ನಡವಳಿಕೆಯೆ ಬದಲಾಗಿತ್ತು. ಅವಳ ದೇಹಸ್ಥಿತಿ ಎಷ್ಟು ಹದಗೆಟ್ಟಿದ್ದರೂ. ಅವಳ ಮುಖದಲ್ಲಿ ನಗು ಮಾತ್ರ ಮಾಸಿರಲಿಲ್ಲ. ಆದರೆ ಈ ಖಾಯಿಲೆಯು ಬಂದ ಮೇಲೆ ಬಹಳ ವಿಚಿತ್ರವಾಗಿಬಿಟ್ಟಿತು. ಅವಳ ನಡುವಳಿಕೆ. ಊರಿನವರಿಗೆ ವಿವರಿಸಲಾಗದಾಗ ಅವಳನ್ನು ಒಂದು ಕೋಣೆಯಲ್ಲಿ ಬಂಧಿಯಾಗಿಡಬೇಕಾಯಿತು. ನಮಗ್ಯಾರಿಗೂ ಅದು ಒಂದಿಷ್ಟು ಇಷ್ಟವಿರಲಿಲ್ಲ. ಮಕ್ಕಳು ಕೂಡ ಅವರ ತಾಯಿಯ ಹತ್ತಿರ ಹೋಗಲು ಹೆದರತೊಡಗಿದರು. ಅವಳು ಮಲಗಿದ ಕಡೆಯೆ ಎಲ್ಲವು ಆಗಬೇಕಿತ್ತು. ಅವಳಿಗಾಗಿಯೆ ಒಬ್ಬರು ಕೆಲಸದವರನ್ನಿಟ್ಟಿದ್ದೆವು. ಒಮ್ಮೊಮ್ಮೆ ಬಹಳ ಸಂತೋಷವಾಗಿರುತ್ತಿದ್ದ ಅವಳು ಮತ್ತೊಮ್ಮೆ ಬಹಳ ಸಪ್ಪಗಾಗಬಿಡುತ್ತಿದ್ದಳು. ಸಮಯ ಕಳೆದಂತೆ ಅವಳು

ಸಂತೋಷದಿಂದಿದ್ದುದು ಬಹಳ ಕಡಿಮೆ. ಒಮ್ಮೆ ನನ್ನ ಕೈಯ ಹಿಡಿದು ರೀ, ಈ ಜೀವನ ನನ್ನಿಂದಾಗದು. ನಿಮ್ಮ ತಮ್ಮ ಮತ್ತು ನನ್ನ ತಂಗಿ ಭಾರ್ಗವಿ ಒಬ್ಬರನ್ನೊಬ್ಬರು ಇಷ್ಟಪಟ್ಟಿದ್ದಾರೆ. ಹೇಗಾದರು ಅವರ ಮದುವೆ ಮಾಡಿಸಿ ಅವಳು ಮಕ್ಕಳನ್ನು ಚೆನ್ನಾಗಿ ನೋಡಿಕೊಳ್ಳುವುದರಲ್ಲಿ ಸಂಶಯವಿಲ್ಲ. ನನಗೆ ನೀವು ಮಾತು ಕೊಡಬೇಕೆಂಬ ಹಠ ಹಿಡಿದು ಕುಳಿತಳು. ನನಗೆ ವಿಧಿಯಲ್ಲದೆ ಅವಳಿಗೆ ಮಾತ ಕೊಡಬೇಕಾಯಿತು. ಮಾತು ಕೊಟ್ಟ ನಾನು ಅದನ್ನು ಕೆಲವು ದಿನಗಳ ನಂತರ ಮರೆತುಬಿಟ್ಟೆ.

ಇನ್ನೊಂದು ತಿಂಗಳು ಕಳೆಯಿತು. ಅವಳ ಮಾತು ಸಂಪೂರ್ಣ ನಿಂತು ಹೋಯಿತು. ಆಗಾಗ ಒಂದೋ ಎರಡು ಮಾತು ಬಂದರೆ ಹೆಚ್ಚು. ಒಂದು ದಿನ ನಾಲ್ಕು ಮಾತುಗಳು ಬಂದವು. ದಯಮಾಡಿ ನನ್ನ ನೇಣು ಹಾಕಿ ಎಂದು, ನಮಗ್ಯಾರಿಗು ಅಂತಹ ಯೋಚನೆಯಿರಲಿಲ್ಲ. ಒಮ್ಮೆ ಮಾವನವರು ಮನೆಗೆ ಬಂದಿದ್ದರು. ಅವರ ಜೊತೆ ಮಾತನಾಡುತ್ತಿದ್ದಾಗ ಈ ವಿಷಯ ಅವರಿಗೆ ತಿಳಿಸಿದೆ. ಅವರು ಬಹಳ ಹೊತ್ತು ಯೋಚಿಸಿ ಅಳಿಯಂದಿರೆ, ಅವಳು ಕೇಳಿದ್ದು ಸರಿಯೆ. ದೇಹದ ತೊಂದರೆಯಾಗಿದ್ದರೆ ಏನೊ ಮಾಡಬಹುದಿತ್ತು. ಆದರೆ ಅವಳ ಮಾನಸಿಕ ಸ್ಥಿತಿ ನೋಡಿದರೆ ಅವಳ ಮಾತು ಕೇಳುವುದೆ ಸರಿಯೆನಿಸುತ್ತದೆ. ಹಾಗೆ ಮಾಡಿಬಿಡಿ ಎಂದರು. ಅವಳು ಹೇಳಿದ ನಂತರ ನನಗೂ ಅದೇ ಸರಿಯೆನಿಸತೊಡಗಿತು. ಮನೆಯಲ್ಲಿ ನಾನು ಇದರ ಬಗ್ಗೆ ಯಾರಿಗೂ ಹೇಳಲಿಲ್ಲ. ಮನದಾಳದಲ್ಲಿ ಎಲ್ಲರಿಗೂ ಅದು ಸರಿಯೆನಿಸುವುದೆಂದು ನನಗೆ ತಿಳಿದದ್ದೆ. ಮಾತಿನ ರೂಪದಲ್ಲಿ ಅದನ್ನು ಒಪ್ಪಿಕೊಳ್ಳುವ ಧೈರ್ಯ ನನಗೆ ಯಾರಲ್ಲೂ ಕಾಣಲಿಲ್ಲ. ಮಾವನವರು ಕೊಟ್ಟ ಧೈರ್ಯ ಒಂದು ತರಹದ ಹುಚ್ಚು ಧೈರ್ಯ ತರಿಸಿತು. ಅವಳ ಹುಟ್ಟುಹಬ್ಬ. ಅಂದಿನ ದಿನ ಅವಳಿಗೆ ಅತಿಜ್ವರ ನನಗೆ ಯಾಕೊ ತಡೆಯಲಾಗಲಿಲ್ಲ. ಮೈಯೆಲ್ಲ ನಡುಕ ಆದರೆ ಅದನ್ನು ಹೇಳಿಕೊಳ್ಳುವ ಪರಿಸ್ಥಿತಿ ಅವಳದ್ದಲ್ಲ. ಅದರ ಜೊತೆ ನಡುಗಿದಾಗಲೆಲ್ಲ ಅವಳ ಮೂಳೆಯ ರೋಗದ ನೋವು ಕೂಡ ಇಷ್ಟೆಲ್ಲ ಅನುಭವಿಸಿ ಯಾವ ಪುರುಷಾರ್ಥಕ್ಕೆ ಅವಳು ಬದುಕಬೇಕು ? ಇನ್ನು ಸಾಕು ಎಂದು ನಿರ್ಧರಿಸಿದೆ. ಅವಳ ನೋಡಿಕೊಳ್ಳುತ್ತಿದ್ದ ಹೆಂಗಸಿಗೆ ಅಂದು ನಾನೇ ನೋಡಿಕೊಳ್ಳುತ್ತೇನೆಂದು ಹೇಳಿ ನಾನು ಅಲ್ಲೆ ಉಳಿದೆ. ಅವಳ ಹುಟ್ಟಿದ ದಿನವೆ

ಅವಳ ನಿರ್ಗಮನ ಬೇಡವೆಂದು ನಿರ್ಧರಿಸಿ, ಹನ್ನೆರಡು ದಾಟುವ ವರೆಗೂ ಕಾದೆ. ಗಂಟೆಯ ಮುಳ್ಳು ಹನ್ನೆರಡು ದಾಟಿದ ನಂತರ ಅವಳನ್ನು ಎತ್ತು ಹಿಡಿದು ನೇಣ ಹಾಕಿಬಿಟ್ಟೆ. ಒಂದೆರಡು ನಿಮಿಷ ಒದ್ದಾಡಿದ ಅವಳ ದೇಹ ಹಾಗೆಯೆ ಹಗ್ಗದ ನೆರವಿನಿಂದ ಗಾಳಿಯಲ್ಲಿ ನಿಂತಿತ್ತು. ಏನೊ ಒಂದು ಸಮಾಧಾನ ನನ್ನ ಮನಸ್ಸಿನಲ್ಲಿ ಮೂಡಿತು. ಬೆಳಗ್ಗೆ ಎದ್ದ ಮಿಕ್ಕ ಮನೆಯವರೆಲ್ಲರು ಭ್ರಾಂತಿಗೊಳಗಾಗಿದ್ದರು. ನಾನೆ ಮಾಡಿರುವುದಾಗಿ ಎಲ್ಲರಿಗೂ ತಿಳಿದಿದ್ದರು, ಯಾರು ನನ್ನನ್ನು ಒಂದು ಮಾತು ಅನ್ನಲಿಲ್ಲ. ಮಾವನವರಿಗೂ ಇದು ತಿಳಿದಿರಲೇಬೇಕು. ಆದರೆ ಅಜ್ಜಿ ಪೋಲೀಸರ ಹತ್ತಿರ ಹೋಗಬಾರದೆಂದು ಹೇಳಿದ್ದು ಕೇಳಿ ನನಗೆ ಬಹಳ ನೆಮ್ಮದಿಯಾಗಿತ್ತು. ನಮ್ಮನ್ನು ಒಂದು ದಿನ ನೋಡದ ಅವರು ಈ ಪುಣ್ಯದ ಕೆಲಸ ಮಾಡಿದ್ದರಿಂದ ಭಾರ್ಗವಿ ಅಥವಾ ಅತ್ತೆಯವರು ಸುಮ್ಮನಾಗಿದ್ದರು. ಇಲ್ಲದಿದ್ದರೆ ಆ ಸಂದರ್ಭದಲ್ಲಿ ಏನಾದರೂ ಆಗಬಹುದಿತ್ತು. ನನಗೆ ಜೈಲು ವಾಸ ಕಷ್ಟವಲ್ಲ. ಆದರೆ ಸಾವಿತ್ರಿಯ ಆತ್ಮಕ್ಕೆ ಶಾಂತಿಯಾಗುತ್ತಿರಲಿಲ್ಲ. ಎಲ್ಲದಕ್ಕಿಂತ ದೊಡ್ಡದಾದ ಸಹಾಯ ಭಾರ್ಗವಿಯನ್ನು ನಮ್ಮ ಮನೆಯ ಸೊಸೆಯನ್ನಾಗಿಸಿದ್ದು, ಅಜ್ಜಿಯವರು ಮುಂದು ಬರದಿದ್ದರೆ ಅದೂ ಆಗದ ಮಾತು. ನನ್ನ ಮಕ್ಕಳಿಗೆ ತಾಯಿಯ ಕೊರತೆ ನೀಗಿತು. ಅವಳಿಲ್ಲದೆ ನನ್ನ ಜೀವ ವ್ಯರ್ಥ. ಹಾಗೆಂದು ಪ್ರಾಣವ ಬಿಡಲಾರೆ. ಮೈಸೂರಿನ ರಾಮಕೃಷ್ಣ ಮಠದಲ್ಲಿ ಸನ್ಯಾಸಿಯಾಗಿ ಮುಂದಿನ ಜೀವನವ ಕಳೆಯಲು ಹೊರಟಿದ್ದೇನೆ. ನಿಮ್ಮ ಆಶೀರ್ವಾದ ಪಡೆಯಲು ಬಂದಿರುವೆ ಎಂದು ಅಜ್ಜಿಯ ಕಾಲಿಗೆ ಬಿದ್ದರು. ಅಜ್ಜಿ ಅವರ ತಲೆಯ ಮೇಲೆ ಕೈಯನ್ನಿಟ್ಟು ಒಳ್ಳೆಯದೆ ಆಗುವುದು. ಅಮ್ಮನಿಚ್ಚೆ ಹೊರಡಿ ಎಂದರು. ಅಜ್ಜಿ ಹಾಗೆ ಹೇಳಿದ ಎರಡೇ ನಿಮಿಷದಲ್ಲಿ ಅವರು ಅಲ್ಲಿಂದ ಹೊರಟುಬಿಟ್ಟರು.

****

ಅಧ್ಯಾಯ ೨೬

ಭಾರ್ಗವಿ ಮತ್ತು ಅವರ ತಾಯಿ ಅಂದು ಮನೆಯಲ್ಲಿ ಇರಲಿಲ್ಲ. ಮಕ್ಕಳ ಕರೆದುಕೊಂಡು ಸರಸ್ವತೀಪುರದ ದೀಪೋತ್ಸವಕ್ಕೆ ಹೋಗಿದ್ದರು. ಅವರಿದ್ದಿದ್ದರೆ ಪರಿಸ್ಥಿತಿ ಬೇರೆಯೇ ಇರುತ್ತಿತ್ತು. ಭಟ್ಟರ ತಾಯಿ

ಅವರ ಮಗನಿಗೆ ಸರಿಯಾದ ಕೆಲಸವೆ ಮಾಡಿದೆ. ಅವಳು ಅಷ್ಟು ನೋವನ್ನು ಅನುಭವಿಸಿದಳೆಂಬ ವಿಷಯ ನಮಗ್ಯಾರಿಗೂ ತಿಳಿಸಲಿಲ್ಲವೇಕೆ ಮರಿ ? ಇರಲಿ ಬಿಡು ನೀನು ಎಷ್ಟು ಯೋಚಿಸಿ ಆ ನಿರ್ಧಾರಕ್ಕೆ ಬಂದೆಯೊ ಏನೋ ? ಈ ವಿಷಯ ನಮ್ಮ ನಾಲ್ವರ ಬಿಟ್ಟರೆ ಯಾರಿಗೂ ತಿಳಿಯವುದು ಬೇಡ. ನಾಳೆ ಭಾರ್ಗವಿ ಆ ಮನೆಯ ಸೊಸೆಯಾಗುವವಳು ತಿಳಿದೊ ತಿಳಿಯದೆಯೊ ಅವಳು ಈ ಮಾತನ್ನು ಯಾವುದಾದರು ಜಗಳದ ಸಮಯದಲ್ಲಿ ಅಂದರೆ ಅವರ ಸಂಸಾರಕ್ಕೆ ತೊಂದರೆ ಖಚಿತ. ಅವಳ ಸಾವಿನ ರಹಸ್ಯ ತಿಳಿದ ನಂತರ ಒಂದು ತರಹದ ನೆಮ್ಮದಿ. ಸ್ವಾಭಿಮಾನಿ ನನ್ನ ತಾಯಿ ಯಾರಿಗೂ ಭಾರವಾಗಬೇಡವೆಂಬ ಯೋಚನೆ ಮಾಡಿ ಹೀಗೆ ಮಾಡಿರುವಳು. ಇನ್ನು ಮರೆತುಬಿಡೋಣ ಎಂದು ದೇವರ ಮನೆಯ ಕಡೆ ಹೊರಟರು. ನನಗೆ ದುಃಖವಾಗಲಿಲ್ಲವೆಂದರೆ ತಪ್ಪಾದೀತು. ಆದರೆ ಸ್ವಲ್ಪ ನೆಮ್ಮದಿಯೂ ಆಗಿತ್ತು. ಆದರೆ ಅವಳು ಅನುಭವಿಸಿದ ನೋವನ್ನು ಯೋಚಿಸಿದರೆ ಎಂತಹವರಿಗೂ ಕಣ್ಣು ತೇವವಾಗದೆ ಇರಲಾರದು. ಆ ನೋವನ್ನು ನೆನಸಿಕೊಂಡರೆ ಮೈ ಜುಮ್ಮೆನ್ನುತ್ತದೆ ನನಗೆ ಶೇಖರ ಭಟ್ಟರು ಮಾಡಿದ್ದು ಸರಿ ಎಂದೆ ಅನಿಸಿತು. ಬಹಳ ಜನ ಹೆದರಿ ಸುಮ್ಮನಿರುತ್ತಿದ್ದರೊ ಏನೋ ? ಭಟ್ಟರು ಕೂಡ ಎಷ್ಟು ಯೋಚಿಸಿ ಆ ನಿರ್ಧಾರಕ್ಕೆ ಬಂದರೋ ? ಇವೆಲ್ಲದರ ಮಧ್ಯೆ ಅಜ್ಜಿಯ ನಿರ್ಧಾರ ಸೀತೆ ಅಂದು ನನ್ನ ಮೇಲೆ ಬೈಗುಳ ಹರಿಸಿದ್ದು ಜ್ಞಾಪಕಕ್ಕೆ ಬಂತು. ಅವಳು ಅಂದು ಸ್ವಲ್ಪ ದಾರಿ ತಪ್ಪಿ ಅವಳ ಸ್ನೇಹಿತೆಯ ಮಾವನಿಗೆ ಕರೆ ಮಾಡಿದ್ದರೆ ಎಷ್ಟೆಲ್ಲ ಅನಾಹುತವಾಗಿ ಬಿಡುತ್ತಿತ್ತು. ಸದ್ಯ ಆದರೆ ಅಜ್ಜಿ ಆ ನಿರ್ಧಾರ ತೆಗೆದುಕೊಳ್ಳದಿದ್ದರೆ ಎಷ್ಟು ಕುಟುಂಬಗಳು ಹಾಳು ಆಗುತ್ತಿತ್ತೊ ಏನೋ ? ಅವಳ ಸಾವಿನ ರಹಸ್ಯ ತಿಳಿದ ಮನಸ್ಸು ಹಗುರಾಗಿಸಿತ್ತು. ಚಂದ್ರನು ಹೊರಗೆ ಬಂದು ನಮ್ಮನ್ನು ಅಣಕಿಸುತ್ತಿದ್ದನು. ಅಜ್ಜಿಯ ಕರೆದುಕೊಂಡು ಮನೆಗೆ ಬಂದೆ. ಎಂತಹ ದಿನ ಇಂದು ? ಪಾರ್ವತಿಪುರದಲ್ಲಿ ನೋಡಿದರೆ ಆ ಗೋವಿನ ಸಾವು. ಜಮುನಾಪುರಕ್ಕೆ ಬಂದರೆ ಸಾವಿತ್ರಿಯ ಸಾವಿನ ರಹಸ್ಯ. ನನ್ನ ಮನಸ್ಸು ಬಹಳ ಉದ್ವೇಗವಶವಾಗಿತ್ತು. ಅಜ್ಜಿ ಮಾತ್ರ ಅದೇ ಸಂಯಮದಿಂದಿದ್ದರು. ಅವರ ಜೀವನದಲ್ಲಿ ಎಷ್ಟು ಅನುಭವಿಸಿರುವುದರಿಂದ ಇದು ಸಾಧ್ಯ. ಭಟ್ಟರ ತಾಯಿ ಕೂಡ ಅದೇ

ಸಂಯಮವ ಪಾಠಿಸಿದ್ದರಿಂದು. ನನಗೆ ಅವರ ಕಾಲದವರ ಬಗ್ಗೆ ಈ ಕಾರಣದಿಂದಲೆ ಹೆಚ್ಚು ಗೌರವ. ಅತಿ ಕಷ್ಟಕರವಾದ ಸಮಯದಲ್ಲೂ ಸಮಯಪ್ರಜ್ಞೆಯು ನಿರೂಪಿಸುತ್ತಾರೆ. ಆದರೆ ಇಂದು ನಾವು ಸಂಯಮಹೀನರಾಗಿದ್ದೇವೆ. ಸಣ್ಣ ಸಣ್ಣ ವಿಷಯಕ್ಕೂ ನಾವು ಮನಸ್ಸಿನ ಹತೋಟಿಯ ಕಳೆದುಕೊಳ್ಳುತ್ತಿದ್ದೇವೆ. ನಮ್ಮ ಹಿರಿಯರಿಂದ ಸಂಯಮವ ಕಲಿಯುವುದು ನಾವು ಮಾಡಬೇಕಾದ ಬಹುಮುಖ್ಯವಾದ ಕೆಲಸ. ದೇಹವು ಬಹಳ ದಣಿದಿತ್ತು. ಊಟ ಮಾಡಿ ದಿಂಬಿಗೊರಗಿದ ತಕ್ಷಣವೆ ನಿದ್ದೆ ಬಂತು.

ಬೆಳಗ್ಗೆ ಎದ್ದೆ. ಇಂದು ಜಮುನಾಪುರದಲ್ಲಿ ನನ್ನ ಕೊನೆಯ ದಿನ. ಬೆಂಗಳೂರಿಗೆ ಮಧ್ಯಾಹ್ನದ ಪ್ರಯಾಣ ಮಾಡಬೇಕಿತ್ತು. ಇನ್ನು ಅನ್ನಪೂರ್ಣಳ ಕೆಲಸ ಬಾಕಿ ಇತ್ತು. ಎದ್ದು ತಿಂಡಿಗೆ ಮೇಷ್ಟ್ರ ಮನೆಗೆ ಹೊರಟೆ. ಅವರ ಹೆಂಡತಿ ತಿಂಡಿಯ ಆಗಲೆ ತಯಾರಿಸಿದ್ದರು. ನನಗೆ ಬಿಸಿ ಬಿಸಿ ತೆಳ್ಳಗಿನ ದೋಸೆಯೆಂದರೆ ಇಷ್ಟವೆಂದು ಅವರಿಗೆ ತಿಳಿದದ್ದೆ. ಕೈ ತೊಳೆದು ಬಾ ಮರಿ. ಬಿಸಿ ಬಿಸಿ ದೋಸೆ ತಿನ್ನುವಿಯಂತೆ ಎಂದರು. ನಾನು ಕೈ ತೊಳೆದು ಬಂದೆ. ಮೇಷ್ಟ್ರು ಪೂಜೆಯಲ್ಲಿದ್ದರು. ಬಲವಂತದಿಂದ ಎಂಟು ದೋಸೆಗಳ ತಿನ್ನಿಸಿಯೇ ಬಿಟ್ಟರು. ನನ್ನ ಹೊಟ್ಟೆ ಬಾರದಿಂದ ಬಿಗಿಯಾಗಿತ್ತು. ಸ್ವಲ್ಪ ನಡೆದರೆ ಸರಿಯೋಗುವುದೆಂದು ಅವರ ಅಂಗಳದಲ್ಲೇ ನಡೆಯಲು ಶುರು ಮಾಡಿದೆ. ಮೇಷ್ಟ್ರು ಪೂಜೆಯಿಂದ ಬಂದರು. ಅವರ ತಿಂಡಿ ಮುಗಿಯಲು ಕಾದು ಅಲ್ಲಿಂದ ಹೊರಟು ಬಂದೆ. ಎಂದಿನಂತೆ ಭಾಗೀರಥಮ್ಮನವರು ಮತ್ತು ಮೀನ ನನ್ನ ಬಟ್ಟೆಗಳ ಮಡಚಿಡುತ್ತಿದ್ದರು. ನಾನು ಅಜ್ಜಿಯ ಬಳಿ ಬಂದೆ ಮರಿ, ನೀನಿಂದು ಹೊರಡಬೇಕೆಂದು ಬೇಜಾರು ಮಾಡಿಕೊಳ್ಳಬೇಡ. ಅದೇನೊ ಇನ್ನೆರಡು ವರ್ಷ ಅಂತಿದ್ದೀಯೆ. ಅದು ಮುಗಿದ ಮೇಲೆ ಇಲ್ಲೆ ಬಂದು ನೆಲೆಸುವ ಯೋಚನೆ ಮಾಡು. ಸುಮ್ಮನೆ ಅಲ್ಲೆ ಇರುವ ನಿರ್ಧಾರ ಬೇಡ. ನೀನು ಅಲ್ಲಿ ಸಂತೋಷದಿಂದಿಲ್ಲವೆಂದು ನನಗೆ ತಿಳಿದಿದೆ ಎಂದರು. ನನಗೆ ಇನ್ನು ಅಲ್ಲೆ ಇರುವುದು ಸ್ವಲ್ಪ ಕಷ್ಟವಾದರು ಸೀತೆಗೆ ಕೊಟ್ಟ ಮಾತ ಮೀರಲಾರದೆ ಸುಮ್ಮನಿದ್ದೆ. ಒಂದು ವರ್ಷದಿಂದ ನನಗೆ ಸ್ವಲ್ಪ ಬೇಸರವಿಲ್ಲವೆಂದರೆ ತಪ್ಪಾಗಲಾರದು. ಅದರಲ್ಲಿ ನನ್ನ ಆಲೋಚನೆ ಮತ್ತು ಮೌಲ್ಯಗಳು ಅಲ್ಲಿ ಇರುವವರೆಲ್ಲರಿಗೂ ಹೊಂದಿಕೆಯಾಗುತ್ತಿರಲಿಲ್ಲ. ಅವರ

ತಪ್ಪೆಂದಲ್ಲ. ಆದರೆ ಅವರ ಯೋಚನೆಗಳು ರೀತಿಯೇ ಬೇರೆ. ಒಂಟಿಯೆಂಬ ಭಾವನೆ ನನ್ನಲ್ಲಿ ಮೂಡಿತ್ತು. ಆದರೆ ಯಾರ ಹತ್ತಿರವು ಎಂದು ಹೇಳಿಕೊಂಡಿರಲಿಲ್ಲ. ಅಜ್ಜಿಗೆ ತಿಳಿದದ್ದು ಸ್ವಲ್ಪ ಆಶ್ಚರ್ಯವೆ. ಸೀತೆ ಕೂಡ ಇದರ ಬಗ್ಗೆ ಎಂದು ವಿಚಾರಿಸಿದವಳಲ್ಲ. ಅಜ್ಜಿ ಹೇಳಿದ ಮಾತುಗಳು ನನಗೆ ಹೊಸದಾದ ಆತ್ಮವಿಶ್ವಾಸ ನೀಡಿದ್ದವು.

ಮಧ್ಯಾಹ್ನದ ಊಟ ಮುಗಿಸಿ ಹೊರಡಲು ಸಿದ್ಧನಾದೆ. ಮೀನ ಮತ್ತು ಭಾಗೀರಥಮ್ಮನವರು ಕೂಡ ತಯಾರಾಗಿದ್ದರು. ಮೇಷ್ಟ್ರು ದೋಣಿಯ ತೀರಕ್ಕೆ ಅನ್ನಪೂರ್ಣಳ ಕರೆ ತರುವುದಾಗಿ ಹೇಳಿದ್ದರು. ನಾವು ಅಲ್ಲಿಗೆ ಹೋದ ಮೇಲೆ ಮೇಷ್ಟ್ರು ಕೂಡ ಅಲ್ಲಿಗೆ ಬಂದರು. ವಿಚಿತ್ರವೆಂದರೆ ಅನ್ನಪೂರ್ಣಳ ತಂದೆ ಅಲ್ಲಿಗೆ ಬಂದಿರಲಿಲ್ಲ. ಒಂದು ತರಹ ಒಳ್ಳೆಯದೆ. ಅಂತಹ ತಂದೆಗೆ ಇಂತಹ ಮಗಳೆ ? ಛೇ ಇರಲಿ. ಹೇಗೊ ಅನ್ನಪೂರ್ಣಳ ಸಮಸ್ಯೆಗೆ ಪರಿಹಾರ ಸಿಕ್ಕಿತ್ತು. ಮೇಷ್ಟ್ರು ನನ್ನ ಹತ್ತಿರ ಬಂದು ಕಾಗದವ ಕೊಟ್ಟು ಆತ್ರೇಯ ಇದನ್ನು ನೀನು ನಿನ್ನ ದೇಶಕ್ಕೆ ಹೋದ ಮೇಲೆಯೆ ಓದು ಎಂದರು. ನನಗೆ ಸ್ವಲ್ಪ ವಿಚಿತ್ರವೆಂದು ಅನಿಸಿದರು. ಅವರ ಮಾತಿಗೆ ಎದುರು ಹೇಳಲಾಗದೆ ಸುಮ್ಮನೆ ತೆಗೆದು ಜೇಬಿನಲ್ಲಿ ಇಟ್ಟುಕೊಂಡೆ. ಶಿವಮೊಗ್ಗೆಗೆ ಹೋಗಿ ರೈಲು ಹತ್ತಿದೆವು. ಬೆಂಗಳೂರು ಸೇರಿದಾಗ ಸುಮಾರು ಐದು ಗಂಟೆ. ಸೀತೆಯ ತಂದೆಯವರು ಕಾರಿನಲ್ಲಿ ಬಂದಿದ್ದರು. ಅವರಿಗೆ ಅನ್ನಪೂರ್ಣಳ ಬಗ್ಗೆ ತಿಳಿದಿರಲಿಲ್ಲ. ನಾನು ಇವರು ಮೂರು ಜನರಿಗೂ ಬೇಗ ತಯಾರಾಗಿ ಎಂದು ಹೇಳಿ ಸ್ವಲ್ಪ ವಿಶ್ರಾಂತಿ ತೆಗೆದುಕೊಳ್ಳ ಹೋದೆ. ನಂತರ ಎದ್ದು ನಾನು ಸ್ನಾನ ಮಾಡಿ ತಯಾರಾದೆ. ತಿಂಡಿ ತಿನ್ನುವಾಗ ಸೀತೆ ಎದ್ದು ಬಂದಳು. ನಾನು ಮೀನ ಮತ್ತು ಅನ್ನಪೂರ್ಣಳ ಕಾಲೇಜಿಗೆ ಸೇರಿಸಿ ಬರುತ್ತೇನೆಂದು ಹೇಳಿದೆ. ಅವಳಿಗೆ ಅದು ಸರಿ ಬಂದಂತೆ ತೋರಲಿಲ್ಲ. ಇರುವ ಒಂದು ದಿನದಲ್ಲೂ ನನ್ನ ಕೆಲಸಗಳು ಎಂದು ಸ್ವಲ್ಪ ಕೋಪ ಬರದೇ ಇರಲಾರದು. ಆದರೆ ಇದು ಬಹಳ ಮುಖ್ಯ. ತಿಂಡಿ ತಿಂದು ಮುಗಿಸಿದೆವು. ಆದರೆ ಮೀರ ಏಳಲಿಲ್ಲ. ಅವಳ ಕೋಣೆಗೆ ಹೋಗಿ ಅವಳ ತಬ್ಬಿ ಮುದ್ದಿಸಿ, ನಾನು ಕಾಲೇಜಿನ ಕೆಲಸಕ್ಕೆ ಹೊರಟೆ. ಎಲ್ಲ ಕೆಲಸಗಳು ಮುಗಿಯುವಷ್ಟರಲ್ಲಿ ಸಂಜೆಯಾಗಿತ್ತು. ಅನ್ನಪೂರ್ಣ ಅವಳ ವಸತಿ ಗೃಹದಲ್ಲೇ

ಉಳಿದುಕೊಂಡಳು. ಮೀನಳ ಕಾಲೇಜು ಶುರುವಾಗುವುದಕ್ಕೆ ಇನ್ನು ಎರಡು ವಾರಗಳಿದ್ದವು. ಅವರನ್ನು ಸಂಜೆ ಶಿವಮೊಗ್ಗೆಯ ರೈಲು ಹತ್ತಿಸಿ ಬಂದೆ. ಮನೆಗೆ ಬರುವಷ್ಟರಲ್ಲಿ ಮೀರ ಆಡಿಕೊಂಡಿದ್ದಳು. ಎಲ್ಲರು ಊಟ ಮುಗಿಸಿ ಸ್ವಲ್ಪ ಮಲಗಿ, ಬೆಳಿಗ್ಗೆ ಒಂದು ಗಂಟೆಗೆ ವಿಮಾನ ನಿಲ್ದಾಣಕ್ಕೆ ಹೊರಟೆವು. ಎಲ್ಲ ಸೆಕ್ಯೂರಿಟಿಯ ಮುಗಿಸಿ ನಮ್ಮ ವಿಮಾನ ಬರುವ ಗೇಟ ಸೇರಿದೆವು. ಸೀತ ಮೀರಳ ಕರೆದುಕೊಂಡು ಸ್ವಲ್ಪ ಬರುತ್ತೇನೆಂದು ಹೊರಟಳು. ನನಗೆ ಮೇಷ್ಟ್ರ ಕಾಗದದ ನೆನಪು ಬಂತು. ಕುತೂಹಲ ತಡೆಯಲಾಗದೆ ಅದನ್ನು ಓದಲು ಹೊರ ತೆರೆದೆ.

****

ಮೇಷ್ಟ್ರ ಕಾಗದ

ಆತ್ರೇಯ ನನಗೆ ಕ್ಯಾನ್ಸರ್ ರೋಗ ಅಂಟಿಕೊಂಡಿದೆ. ಮೊನ್ನೆ ಬೆಂಗಳೂರಿಗೆ ಹೋಗಿ ತೋರಿಸಿಕೊಂಡು ಬಂದೆ. ರೋಗವು ಕೊನೆಯ ಹಂತದಲ್ಲಿದೆಯಂತೆ. ಹೆಚ್ಚೆಂದರೆ ಆರು ತಿಂಗಳು ಉಳಿಯಬಹುದೆಂದು ಹೇಳಿದರು. ಸಾವಿನ ಭಯವಿಲ್ಲ. ನಿನಗೆ ತಿಳಿಯದದ್ದು ಏನು ಇಲ್ಲ. ಶಾಲೆ ಮಕ್ಕಳ ಭವಿಷ್ಯ ಅಂತ ಯಾವ ಆಸ್ತಿಯ ಮಾಡಿಕೊಳ್ಳಲಿಲ್ಲ. ಆದರೆ ಪಿ. ಎಫ್. ಹಣವನ್ನು ಅವಳ ಖಾತೆಗೆ ಹಾಕುವಂತೆ ವ್ಯವಸ್ಥೆ ಮಾಡಿದ್ದೇನೆ. ಅವಳಿಗೆ ಹಣದ ಅವಶ್ಯಕತೆ ಹೆಚ್ಚು ಬರಲಾರದು. ಆದರೆ ವಿಶಾಲಾಕ್ಷಿಗೆ ಲೋಕದ ವ್ಯವಹಾರವೇನು ತಿಳಿಯದು. ನನ್ನ ನಂತರ ಅವಳ ಜವಾಬ್ದಾರಿ ನಿನ್ನದೆ. ಆದರೆ ಈ ಶಾಲೆಯನ್ನು ಮತ್ತು ಈ ಊರಿನ ಮಕ್ಕಳನ್ನು ಸ್ವಲ್ಪ ನೋಡಿಕೊ. ನೀನು ಮುಂದಿನ ಬಾರಿ ಬರುವಷ್ಟರಲ್ಲಿ ಈ ಮೇಷ್ಟ್ರು ಭೂಮಿಯ ಮೇಲಿರವುದಿಲ್ಲ. ನನಗೆ ನಿನ್ನ ಮುಂದೆ ಈ ವಿಷಯವ ವ್ಯಕ್ತಪಡಿಸಲಾಗದೆ ಈ ಕಾಗದದ ಮೂಲಕ ತಿಳಿಸುತ್ತಿದ್ದೇನೆ.

ನಿನಗೆ ಸನ್ಮಂಗಳವಾಗಲಿ.

(ನಿನ್ನ ಶ್ಯಾಮಾ ಮೇಷ್ಟ್ರು)

ಮೇಷ್ಟ್ರ ಕಾಗದ

ನನಗೆ ಈ ಕಾಗದ ಓದಿದ್ದೆ. ಮೈಯೆಲ್ಲ ನಡುಕ ಬರಲು ಶುರುವಾಯಿತು. ಕೈಯಲ್ಲಿದ್ದ ನೀರಿನ ಬಾಟಲಿನಲ್ಲಿದ್ದ ನೀರನ್ನು ಒಂದೆ ಗುಟುಕಿನಲ್ಲಿ ಕುಡಿದೆ. ಆದರೆ ಗಂಟಲು ತೇವವಾಗದೆ ಒಣಗಿತ್ತು. ಸುತ್ತ ಮುತ್ತ ಏನು ಕಾಣದಾಯಿತು. ಇಂತಹ ಸಮಯದಲ್ಲಿ ನಾನು ಭಾರತವ ಬಿಟ್ಟು ಹೋಗುವುದು ಸರಿಯೆ ಎನಿಸತೊಡಗಿತು. ಅಷ್ಟರಲ್ಲಿ ನಮ್ಮ ವಿಮಾನದ ಸಮಯವಾಗಿತ್ತು. ನಮ್ಮನ್ನು ವಿಮಾನದ ಒಳಗೆ ಬರುವ ಆದೇಶವಾಗಿತ್ತು. ಸೀತೆ ಬಂದು ರೀ, ಸಮಯವಾಯಿತು. ಬನ್ನಿ ಹೊರಡೋಣ ಎಂದಳು. ನನಗೆ ಏನು ಮಾಡುವುದೆಂದು ತೋಚಲಿಲ್ಲ. ಏನನ್ನು ಹೇಳಲಾರದೆ ಅಲ್ಲಿಯೆ ಕುಳಿತುಬಿಟ್ಟೆ.

ಮುಕ್ತಾಯ